आपल्या स्नेहीजनांना पुस्तके भेट द्या

आंधळा न्याय

शिताफीने गुन्हेगारांचा शोध लावणाऱ्या तडफदार पोलिसांच्या शोधतपासाच्या मनोवेधक कथा...

नितीन बापट

मेहता पब्लिशिंग हाऊस

Please contact us at **Mehta Publishing House,** Pune 411030.
✆ +91 020-24476924 / 24460313 / Mob. No. 9545000513
Email : production@mehtapublishinghouse.com
Website : www.mehtapublishinghouse.com

- *या पुस्तकातील लेखकाची मते, घटना, वर्णने ही त्या लेखकाची असून त्याच्याशी प्रकाशक सहमत असतीलच असे नाही.*

ANDHALA NYAY by NITIN BAPAT

आंधळा न्याय : नितीन बापट / दीर्घ कथासंग्रह

Email : author@mehtapublishinghouse.com

प्रकाशक : सुनील अनिल मेहता, मेहता पब्लिशिंग हाऊस,
१९४१, सदाशिव पेठ, माडीवाले कॉलनी, पुणे - ४११०३०.

मुद्रक : ट्रिनिटी ॲकॅडमी फॉर कॉर्पोरेट ट्रेनिंग लिमिटेड

मुखपृष्ठ : चंद्रमोहन कुलकर्णी

प्रकाशनकाल : नोव्हेंबर, २००८ / पुनर्मुद्रण : सप्टेंबर, २०१६

किंमत : ₹ १९५

P Book ISBN 9788190734400
E Book ISBN 9789387789760
E Books available on : amazonkindle Apple Books Google Play Books

---

कै. सुहास शिरवळकर यांच्या
स्मृतीस...

अनुक्रमणिका

आंधळा न्याय

भाग एक

नीलम कारखानीस! शहरातील एक मोठं प्रस्थ! औद्योगिक क्षेत्राबरोबरच राजकारण, सामाजिक कार्य, महिला संस्था, अनाथाश्रम अशा निरनिराळ्या क्षेत्रांत त्यांचं नाव या ना त्या कारणानं सतत चर्चेत. यशस्वी उद्योजक म्हणून मिळालेल्या नावाबरोबरच त्यांचं औदार्य, निर्णय घेण्याची क्षमता इत्यादी अनेक गोष्टी लोकांनी पाहिल्या होत्या. म्हणूनच त्यांचं हे तिसरं लग्न, ही बाबही लोकांनी नजरेआड केली होती.

तिसरं लग्न? होय, मि. पराग हा त्यांचा तिसरा नवरा होता. पहिले होते मि. कारखानीस! के.के. ग्रुप म्हणजेच के.के. इंडस्ट्रीज, केमिकल्स, शिपिंग कॉर्पोरेशन अशा उद्योगसमूहाचे मालक. त्यांच्या आकस्मिक मृत्यूनंतर साहजिकच त्यांचा संपूर्ण व्यवसाय त्यांच्या पत्नी – मिसेस नीलम कारखानीस यांनी सांभाळला.

नीलम कारखानीसांनी दुसरं लग्न केलं ते मि. अशोक सिंघल यांच्याशी. लग्नानंतर मि. सिंघल यांचा इम्पोर्ट-एक्सपोर्टचा व्यवसायही के.के. ग्रुपमध्ये सामील झाला. पण दुर्दैवानं एका विमान अपघातामध्ये मि. सिंघल यांचा मृत्यू झाला आणि मिसेस नीलम कारखानीस-सिंघल पुन्हा एकट्या पडल्या.

मि. कारखानीसांना कोणी नातेवाईकच नव्हते आणि मि. सिंघलनी केलेल्या लग्नामुळे त्यांचे नातेवाईक त्यांच्यापासून दुरावले होते. त्यामुळे दोन्ही मृत्यूनंतर नीलमला त्यांची इस्टेट तर मिळालीच, शिवाय तिचं स्वातंत्र्य अबाधित राहिलं. बरं,

या दोघांपासून तिला मूलबाळ झालेलं नव्हतं. आता तिचं वय जवळजवळ चाळीस होतं. पण तिनं स्वत:ला एवढं फिट ठेवलं होतं की, ती पंचविशीतील वाटायची.

आणि म्हणूनच जेव्हा मि. पराग परांजपे यानं तिच्याकडे लग्नाचा प्रस्ताव मांडला, तेव्हा तिनं विचार करूनच त्याला होकार दिला. पराग आपल्या फॅब्रिकेशन व्यवसायात पाय रोवत होता. त्यानं परदेशातून बिझनेस मॅनेजमेंटची पदवी घेतली होती आणि आपल्या वडिलांच्या – भैय्यासाहेब परांजपे यांच्या – एका कारखान्याच्या जोडीला दोन नवीन कारखाने दोन वर्षांतच उभारून दाखवले होते. मुलाच्या पराक्रमानं भैय्यासाहेबही सुखावले होते. त्यांनी आपल्या व्यवसायाचा सर्व भार परागवर सोपवला होता. आपल्या पत्नीच्या निधनानंतर ते तसे व्यवसायात कमीच लक्ष घालत होते. आता तर ते कोकणात त्यांच्या मूळ गावी जाऊन राहिले होते. पराग महिन्या-दोन महिन्यांतून दोन दिवस गावी जात असे व चाललेल्या प्रगतीविषयी त्यांना सांगत असे, प्रसंगी त्यांचा सल्लाही घेत असे.

पराग आणि नीलमची भेट एका पार्टीच्या वेळी झाली. तेव्हा परागला नीलमविषयी फारशी माहिती नव्हती. फक्त ती के.के. ग्रुप ऑफ बिझनेसची एकुलती एक वारस आहे आणि पूर्ण बिझनेस माइंडेड आहे, एवढीच काय ती माहिती त्याच्याजवळ होती. या पार्टीच्या निमित्तानं शहरातील औद्योगिक क्षेत्रातील अनेक नामवंत मंडळी एकत्र जमली होती. ती सर्व जण नीलमशी बोलत होती. नीलम मात्र हातचं राखून, काहीसं अंतर ठेवून त्यांच्याशी बोलत होती. तिची बोलण्याची स्टाइल, तिचं सौंदर्य यामुळे पराग तिच्याकडे आकर्षिला गेला होता. नीलमनं एकदा त्याच्याकडे पाहून स्माइल केलं होतं. त्यामुळे नाही म्हटलं तरी पराग थोडासा सुखावला होता. त्यामुळे पार्टीमध्ये तो नीलमच्या आसपास घोटाळत होता. पण ही गोष्ट परागचा मित्र कम त्याचा पी.ए., शंतनूच्या लक्षात आली नव्हती.

शंतनू भैय्यासाहेबांच्या मित्राचा मुलगा. पराग आणि शंतनू साधारण एकाच वयाचे. एकदम हुशार, तरतरीत. पराग शिकण्यासाठी फॉरिनला असताना भैय्यासाहेबांचा व्यवसाय त्यानंच सांभाळला होता. आता परागच्या वाढत्या व्यवसायातही त्याचा रोल मोठा होता. परागही शंतनूशी चर्चा केल्याशिवाय कुठलाच निर्णय घेत नव्हता. त्यामुळे नीलमविषयी शंतनूशी बोलावं असं परागला वाटत होतं. पार्टीहून परत आल्यावरदेखील त्याच्या डोळ्यांसमोरून नीलमचं रूप जात नव्हतं.

दुसऱ्या दिवशी सकाळी ऑफिसमध्ये आल्याबरोबर परागनं शंतनूला आपल्या केबिनमध्ये बोलावून घेतलं. त्याच्या डोळ्यांसमोर अजूनही नीलमच नाचत होती. दारावर टकटक करून शंतनू आत आला.

"गुड मॉर्निंग, पराग. काय, कशी काय वाटली कालची पार्टी?"

"मस्त. एकदम मस्त होती रे." पराग अजून नीलमच्याच धुंदीत होता.

"कोण मस्त होती?" शंतनूला परागचा स्वर नीटसा न कळल्यानं तो म्हणाला. त्याला वाटलं एखाद्या बिझनेसमनच्या पोरीविषयीच पराग बोलतोय.

"कोण काय? पार्टी रे." पराग ताळ्यावर येत म्हणाला. पण चोरी करताना पकडल्यावर चोराचा चेहरा कसा गोरामोरा होतो, तसा परागचा चेहरा झाला होता. त्याचं नीट निरीक्षण करत शंतनू म्हणाला, "अहं, तू पार्टीविषयी नक्कीच बोलत नाहीयेस, पराग. तू एका वेगळ्या विषयावर बोलतो आहेस आणि मी एका दुसऱ्याच विषयावर बोलतोय. बरोबर ना?"

आपली चोरी पकडली गेल्याचं परागच्या लक्षात आलं. "खरं सांगू शंतनू, कालची पार्टी होती मस्त, त्यात काहीच शंका नाही. त्या पार्टीत मला एक मस्त पोरगी दिसली आणि मी तेव्हापासून तिचाच विचार करतो आहे बघ."

"कोण होती बाबा ती? कुलकर्णी ॲण्ड सन्सचे मालक, मि. कुलकर्णी यांची अंजली की, मि. पाठकांची भाची?" शंतनू आपले तर्क लावून पराग कोणाकडे आकर्षित होऊ शकेल, याचं गणित लावत म्हणाला.

"यांपैकी कोणीही नाही."

"कोणीही नाही?" आश्चर्यानं शंतनूनं विचारलं. "मग असं कोण होतं पार्टीत की आमचा फॉरिन रिटर्न्ड, एम.बी.ए. मित्र आणि परांजपे फॅब्रिकेशन्सचा एम.डी., स्वत:ला हरवून बसला आहे?" शंतनू थोडंसं काव्यात्मक बोलला.

"खरं सांगू? हसणार तर नाहीस ना?" परागनं आपली खुर्ची त्याच्याजवळ सरकवत विचारलं, "आणि कोणाला सांगणार नाहीस ना?"

"नाही रे बाबा. आतातरी सांग ती कोण होती?" शंतनूची उत्सुकता आता शिगेला पोचली होती. भैय्यासाहेबांनी शंतनूवर परागच्या लग्नाचीही जबाबदारी सोपवली होती. कदाचित भैय्यासाहेबांना फोन करण्याची वेळ आली आहे, असं शंतनूच्या मनात येऊन गेलं.

"के.के. ग्रुपची मिसेस नीलम." परागनं नाव सांगितलं आणि शंतनूवर हिरोशिमावर पडलेल्या बॉम्बपेक्षा मोठा बॉम्ब पडला.

"कोण, कोण म्हणालास तू?" आपण ऐकलं ते चूक की बरोबर तेच शंतनूच्या डोक्यात शिरेना.

"नी...ल...म." एक एक शब्द सुट्टा करत परागनं नाव ऐकवलं आणि शंतनूची काय रिॲक्शन होते, ते पाहण्यासाठी एकटक त्याचा चेहरा न्याहाळू लागला.

शंतनू प्रचंड अस्वस्थ झाला. आपल्या खुर्चीतून उठून तो केबिनमध्ये फेऱ्या मारू लागला. त्यानं आपला कोट काढला, टायची नॉट सैल केली. त्याला काय बोलावं आणि काय रिॲक्शन द्यावी, हेच सुचेना. परागला काहीच कळेना हा असा

का करतो आहे. त्याला वाटलं होतं की, शंतनू त्याचं अभिनंदन करेल. त्याला आनंद होईल. जवळजवळ पाच मिनिटं शांततेत गेली, पण यातली काहीच लक्षणं दिसेनात म्हटल्यावर त्यानं शंतनूला विचारलं, "काय झालं? तू काहीच का बोलत नाहीस? तुझ्या लक्षात येत नाही का कोण ते? की तुला माहिती नाही?"

"एक मिनिट, पराग. आर यू शुअर यू आर टॉकिंग अबाउट मिसेस नीलम कारखानीस? अ होल अ‍ॅण्ड सोल प्रोप्रायटर ऑफ के.के. ग्रुप ऑफ बिझनेस?" शंतनू अजूनही साशंक होता.

"येस, माय डिअर फ्रेंड. आय अ‍ॅम शुअर." पराग उठून त्याच्या खांद्यावर हात ठेवत म्हणाला, "व्हाय? एनी प्रॉब्लेम?"

"प्रॉब्लेम?" त्याचे खांद्यावरचे हात काढत शंतनूनं त्याला विचारलं, "डू यू नो हर? ऑर अबाउट हर पास्ट? पराग, यू आर मॅड! यू आर कंम्प्लीट मॅड!" खरं तर हे वाक्य उच्चारायची कोणाची हिंमतच नव्हती आणि त्यातून हे वाक्य कोणी दुसऱ्यानं म्हटलं असतं तर परागनं त्याला नोकरीवरूनच नव्हे तर आयुष्यातून काढून टाकलं असतं. पण शंतनूला पूर्ण अधिकार होता.

"व्हाय? व्हॉट्स द प्रॉब्लेम? शंतनू, प्लीज एक्सप्लेन मी एव्हरिथिंग आणि तू असा अस्वस्थपणे फिरू नकोस. त्यामुळे माझाही अस्वस्थपणा वाढतो आहे." पराग थोडा वैतागून म्हणाला. त्याला शंतनूच्या वागण्याचं आश्चर्य वाटायला लागलं होतं.

"ओके." त्याच्याजवळ नीट बसत शंतनू म्हणाला, "नाउ लिसन माय फ्रेंड, आय विल टेल यू एव्हरिथिंग अबाउट नीलम. पण मी बोलत असताना मध्ये काही बोलायचं नाही, मला काही विचारायचं नाही. गॉट इट?"

"शुअर. एक मिनिट." असं म्हणत परागनं आपल्या इंटरकॉमवरून कोणताही फोन आत देऊ नये तसंच कोणालाही आत पाठवू नये, अशा सूचना त्याच्या दुसऱ्या पी.ए.ला दिल्या आणि मग शंतनूकडे वळून म्हणाला, "नाउ शूट."

शंतनूनं सुरुवात केली, "नीलम ही मि. कारखानीस यांची पहिली पत्नी. ती २३ वर्षांची आणि मि. कारखानीस ३५ वर्षांचे. दोघांच्या वयात एवढा फरक. पण नीलमनी त्यांच्या व्यवसायात लक्ष घातलं आणि हळूहळू ती तो व्यवस्थित हाताळायला लागली. साधारण सहा-सात वर्षांत तिनं कारखानीसांच्या एका बिझनेसचं रूपांतर मोठ्या उद्योगसमूहात – के.के. ग्रुप्स मध्ये केलं. इंटरनल अफेअर्स काय होती ते माहीत नाही, पण साधारण शेवटच्या वर्षभरात मि. कारखानीस धंद्यातून निवृत्त झाल्यासारखे राहत होते. वयाच्या ४५व्या वर्षी त्यांचं हृदयविकाराच्या तीव्र झटक्यानं निधन झालं आणि संपूर्ण के.के. गुप नीलमकडे आला. मि. कारखानीसांच्या पश्चात ती हा व्यवसाय व्यवस्थित चालवीत होती. दरम्यान तिच्या आयुष्यात मि. सिंघल

आले आणि त्यांनी सरळ तिला लग्नाची मागणी घातली. त्या वेळी नीलम होती साधारण ३६ वर्षांची आणि मि. सिंघल ५० वर्षांचे. मि. सिंघल यांची पहिली पत्नी हयात नव्हती. दोन्ही मुलींची लग्नं झालेली. जवळ भरपूर पैसा, प्रसिद्धी. त्यामुळे नीलमला हो म्हणायला काहीच प्रॉब्लेम नव्हता. त्यांच्या लग्नानंतर मि. सिंघल यांचा इम्पोर्ट-एक्सपोर्टचा बिझनेस के.के. ग्रुपला जोडला गेला. पण त्यानंतर दोन वर्षांत एका विमान अपघातात मि. सिंघल यांचा मृत्यू झाला आणि पुन्हा एकदा नीलम एकटी झाली. याही वेळी इंटरनल अफेअर्सच्या बाबतीत सर्वांनाच अज्ञान.

"या दोन्ही लग्नांमुळे तिच्याजवळ अफाट पैसा आला. अनेक बिझनेस तिच्या नावापुढे जोडले गेले. त्याचप्रमाणे या दोघांच्या नावांची प्रसिद्धीही आपोआप तिला मिळाली. पण मूलबाळ नाही. का ते माहीत नाही. पण ऐकीव बातमी अशी की, ती कोणालातरी दत्तक वगैरे घेणार आहे. अर्थात हेही कितपत खरं कितपत खोटं, ते गॉड नोज. सोशल लाइफमध्ये तिला ओळखणारे अनेक, पण तिच्या जवळचं असं कोणीच नाही. तिचा आगापिछा कोणालाच ठाऊक नाही. अनेक अनाथाश्रम, महिलाश्रम, शाळा, कॉलेज, हॉस्टेल्स, सामाजिक संस्था यांना तिचा भरपूर पाठिंबा. राजकारणातील अनेक मोठमोठे नेते हिच्या परिचयाचे. पण फक्त परिचयाचे. कोणाशी कसे आणि काय संबंध आहेत, तेही गुपितच. पण आजतरी तिचं चारित्र्य पूर्ण स्वच्छ आहेही, नाहीही. सगळंच गौडबंगाल आहे. थोडक्यात शी इज अ मिस्टरी. पीपल युज टू कॉल हर ए ब्लॅक विडो. त्यामुळे शहरातील निरनिराळे बिझनेस टायकून्स, इंडस्ट्रिअलिस्ट्स पॉलिटिकल लीडर्स, पोलीस डिपार्टमेंटमधील अधिकारी तिच्यापासून चार हात दूरच असतात. कोणाला ती गळाला लावेल याचा नेम नाही आणि पहिले दोन अनुभव लक्षात घेता कोणी तिच्या नादालाही लागत नाही. सो, माय डिअर फ्रेंड, धिस इज अ कंम्प्लीट स्टोरी ऑफ मिसेस नीलम कारखानीस." एवढं म्हणून शंतनू थांबला.

पराग एवढा वेळ फक्त शंतनूचं ऐकत बसला होता. त्यानं एकदाही शंतनूला डिस्टर्ब केलं नव्हतं. त्याचं बोलून झाल्यावरही तो काहीच न बोलता शांतपणे खुर्चीवर टेकून बसला होता. शंतनूला त्याची ही रिॲक्शन अपेक्षित नव्हती. ही शांतता असह्य झाल्यावर शेवटी शंतनूनं त्याला हलवलं आणि विचारलं, "हॅलो पराग, कसला विचार करतो आहेस?"

"मी विचार करतो आहे की या नीलमला कधी आणि कसं भेटायचं ते." पराग शांततेचा भंग करीत म्हणाला. पण तो काय बोलला ते शंतनूला कळायला काही वेळ गेला.

"काय, काय म्हणालास तू पराग? प्लीज कम अगेन!" शंतनूनं आश्चर्यानं विचारलं.

"मी म्हणालो, की या नीलमला भेटण्यासाठीची अपॉइंटमेंट घ्यायला हवी आणि तीही लवकरची." पराग शंतनूच्या डोळ्यांत डोळे घालून ठामपणे म्हणाला. त्याच्या स्वरावरून तरी शंतनूनं त्याला जे काही सांगितलं होतं, त्याचा काहीच परिणाम झालेला दिसत नव्हता. त्यामुळे शंतनूचा नाईलाज झाला.

"पराग, तू जो काही विचार करतो आहेस किंवा जे काही करणार आहेस ते तुला कळतं आहे का?" शंतनूनं वैतागून विचारलं.

"अगदी पूर्णपणे. शंतनू, मी मघापासून तू जे सांगत होतास त्याच्यावर पूर्ण विचार केला आहे. मला नीलमला भेटायचं आहे. पुढे काय करायचं किंवा काय होईल, याचा विचार मी आत्ता करणार नाही. पण मला या मॅडमना भेटायची अतिशय उत्सुकता लागली आहे. तिचा पास्ट काय आहे किंवा तिच्याविषयी सोसायटीमध्ये काय रुमर्स आहेत, त्याच्याशी मला कर्तव्य नाही. मी एवढी वर्षं फॉरिनला शिकलो, नंतर या बिझनेसमध्ये उतरलो, पण अशी बाई मी कधीच पाहिली नव्हती किंवा अशा बाईला कधी भेटलेलोही नाही. यू नो शंतनू, आय थिंक शी इज माय ड्रीमवुमन. मी जेव्हा जेव्हा माझ्या आयुष्याच्या जोडीदाराविषयी चित्र बघायचो तेव्हाही ते असंच असायचं. डिसिजनमेकर, डॅशिंग, दिसायला सुंदर, माझ्या बिझनेसमध्ये माझ्या बरोबरीनं उभी राहणारी... माझ्या मते नीलममध्ये हे सर्व गुण आहेत आणि मी आत्ता फक्त भेटायचं म्हणतोय. भेटलो म्हणजे लगेच काही आमचं लग्न झालं असं नाही रे. मला आत्ता ती फक्त आवडली आहे. पण मीही तिला आवडायला हवा ना. शी इज नॉट अ टीनएजर. ऑफ्टरऑल शी इज एक्सपिरियन्सड वुमन इन ऑल मीन्स. त्यामुळे मी तिला भेटणार, अगदी नक्की. ॲण्ड दॅट्स फायनल." पराग ठामपणे म्हणाला.

हे सर्व ऐकून शंतनू तेथून उठला. कोट झटकत केबिनबाहेर जात एवढंच म्हणाला, "पराग, तू तुझे निर्णय घेण्यास पूर्ण समर्थ आहेस. पण जो काही निर्णय घेशील त्याआधी आपली सोसायटीतील पोझिशन, भैय्यासाहेबांचं नाव, आपला बिझनेस आणि शेवटी आपली फायनान्शियल कंडिशन या सर्व गोष्टी लक्षात घेऊन मग काय तो निर्णय घे."

परागला शंतनू काय म्हणतोय ते कळलं. एका अर्थानं तो जे काही म्हणाला ते अगदी बरोबर होतं. भैय्यासाहेबांच्या या परांजपे फॅब्रिकेशन्सचं नाव सर्वच दृष्टीनं चांगलं होतं. आजपर्यंत त्यांच्या कंपनीत कधीही संप झाला नव्हता. मॅनेजमेंटमध्ये कोणताही बेबनाव नव्हता. एवढंच काय त्यांची युनियनही फक्त नावालाच होती, कारण स्वत: भैय्यासाहेब जातीनं लक्ष घालायचे आणि परागनंही त्यांची हीच स्टाइल उचलली होती. दर पंधरा दिवसांनी कामगारांबरोबर मीटिंग, मॅनेजमेंटमधील लोकांशी संपर्क यामुळे या कंपनीचं रेप्युटेशन अतिशय चांगलं होतं. शिवाय क्वालिटीही

चांगली होती. पण तरीसुद्धा परांजपे फॅब्रिकेशन्स जर एक मोठं तळं असेल, तर के.के. ग्रुप हा समुद्र होता. त्यामुळे विचार करणं साहजिक होतं. पण परागनं नीलमचा एवढा ध्यास घेतला होता की, तिच्याबद्दल सर्व कळूनही त्यानं एकदा तिला भेटण्याचा निर्णय घेतला.

दुसऱ्या दिवशी ऑफिसमध्ये आल्यावर त्यानं डिरेक्टरीतून के.के. ग्रुपचा नंबर शोधून काढला आणि फोन फिरवला. "गुड आफ्टरनून, के.के. ग्रुप." पलीकडून रिसेप्शनिस्टचा आवाज आला.

"हॅलो, मे आय स्पीक टू मिसेस नीलम कारखानीस प्लीज?" परागनं विचारलं.

"मे आय नो हूज ऑन द लाइन, सर?" रिसेप्शनिस्टच्या स्वरातला खोटा आदर परागनं लगेच ओळखला. प्रोफेशन! काय करणार? पण आपले विचार झटकून त्यानं सांगितलं, "पराग परांजपे फ्रॉम परांजपे फॅब्रिकेशन्स धिस एंड."

"ओ, प्लीज होल्ड ऑन सर, लेट मी चेक." तिला बहुतेक आपल्या कंपनीचं नाव माहिती असावं, या कल्पनेनं पराग थोडासा सुखावला. चला, नीलमच्या कंपनीतलं कोणीतरी आपल्या कंपनीला ओळखतं, हेही नसे थोडके. थोडा वेळ तो होल्डचं म्युझिक ऐकत बसला असतानाच, एकदम त्याच्या कानात आवाज आला, "येस मि. पराग परांजपे, आय एम नीलम कारखानीस स्पीकिंग. हाउ आर यू?"

पराग एकदम गांगरून गेला. त्याला अपेक्षा नव्हती, की नीलम डायरेक्ट लाइनवर येईल. "ओ...नीलम...आय मीन मिसेस नीलम! आय ॲम फाइन, थँक्स! ॲण्ड हाउ डू यू डू? काय म्हणताय?" काहीतरी बोलायचं म्हणून तो बोलला. त्याचा हा गोंधळ बहुतेक नीलमच्या लक्षात आला असावा.

"मि. परांजपे, तुम्ही कामात बिझी आहात का? कारण फोन तुम्ही केला आहात, त्यामुळे मी काही म्हणायचा प्रश्नच येत नाही. जे काही म्हणायचं आहे ते तुम्ही म्हणायचं आहे." नीलम हसत हसत शांतपणे म्हणाली.

परागला आपल्या बावळटपणाचा राग आला. पहिल्यांदाच फोन केला आणि आपण आपल्याविषयी एवढं वाईट मत बनवून घेतलं! काही अर्थच नाही याला. काहीही असो, आता नीट बोललं पाहिजे.

"नो, नो, मिसेस कारखानीस. मी सहज परवाच्या पार्टीचा विचार करत होतो. त्यात जे जे आले होते त्यांच्याशी पर्सनली ओळख करून घ्यावी, या उद्देशानं मी फोन केला होता. कारण पार्टीत नाही म्हटलं तरी शांतपणे चर्चा होऊ शकत नाही ना?" आता पराग बराच सावरला होता.

"ओ, आय सी." नीलम म्हणाली, "अच्छा, म्हणजे त्या पार्टीत तुम्हीही होतात तर. सॉरी, माझ्या लक्षात आलं नाही ते. काय आहे, मी फार जात नाही अशा

पार्ट्यांना. तिथे बिझनेस डिस्कशन्स सोडून इतर बरंच काही चालतं. पण मि. मोटवानींनी फारच आग्रह केला होता, म्हणून मी आले होते.'' नीलमनं परागचा पार कचराच केला. म्हणजे आपण गेले दोन दिवस फक्त तिच्याच विचारात आहोत आणि या बाईला आपण तेथे होतो, तिच्या अवतीभोवती फिरत होतो, याचा पत्ताच नाही.

''यू आर राइट मिसेस कारखानीस. मीदेखील पहिल्यांदाच मि. मोटवानींच्या पार्टीला आलो होतो. ते माझ्या वडिलांचे चांगले मित्र आहेत.'' पराग म्हणाला. पण 'बिझनेस डिस्कशन्स सोडून इतर बरंच काही चालतं' या वाक्यावर पराग जरा विचारात पडला होता. तिचा स्वर जरा विषारी वाटत होता. शंतनूनं जे काही सांगितलं, त्याला या वाक्यानं पुष्टी मिळाली होती.

''ओके, बोला मि. पराग, फोन का केला होतात ते.'' नीलमला बहुतेक त्याच्या पाल्हाळात काहीच इंटरेस्ट नव्हता.

''मिसेस कारखानीस, आय वॉन्ट टू मीट यू. नॉट फॉर बिझनेस पर्पज. इट्स लिटल पर्सनल.'' परागही आता सरळ मुद्यावर येत म्हणाला. पलीकडून एक मिनिट काहीच उत्तर आलं नाही. हे एक मिनिट परागला असह्य झालं. आपण डायरेक्ट विचारून चूक तर केली नाही ना, तिला हा आपला आगाऊपणा वाटला असेल का, ती आपल्याला भेटू इच्छित नाही का, या सर्व प्रश्नांनी त्याला हैराण केलं.

''ओके, मि.पराग आपण परवा संध्याकाळी सहा वाजता भेटू या. तुम्ही आमच्या बंगल्यावर या. म्हणजे आपल्याला बोलता येईल. बाय.'' नीलमनं त्याला सांगितलं आणि फोन डिस्कनेक्ट झाला.

परागचा कानावर विश्वासच बसेना. झालेल्या संपूर्ण संभाषणाची तो मनातल्या मनात उजळणी करायला लागला आणि 'परवा संध्याकाळी सहा वाजता भेटू या' या वाक्यावर जेव्हा तो आला त्या वेळी त्याला अतिशय आनंद झाला. याच उत्साहात त्यानं शंतनूला फोन करून केबिनमध्ये बोलावून घेतलं. पाचच मिनिटांत शंतनू हजर झाला.

''येस सर.'' खोट्या आदरानं शंतनू परागसमोर उभा राहत म्हणाला.

त्याचा तो आविर्भाव पाहून परागला हसू आलं. ''बस, बस, खाली बस, आणि न रागावता मी काय सांगतो ते ऐक. हे बघ, मी आत्ताच मिसेस नीलम कारखानीसांना फोन केला होता. त्या मला स्वत: फोनवर भेटल्या. परवा संध्याकाळी आम्ही त्यांच्या बंगल्यावर भेटणार आहोत. तेव्हा परवा संध्याकाळी सहानंतरच्या माझ्या सर्व अपॉइंटमेंट्स तू बघायच्या किंवा कॅन्सल करायच्या.'' पराग त्याला म्हणाला आणि त्याची काय प्रतिक्रिया होते याचा अंदाज घेण्यासाठी तो शंतनूकडे पहायला लागला. पण शंतनूनं यावर काहीच प्रतिक्रिया दिली नाही. फक्त ''हं.'' असा

आवाज काढला आणि खांदे उडवून तो वळून चालायला लागला. परागला काहीच कळेना.

"शंतनू, एक मिनिट, तुझ्या या कृतीचा अर्थ मी काय समजायचा?" परागनं वैतागत विचारलं. शंतनू तिथूनच म्हणाला, "तुला काय समजायचं ते समज, पण मी मात्र एवढंच समजलो आहे, की लवकरात लवकर भैय्यासाहेबांना भेटायला जायला पाहिजे."

भैय्यासाहेबांचं नाव घेताच पराग खुर्चीतून ताडकन उठला आणि शंतनूकडे येत म्हणाला, "भैय्यासाहेबांना? म्हणजे बाबांना? त्यांना कशासाठी भेटायचं? त्यांचा काय संबंध यात?"

"हे बघ पराग, तू इथे नसताना मी कंपनीचा फक्त कारभारच पाहत नव्हतो तर भैय्यासाहेबांची काळजी त्यांच्या मुलासारखी घेत होतो. बऱ्याच वेळा त्यांच्या बोलण्यातून तुझ्याविषयी, तुझ्या करिअरविषयी, तुझ्या लग्नाविषयी आमची चर्चा झाली आहे आणि त्या चर्चेनुसार तू मिसेस नीलम कारखानीसांशी संबंध ठेवणं, हे त्यांना कधीही आवडणार नाही. मी त्यांचा सर्वांत जवळचा माणूस आहे, अर्थात माझा नंबर जरी तुझ्या नंतर लागत असला तरी! मी त्यांना हे सर्व काही सांगणार आहे." केबिनचं अर्धवट उघडलेलं दार बंद करत शंतनू पुन्हा समजावणीच्या सुरात परागला म्हणाला.

"मि. शंतनू, आपण माझे पी.ए. आहात की भैय्यासाहेबांचे चमचे?" पराग आता चिडला होता. "हे आयुष्य माझं आहे आणि माझ्या आयुष्याचे निर्णय मी घेणार आहे. तू माझ्या ॲबसन्समध्ये ही कंपनी ॲज ए केअरटेकर म्हणून अत्यंत चांगल्या पद्धतीनं चालवलीस, हे मी कधीच नाकारू शकत नाही. पण म्हणून कंपनीबरोबर तू माझाही केअरटेकर व्हावंस, हे मला कधीही आवडणार नाही. लहानपणापासून भैय्यासाहेबांनी मला विचारांचं स्वातंत्र्य दिलेलं आहे. त्यावर कोणी गदा आणलेली मला आवडणार नाही आणि माझ्या पर्सनल मॅटरमध्ये कोणी इंटरफिअर केलेलंही चालणार नाही. यू जस्ट टेक केअर ऑफ अवर कंपनी."

पराग त्याला असं कधी बोलेल हे शंतनूला अपेक्षित नव्हतं. हा त्याचा धडधडीत अपमान होता. जरी तो परागएवढा शिकला नव्हता, तरी अनुभवाच्या जोरावर त्याला कुठेही दुसरीकडे आरामात नोकरी मिळाली असती. पण भैय्यासाहेबांनी सांगितल्याप्रमाणे तो परागला जॉइन झाला होता आणि आज त्याच्या प्रामाणिकपणाची ही पावती परागनं त्याला दिली होती. त्याला अतिशय वाईट वाटलं.

"ओके मि. पराग परांजपे, आय ॲम सॉरी. मी थोडासा पर्सनल झालो होतो. बट थँक्स फॉर रिमाइंडिंग मी माय पोस्ट! मी तुमचा पी.ए. आणि या कंपनीचा केअरटेकर म्हणून इतकी वर्षं काम केलं, पण आज मला माझ्या सर्व्हिसचा फार

मोठा बोनस मिळाला. त्यामुळे यापुढे मी या पोस्टवर काम करू शकत नाही. मी आत्ता, या क्षणी राजीनामा देतो. तो तू स्वीकार किंवा स्वीकारू नको, तो तुझा प्रश्न आहे. पण जाता जाता एक मित्र या नात्यानं एवढंच सांगतो की, तू जे करतो आहेस त्याचा तुला एक दिवस भयंकर पश्चात्ताप होणार आहे, पण तेव्हा वेळ निघून गेलेली असेल. गुडबाय मि. पराग परांजपे.'' असं म्हणून शंतनू केबिनच्या बाहेर निघून गेला.

पराग त्या झुलत्या दरवाज्याकडे नुसता बघत उभा होता. त्याला कळलंच नाही की, हे सर्व काय झालं आहे. आपण काय बोललो, काय केलं याचं त्याला आकलनच होईना. तो जेव्हा भानावर आला त्या वेळी त्याला वाटलं की, आपण असं करायला नको होतं. पण त्याच वेळी त्याच्या डोळ्यासमोर नीलमचा चेहरा आला आणि पुन्हा एकदा त्यानं शंतनूचा विचार डोक्यातून काढून टाकला.

दोन दिवस झाले या गोष्टीला. शंतनू राजीनामा देऊन गेल्यावर मि. देसाईंनी त्याचा चार्ज घेतला होता. कंपनीत कोणालाच कळलं नव्हतं की, नेमकं काय झालंय. त्यानंतर भैय्यासाहेबांचाही चार-पाच वेळा फोन आला होता, पण परागनं तो घ्यायचा टाळला होता. त्याला प्रथम नीलमला भेटायची उत्सुकता होती. त्याप्रमाणे आज तो नीलमच्या बंगल्यावर चालला होता. गाडी चालवत असताना तो नीलमशी काय बोलायचं, याचाच विचार करत होता. शेवटी नीलमचा बंगला आला. 'नीलकमल' असं त्या बंगल्याचं नाव होतं.

बंगल्याच्या गेटमधून गाडी आत शिरताच वॉचमननं गाडी थांबवली. सर्व माहिती विचारून त्याच्या केबिनमध्ये जाऊन बंगल्यात फोन केला. नीलम बहुतेक त्याचीच वाट पाहत होती. कारण तो लगेच बाहेर आला व परागला त्यानं सलाम ठोकला. गाडी पोर्चमध्ये उभी राहताच दरवान पुढे आला व त्याने गाडीचा दरवाजा उघडत परागला सलाम केला. मंद हसत पराग पोर्चच्या पायऱ्या चढत वर आला. तेवढ्यात एक साधारण ३० वर्षांचा इसम पुढे आला आणि त्याला अदबीनं म्हणाला, ''गुड इव्हनिंग सर. माय नेम इज रामकुमार शर्मा, पी.ए. टू मिसेस कारखानीस. प्लीज फॉलो मी सर, मॅडम इज वेटिंग फॉर यू ॲट द पूलसाइड.'' पराग त्याच्या मागोमाग चालायला लागला. तो पी.ए. त्याला बंगल्याच्या पाठीमागच्या बाजूला असलेल्या पूलसाइडला घेऊन आला. तिथे एक टेबल लावलं होतं. दोन मोठ्या चेअर्स ठेवल्या होत्या. त्यातल्या एकावर नीलम पेपर वाचत बसली होती. या दोघांची चाहूल लागताच पेपर बाजूला करून ती चेअरमधून उठली आणि पराग थबकला.

नीलम फेंट लिंबू कलरची साडी नेसली होती. त्यावर स्लीवलेस ब्लाउज. गळ्यात प्युअर डायमंडचा नेकलेस. त्यातला पुष्कराज ठळकपणे दिसत होता. वाऱ्यावर उडणाऱ्या अवखळ बटा सावरत ती पुढे झाली आणि परागशी शेकहँड

करत म्हणाली, ''गुड इव्हनिंग मि. परांजपे, प्लीज वेलकम.'' ती बोलली की किणकिणत्या घंटा वाजल्या, हेच परागला कळेना. त्या वातावरणानं तो पूर्ण भारला गेला होता. हळूहळू चालत तो पुढे आला. ''हॅव अ सीट, मि. परांजपे ॲण्ड बी कम्फर्टेबल.'' पुन्हा एकदा घंटांचा किणकिणाट.

पराग तिच्या समोरच्या खुर्चीत बसला. आजपर्यंत त्यानं बऱ्याच मुली पाहिल्या होत्या, पण एवढं आकर्षक सौंदर्य कधी पाहिलं नव्हतं. तिची फिगर या वयात पण ॲट्रॅक्टिव्ह होती. तिनं स्वत:ला अतिशय फिट ठेवलं होतं. त्याचं असं पाहणं, त्याच्या मनात चाललेले विचार नीलमच्या लक्षात आले होते. पण तिला हे सर्व काही नवीन नव्हतं. आजपर्यंत तिच्याही आयुष्यात बरेच पुरुष आले होते. त्यांची नजर, त्यांचे स्पर्श, त्यामागची त्यांची लालसा हे सर्व तिनं अनुभवलं होतं. पण परागच्या बाबतीत तिला त्याच्या नजरेत लालसा नाही तर कौतुक जाणवत होतं, उत्सुकता होती, अफेक्शन होतं. थोडा वेळ दोघं काही न बोलता फक्त एकमेकांचा अंदाज घेत होते.

एवढ्यात बेअरानं बीअरची बाटली, दोन ग्लास, प्रॉन्स, तळलेले काजू असे एका ट्रॉलीतून आणले. एक एक करत टेबलावर मांडले व बाटली ओपन करू लागला.

''एक्सक्यूज मी मिसेस कारखानीस, मी ड्रिंक्स घेत नाही.'' पराग तो सगळा सरंजाम पाहून म्हणाला.

नीलमला आश्चर्य वाटलं. ''ड्रिंक्स घेत नाही? फॉरिनला एवढी वर्षं राहून तुम्ही ड्रिंक्स घेत नाही, मि. परांजपे?''

परागला तिच्या या प्रश्नावर थोडंसं खजील झाल्यासारखं वाटलं. पण त्याचबरोबर आपण फॉरिनला होतो, ही माहिती तिच्याजवळ आहे, म्हणजे तिनं आपल्याविषयी चौकशी केली असणार याची खात्री झाली.

''का? फॉरिनमध्ये राहिल्यावर ड्रिंक्स घेतलंच पाहिजे, असा काही तिथल्या गव्हर्मेंटचा रूल नाही. मला कधी ती घ्यावीशी वाटली नाही किंवा त्याची कधी गरजही भासली नाही.'' परागनं उत्तर दिलं.

''नाही, नाही, तसं नाही. मला वाटलं तुमचं शिक्षण, एवढ्या लहान वयात तुम्ही तुमच्या बिझनेसमध्ये केलेली प्रगती, या सगळ्यामुळे कदाचित तुम्ही हाय सोसायटीच्या सर्कलमध्ये राहून ड्रिंक्स घ्यायला लागला असाल. नेव्हर माइंड. व्हॉट वुड यू लाइक टू हॅव? सम कोल्ड्रिंक ऑर फ्रेश फ्रूट ज्यूस?'' नीलमनं विचारलं.

''ओके, गेट मी कोक ऑर थम्स अप.'' परागनं बेअराकडे बघत सांगितलं.

बेअरा नीलमकडे बघत उभा होता. ''नो प्रॉब्लेम, हे बघ हे सर्व घेऊन जा आणि मला पण कोक घेऊन ये.'' नीलमनं बेअराला सांगितलं.

बेअरा टेबल आवरायला लागला, तसं पराग नीलमला म्हणाला, "तुम्हाला हवी तर घ्या."

"नाही, त्याची आवश्यकता नाही. यू आर माय गेस्ट आणि तुम्हीच ड्रिंक्स घेणार नसाल तर मीही नाही घेत. इट्स अगेन्स्ट मॅनर्स. नाहीतर बाहेर जाऊन तुम्ही सांगाल की, मिसेस नीलम दिवसरात्र दारू पीत बसतात. अर्थात या आणि अशा प्रकारच्या किती रुमर्स आहेत, बट आय डोन्ट केअर." नीलमच्या स्वरात थोडासा कडवटपणा जाणवला.

बेअरा थोड्या वेळानं दोन कोक घेऊन आला. नीलमनं एक बाटली परागच्या हातात दिली व दुसरी बाटली स्वत:ला घेत म्हणाली, "हिअर इज युवर कोक, मि. परांजपे." परागनं तिच्या हातातून बाटली घेतली व दोघांनी एक एक सिप घेतला.

"सो मि. परांजपे, हाउ इज युवर बिझनेस?" नीलमनं विषय काढला.

"इट्स फाइन. सध्या स्टील रॅक्स, लायब्ररी शेल्फ आणि किचन वेअर याचं नवीन युनिट चालू केलं आहे. शिवाय बॉल बेअरिंग, शटर्स ही पहिली युनिट्स चालू आहेतच. ॲल्युमिनियम विंडोजचं युनिट पण व्यवस्थित सुरू आहे." परागनं थोडक्यात आपल्या बिझनेसमधली प्रगती सांगितली.

थोडा वेळ याच विषयावर दोघांच्या गप्पा झाल्या. त्यात प्रामुख्यानं आजचं मार्केट, शेअर्स, इम्पोर्ट ॲण्ड एक्सपोर्ट, करप्शन, एक्साइज हेच विषय होते. नीलमचं या विषयातलं ज्ञान पाहून परागला आश्चर्यच वाटत होतं. पण आज इतकी वर्षं ती बिझनेस क्षेत्रात होती. त्यामुळे तिला हे काही नवीन नव्हतं.

"मि. परांजपे, तुम्ही ज्या वेळी फोन केलात त्या वेळी तुम्ही काही पर्सनल पर्पजबाबत बोलला होतात." नीलमनं विषय बदलत विचारलं.

"अं... म्हणजे माझं तसं पर्सनलच काम होतं. कदाचित पहिल्याच भेटीत मी असं काही बोललो तर तुम्ही गैरसमज करून घ्याल. पण विषय कसा काढू याचा मी विचार करतो आहे." पराग म्हणाला.

"नो, नो, नॉट ॲट ऑल. तुम्ही अगदी सरळ विषय काढा. कारण मला स्ट्रेट फॉरवर्ड माणसं आवडतात. ओठात एक आणि पोटात एक अशा माणसांचा मी तिरस्कार करते. त्यामुळे तुम्ही काय असेल ते बोला. मी कोणताही गैरसमज करून घेणार नाही." नीलम म्हणाली.

"मिसेस कारखानीस, मी जेव्हा शिकायला परदेशात होतो तेव्हा बरेच वेळा आमच्या मित्रांच्यात चर्चा व्हायची की, आपली लाइफ पार्टनर कशी असावी. कोणाला ती रोमँटिक हवी होती, कोणाला करिअर करणारी हवी होती, कोणाला ती फक्त आपलं घर सांभाळणारी हवी होती. पण माझी त्या बाबतीतली आयडिया थोडीशी वेगळी होती. मला माझी लाइफ पार्टनर म्हणून एक अशी मुलगी हवी

होती, की जी माझ्या व्यवसायात मला मदत करू शकेल. हुशार, दिसायला सुंदर, डॅशिंग, चारचौघांत मिसळणारी. थोडक्यात मिसेस कारखानीस, आज तुमच्यात जे काही गुण आहेत, ते माझ्या ड्रीमवुमनमध्ये असावेत, अशी माझी आयडिया होती. नंतर या बिझनेसच्या गडबडीत ते स्वप्न मागं पडलं. मी फक्त माझ्या फॅक्टरीचा विचार करत होतो. पण ज्या दिवशी मी पहिल्यांदा तुम्हाला मि. मोटवानींच्या पार्टीत पाहिलं, त्या वेळी पुन्हा एकदा माझी ती ड्रीमवुमन माझ्यासमोर येऊन उभी राहिली आहे, असं मला वाटलं. त्या वेळी मला तुमच्याविषयी काहीच माहिती नव्हती. पण नंतर काही गोष्टी मला कळल्यावर तुम्हाला भेटायची उत्सुकता लागली. मला रुमर्स किंवा ॲझमशन्स आवडत नाहीत. जे आहे ते क्लिअर असावं, असं माझं स्पष्ट मत आहे. म्हणून मी आज तुम्हाला भेटायला आलो आहे. कदाचित तुम्हाला हा वेडेपणा वाटेल. पण याच गोष्टी क्लिअर कराव्यात, या साठी मी आलो आहे. कारण यावर काही इतर गोष्टी अवलंबून आहेत. अर्थात मला कोणत्याही गोष्टीचं स्पष्टीकरण किंवा हे असं का, हे नको आहे. जे आहे ते सरळ मांडण्याचा माझा स्वभाव आहे आणि माझ्या समोरच्या व्यक्तींनंही तसंच वागावं, अशीच माझी माफक अपेक्षा आहे.'' परागनं स्पष्टपणे त्याच्या येण्याचं कारण सांगितलं.

नीलमनं शांतपणे त्याचं सर्व ऐकून घेतलं आणि ती खुर्चीतून उठली. ''मि. परांजपे, तुम्हाला काय वाटतं, मी तुम्हाला त्या पार्टीत नोटिस केलं नाही? खरं तर दुसऱ्याच दिवशी मी तुमच्याविषयी सर्व माहिती घेतली आणि मला खात्री होती की तुम्ही फोन कराल. अर्थात तो एवढ्या लवकर कराल, असं वाटलं नव्हतं. बट ओके, तुम्ही म्हणता त्याप्रमाणे मलाही स्पष्ट आणि स्वच्छ बोलायला आवडतं. पण त्याचबरोबर पहिल्याच भेटीत आपली काही पर्सनल सीक्रेट्स शेअर करणं मला आवडत नाही. त्याला थोडा वेळ लागेल. काही भेटीगाठी झाल्या पाहिजेत आणि एकदा मला तुमच्याविषयी कॉन्फिडन्स आला की मी सांगेन. तोपर्यंत तुम्ही काय ऐकलं आहे आणि काय नाही, ते मला माहीत नाही. पण त्यावर विश्वास ठेवून वागायचं, की तुम्हाला पर्सनली काय वाटतं, यावर त्या भेटीगाठी अवलंबून असतील.

''मलाही तुमची कंपनी आवडली. तुमचा स्वभाव मोकळा आहे, समोरच्यावर तुम्ही चटकन विश्वास ठेवता, पण त्याच वेळी त्याचं म्हणणं खरंखोटं करून बघण्याची काळजी तुम्ही घेता. तुम्ही तुमच्या वडिलांचे एकुलते एक चिरंजीव आहात. तुमचे वडील भैय्यासाहेब हे त्यांच्या वेळचे एक नामांकित कारखानदार आहेत. आजपर्यंत तुमच्या कारखान्यात कधीही स्ट्राइक, लेबर प्रॉब्लेम्स झालेले नाहीत. युनियन नावालाच आहे. तुम्ही फॉरिनला शिक्षण पूर्ण करून आल्यानंतर तुमच्या एका फॅक्टरीच्या जोडीला दोन कारखाने उभारलेत. हे सर्व फारच थोड्या

दिवसांत शक्य केलंत आणि आज तुम्ही इथे माझ्यासमोर आहात. ॲम आय राइट मि. परांजपे?'' नीलम परागच्या समोर येऊन उभी राहत म्हणाली.

पराग हे सर्व ऐकून हैराण झाला होता. दोन दिवसांत नीलमनं त्याच्याविषयीच नव्हे, तर त्याच्या बिझनेसविषयी, त्याच्या स्वभावाविषयी जी माहिती त्याला दिली, हे खरंच कौतुकास्पद होतं.

पराग उठून उभा राहिला. ''मार्व्हलस, रिअली मार्व्हलस! मिसेस कारखानीस, या दोन दिवसांत मी फक्त तुम्हाला भेटल्यावर काय काय बोलायचं याचाच विचार करत होतो आणि तेवढ्या वेळात तुम्ही माझी व्हेअर अबाउट्स गोळा करत होतात.'' पराग अक्षरश: वेडा झाला होता. ''मिसेस कारखानीस, आता एकच शेवटचं सांगतो. खरं खरं सांगतो. इथे येईपर्यंत मी कोणताही डिसिजन घेतला नव्हता. पण आपल्या या भेटीनं तो घ्यायला मला भाग पाडलं आहे.'' असं म्हणून पराग तिच्या जवळ गेला आणि म्हणाला, ''नीलम आय ॲम इन लव्ह विथ यू ॲण्ड आय वॉन्ट टू मॅरी यू. लोक काय म्हणतील, याची मला पर्वा नाही. मला फक्त तुझा होकार हवा आहे. करशील माझ्याशी लग्न?''

पराग भावनाविवश झालेला पाहून नीलम हसली. ''हसलीस का नीलम?'' परागनं विचारलं.

''पराग,'' त्यालाही एकेरी नावानं हाक मारत नीलम म्हणाली, ''मी मगाशीच तुला सांगितलं की, पहिल्याच भेटीत मी पर्सनल गोष्टी शेअर करत नाही. त्याला थोडा वेळ जावा लागेल. काही भेटीगाठी व्हाव्या लागतील. मगच मी काय तो निर्णय घेईन. वी विल मीट सम अदर डे. तेव्हा बोलू. तूर्तास आपण इथेच थांबू. कारण आज रात्री मी बाहेरगावी जाणार आहे. दोन दिवसांनी परत येईन. आल्यावर मी तुला फोन करीन. ओके?''

''ओके, डन. पण आल्यावर नक्की फोन करशील ना? मी वाट पाहत आहे.'' पराग तिचा हात आपल्या हातात घेत म्हणाला.

''येस शुअर. ॲण्ड नाउ बाय.'' नीलम आपला हात सोडवत म्हणाली.

पराग तिच्या बंगल्यातून बाहेर पडला. गाडीत बसता बसता त्यानं सहज मागं वळून बघितलं तर नीलम लॉनवर उभी राहून त्याच्या गाडीकडे पाहत होती. परागनं तिच्याकडे पाहून हात हलवला. तिनंही तसाच प्रतिसाद दिला आणि ती आत जायला वळली. पराग गाडीच्या सीटवर शांतपणे डोकं टेकवून बसला. जे काही घडलं ते स्वप्नवत होतं, असं त्याला वाटायला लागलं. हे सर्व कोणाला सांगावं, याचा तो विचार करीत होता. कारण शंतनू कंपनी सोडून गेला होता. भैय्यासाहेबांना एवढ्यात काही सांगणं शक्य नव्हतं. पुढचं पुढे पाहू, असं म्हणून त्यानं तो विचार झटकून टाकला.

त्यानंतर पराग आणि नीलमच्या भेटी वरच्यावर घडू लागल्या. शेवटी त्या दोघांनी लग्न करण्याचा निर्णय घेतला. लग्नाची तारीख ठरली. १८ जुलै! आणि आज तो दिवस उजाडला होता. परागनं शंतनूला बोलावणं पाठवलं होतं; पण तो काही आला नाही. भैय्यासाहेबांनी परागला बरंच सुनावलं होतं. पण मुलाच्या हट्टापुढे त्यांचं काहीच चाललं नाही. त्यांनी मनाविरुद्ध होकार दिला होता, साहजिकच ते स्वत: लग्नाला आले नाहीत. त्यामुळे परागच्या जवळचं असं कोणीच लग्नाला नव्हतं. फक्त फॅक्टरीतले कामगार, ऑफिस स्टाफ होता. नीलमनंही फार लोकांना इनव्हाइट केलं नव्हतं. अगदी साध्या पद्धतीनं त्या दोघांनी आपलं लग्न उरकलं होतं. नीलमच्या बंगल्यावरच सर्व कार्यक्रम आयोजित केला होता. शहरातील काही सुप्रसिद्ध बिझनेसमन, डिपार्टमेंटमधील उच्च अधिकारी, राजकारणातील काही व्यक्ती एवढीच काय ती माणसं होती. लग्न रजिस्टर पद्धतीनं झालं. रजिस्ट्रार येऊन सह्या घेऊन गेल्यावर दोघांनी एकमेकांच्या गळ्यात हार घातले. फोटोसाठी कॅमेरे चकाकले. प्रेस, मॅगझिन, लोकल केबल चॅनल्सचे रिपोर्टर यांनी दोघांच्या भोवती कोंडाळं केलं. त्यांच्या प्रश्नांना उत्तरं देत आल्यागेल्यांचं स्वागत करत दोघंही फिरत होते. त्यानंतर लॉनमध्येच बुफे अरेंज केलं होतं. जवळजवळ ३ ते ३॥ तास सर्व कार्यक्रम चालला होता. शेवटी रात्री अकरा वाजता सर्व मंडळी गेली.

पराग व नीलम बंगल्यात आले. दोघंही प्रचंड दमले होते. बेडरूममध्ये आल्या आल्या परागनं नीलमला जवळ घेतलं. तशी नीलम म्हणाली, ''ओ पराग, नॉट नाउ डार्लिंग. मी खूप दमले आहे. प्लीज, टुडे लेट मी टेक रेस्ट. उद्यापासून मी तुझीच आहे राजा.'' त्याची मिठी सोडवत नीलम म्हणाली आणि पलंगावर जाऊन पडली. परागही दमला होता. त्यामुळे तोही तिच्या शेजारी जाऊन झोपला आणि आपल्या उद्याच्या सुखी संसारात रममाण झाला.

भाग दोन

ए.सी.पी. निखिल सानेंनी सकाळी पेपर उघडला आणि पहिल्याच पानावरची बातमी वाचून त्यांना अतिशय राग आला. बातमीचं शीर्षक होतं 'शहरामध्ये तिसरा खून, पोलीस यंत्रणा निष्फळ, तपास सी.बी.आय. कडे देण्याची शिफारस'. साने विचार करू लागले, 'या पेपरवाल्यांचं जातंय काय उठसूठ पोलीस यंत्रणेबद्दल बोलायला? राजकारणी, समाज' आणि कायद्यातील त्रुटी या साऱ्यांमुळे आमचे हात बांधलेले असतात. शंभर अपराधी सुटले तरी चालतील; पण एका निरपराध्याला

शिक्षा होता कामा नये, या नियमानुसार काम करावं लागतं. तपासकार्यात अनेक अडचणी असतात, हे कोणी लक्षात घेतच नाही. उलट लगेच पोलीस यंत्रणेच्या कार्यक्षमतेवर बोट ठेवायला तयार,' तरीपण काल जेव्हा ते या तिसऱ्या खुनाची चौकशी करून आले, तेव्हाच त्यांना या सगळ्या गोष्टींची कल्पना आली होती.

गेल्या तीन महिन्यांतील हा सलग तिसरा खून होता. खून फक्त बायकांचे होत होते आणि खून करण्याची पद्धत अगदी निराळी होती. खुनी या बायकांना एखाद्या पार्टीच्या ठिकाणी गाठत होता, त्यांचा खून करत होता आणि त्यांच्या शरीरावर काहीतरी मार्क करत होता. बरं, ज्या स्त्रियांचे खून झाले होते, त्या सगळ्या हाय सोसायटीतल्या बायका होत्या. त्यामुळे त्यांचे नातेवाईक या ना त्या तऱ्हेनं पोलीस डिपार्टमेंटमधल्या वरिष्ठ, राजकारणी यांच्यामार्फत तपास लवकर व्हावा, म्हणून दबाव टाकत होते. पण शेवटी पोलीस काही पुरावा असेल तरच तपास, चौकशी करू शकणार ना! खुनी कोणताही पुरावा मागे ठेवत नव्हता. एखाद्या पार्टीच्या ठिकाणी खून होत असल्याने श्वानपथक, ठसेतज्ज्ञ काहीच करू शकत नव्हते. पोस्ट-मॉर्टम रिपोर्टमध्ये प्रत्येक स्त्री ही दारू प्यालेली असायची, पण तिच्यावर कोणतीही जबरदस्ती नाही, बलात्कार नाही. खुनी फक्त थंडपणे पहिल्यांदा तिचा गळा आवळायचा आणि काहीतरी निशाण तिच्या शरीरावर करायचा. बस्स!

टेलिफोनची घंटी वाजली आणि सानेंची तंद्री भंग पावली. त्यांनी रिसीव्हर उचलला. "ए.सी.पी. निखिल साने."

"नमस्कार साहेब, मी हवालदार साळवी बोलतो कमिशनर साहेबांच्या बंगल्यावरून. कमिशनर साहेबांना आपल्याशी बोलायचं आहे."

कमिशनर साहेबांचा फोन म्हटल्यावर साने सावरून बसले. त्यांनी टेबलावरचं राइटिंग पॅड व पेन आपल्या जवळ घेतलं. सानेंची ही सवय होती; कोणताही फोन आला किंवा त्यांनी फोन केला तर त्या संभाषणातील महत्त्वाचे मुद्दे ते लिहून घेत असत. त्यामुळे नंतर कधी आपण त्या व्यक्तीशी कोणत्या विषयावर बोललो, ते लक्षात राही. आत्ताही सवयीप्रमाणे त्यांनी राइटिंग पॅड घेतलं आणि कमिशनर साहेब फोनवर येण्याची वाट बघू लागले.

"साने, आजचा पेपर वाचलात का?" कमिशनर साहेबांचा आवाज ऐकून सानेंनी ओळखलं की, आज त्यांचा मूड काही ठीक दिसत नाही.

"वाचला, सर." सानेंनी उत्तर दिले.

"नुसता वाचलात? त्यावर काय करायचं ठरवलं आहे?" कमिशनर साहेबांनी विचारलं.

"सर, हे पेपरवाले अशा चटपटीत न्यूज छापत असतात, त्यावरच तर त्यांचे पेपर खपत असतात."

साने अजून काही बोलणार होते, पण त्यांना मधेच थांबवत कमिशनर सावंत म्हणाले, "साने, मला हे एक्सप्लनेशन नको आहे. आय वॉन्ट रिझल्ट्स. आज सकाळी माझी होम मिनिस्टर साहेबांच्या बरोबर मीटिंग आहे. त्यानंतर आमची प्रेस कॉन्फरन्स आहे. मी त्यांना ही उत्तरं देऊ शकत नाही. मला कॉंक्रीट रिझल्ट्स हवे आहेत. तुम्ही आज मला घरी येऊन भेटा."

"शुअर सर, मी इन्स्पे. गोखलेंना या कामी तपास करून फाइल घेऊन बोलावलं आहे. ते आले की मी आपल्याला येऊन भेटतो. ॲण्ड आय एम शुअर आय विल गेट धिस मर्डरर ॲट द अर्लिएस्ट!" सानेंनी आपल्या करारी आवाजात त्यांना उत्तर दिलं आणि कमिशनर साहेब सुखावले. कमिशनर साहेबांच्या काही लाडक्या ऑफिसर्स मधले एक साने होते. सानेंचा दबदबाच तसा होता. ते ज्या केसमध्ये लक्ष घालत ती केस सॉल्व्ह केल्याशिवाय स्वस्थ बसत नसत आणि त्यामुळेच कमिशनर साहेबांचा त्यांच्यावर पूर्ण विश्वास होता.

"ओके साने, मी तुझी वाट पाहतो." कमिशनर सावंत म्हणाले आणि त्यांनी फोन ठेवला.

सानेंनी आता ते नॉर्मल आलेत हे ओळखलं. कारण ते जेव्हा त्यांच्याशी नॉर्मल बोलत तेव्हा त्यांना अरेतुरे करत. मगाशी जेव्हा ते अहोजाहो म्हणाले तेव्हाचा त्यांचा मूड आणि आत्ताचा मूड यातला फरक त्यांना कळला आणि ते रिलॅक्स झाले.

सानेंनी नेहमीप्रमाणे आपल्या राइटिंग पॅडवर नजर टाकली आणि त्यातल्या तीन मुद्यांवर त्यांनी टिकमार्क केला. पहिला होता सकाळी ऑफिसमध्ये जाऊन रिपोर्टिंग करणं, त्यानंतर होम मिनिस्टर साहेबांशी मीटिंग व शेवटी प्रेस कॉन्फरन्स. कदाचित सावंत साहेब या दोन्ही वेळी त्यांना बरोबर घेऊन जाण्याची शक्यता होती. त्यामुळे आपण तेवढी तयारी केली पाहिजे, असं सानेंना वाटलं. एवढ्यात डोअर बेल वाजली. सानेंच्या मिसेसनी पुढे होऊन दार उघडलं. दारात इन्स्पे. गोखले उभे होते.

"गुड मॉर्निंग मॅम, साहेब आहेत?" गोखलेंनी विचारलं.

"आहेत. तुमचीच वाट बघत आहेत. टेरेसवर बसलेत." मिसेस साने म्हणाल्या.

इन्स्पे. गोखले टेरेसवर गेले. "या गोखले, चहा घेणार का?" सानेंनी त्यांचं स्वागत केलं. त्यांच्या स्वभावाचा हाही एक पैलू होता. ते आपल्या सहकाऱ्यांशी नेहमी मोकळेपणानं वागत. त्यामुळे ते सहकाऱ्यांमध्ये अतिशय प्रिय होते. त्याचबरोबर त्यांच्या करड्या स्वभावामुळे ते त्यांच्याशी दबकूनही वागत.

"नो थँक्स सर, मी आत्ताच चहा घेऊन आलो." गोखलेंनी डोक्यावरची कॅप काढत उत्तर दिलं.

"ठीक आहे, बसा." आपल्या समोरच्या खुर्चीकडे हात दाखवत ते म्हणाले. "बोला, काय प्रगती केसची?" सानेंनी सरळ मुद्याला सुरुवात केली.

“सर, कदाचित माझ्या सांगण्यात काही मुद्दे रिपीट होतील. पण मी या केसचा स्टडी करून काही पॉइंट्स काढले आहेत, ते सांगतो.” गोखले तेवढेच उत्सुक होते या केसबाबत बोलायला.

“सर, एकूण तीन खून झाले आहेत. तीनही बायकांचे आहेत. दर महिन्याच्या १८ तारखेला हे खून झाले आहेत. पहिला १८ मार्च, दुसरा १८ एप्रिल आणि तिसरा १८ मे! तीनही खून पार्ट्यांच्या ठिकाणी झाले आहेत.

पहिला खून मिसेस रंगनाथन. वय ४२. स्वत:च्या घरी पार्टी असताना घरातल्या टेरेसवर त्यांचं प्रेत आढळलं. खून गळा आवळून झाला आहे. त्यांच्या कपाळावर एक खूण. कसली ते नाही कळलं.

दुसरा खून मिसेस मीरचंदानी. सेम एज ग्रूप. खुनाची पद्धत तीच. खून झाला त्या वेळी हॉटेल ताज कॅफेच्या लॉनवर फिल्म पार्टी चालली होती. त्यांचे मिस्टर या फिल्मला फायनान्स करत होते. खून बाथरूममध्ये झाला. याही वेळी कपाळावर खूण.

तिसरा खून श्रीमती चितळे यांचा. त्यांच्याच महिलाश्रमाच्या उद्‌घाटन सोहळ्याच्या वेळी. या आश्रमाच्या ऑफिसमध्ये त्यांची डेड बॉडी मिळाली. सेम मेथड. कोठेही ब्लड क्लॉट नाही. नो फिंगर-प्रिंट्स, नो फूट-प्रिंट्स! डॉग स्क्वाडही फेल गेलं आहे.

या तीनही खुनांचे तपास कोणत्या दिशेनं करायचे तेच कळत नाही. तीनही खून बायकांचे व त्या सर्व हाय सोसायटीतल्या, एवढा एक कॉमन इश्यू सोडला तर काहीच कनेक्शन नाही. मि. रंगनाथन यांच्या कपड्यांच्या मिल्स, मि. मीरचंदानी फिल्म फायनान्सर आणि मि. चितळे, जे आज हयात नाहीत, त्यांच्या कोकणात आंब्याच्या बागा, कॅनिंग फॅक्टरी, काजू, नारळ याचा व्यवसाय. काही वर्षांपूर्वीच मि. चितळेंचं हार्ट अ‍ॅटॅकनं निधन झालं. श्रीमती चितळे ह्या ४५ वर्षांच्या होत्या. बाकी डेव्हलपमेंट्स झीरो.” गोखलेंनी त्यांची फाइल आणि मर्डर स्पॉटचे फोटो साने साहेबांच्या समोर ठेवत आपलं बोलणं संपवलं.

साने साहेबांनी फाइल बाजूला सारत समोर ठेवलेले फोटो उचलले आणि एक एक फोटो बारकाईने पहायला लागले. प्रत्येक मर्डर स्पॉटचे किमान सात-आठ फोटो त्यात होते. त्यातील तीन क्लोज-अपचे फोटो त्यांनी निवडले आणि ते पहायला लागले. एखादं सुंदर चित्र किंवा एखाद्या नटीचं चित्र पहावं, तसे ते फोटो न्याहाळत होते. थोड्या वेळानं त्यांनी आपल्या मिसेसला हाक मारली आणि आतून मोठी लेन्स आणायला सांगितली. गोखलेंना कळेना सरांनी लेन्स का मागवली. पण ते काही न बोलता साने काय करत आहेत, हे बघायला लागले. मिसेस सान्यांनी लेन्स आणि दोन कप चहा आणून ठेवला. सानेंनी लेन्स उचलली आणि ते सर्व फोटो पुन्हा एकदा पहायला लागले. जवळजवळ पंधरा-वीस मिनिटं त्या फोटोंचं

निरीक्षण केल्यानंतर त्यांनी ते फोटो व लेन्स खाली ठेवले आणि ते डोळे मिटून आपल्या खुर्चीत रेलून बसले.

गोखलेंना साने साहेबांची ही सवय चांगलीच माहिती होती. एक-दोन वेळा त्यांनी स्वत: तसं करण्याचा प्रयत्न केला होता, पण त्यांना चक्क झोप लागली होती. जेव्हा हवालदारानं येऊन त्यांना उठवलं, त्यावेळी त्यांना खजील झाल्यासारखं वाटलं आणि तेव्हापासून त्यांनी अशा प्रकारे विचार करण्याचं सोडून दिलं.

गोखलेंनी चहाचा कप उचलला आणि ते चहा प्यायला लागले. साने साहेबांनी, हाक मारली तसे गोखले थोडेसे दचकले. "येस... येस सर." हातातला कप सांभाळत ते म्हणाले.

"गोखले, हे सर्व फोटो पाहताना एक गोष्ट तुम्ही मार्क केलीत?" साने साहेबांनी खुर्चीतून पुढे येत पुन्हा ते फोटो हातात घेत विचारलं.

"कोणती सर?" गोखले म्हणाले.

"गोखले, या प्रत्येक बाईच्या चेहऱ्यावर एक विशिष्ट मार्क आहे. पहिल्या फोटोत तो Z किंवा उलटा Z, N, वगैरे असा दिसतो आहे. दुसऱ्यात I किंवा आडवी लाइन आणि तिसऱ्यात L असा काहीसा दिसतो आहे. साधारण हे मार्क्स इंग्लिश लेटर्ससारखी दिसत आहेत." साने साहेबांनी ती सर्व चित्रं आपल्या राइटिंग पॅडवर काढून गोखल्यांना दाखवली. "आता ही नेमकी काय आहेत, ती आपण जरा मांडून बघू या," साने साहेब म्हणाले तसे गोखले त्या राइटिंग पॅडवर झुकून पाहू लागले. साने साहेब निरनिराळ्या पद्धतीनं ती अक्षरं लिहून बघायला लागले आणि दहा मिनिटांनी त्यांनी व गोखल्यांनी त्यातली तीन अक्षरं शोधून काढली. L, N आणि I!

"गोखले, या तीन अक्षरांतून काही अर्थ निघतो का ते पाहू," एका नवीन धागा मिळाल्याच्या उत्साहानं साने म्हणाले. गोखल्यांनाही आशेचा किरण दिसायला लागला. "आता एक एक अक्षर जोडू या आणि काय होतं ते पाहू," साने म्हणाले आणि ती दोघं निरनिराळ्या प्रकारे ती अक्षरं जोडायला लागली. L - I - N, L - N - I, I - L - N, I - N - L, N - I - L ......

" N - I - L ......"

" N - I - L ......"

" N - I - L ......" गोखले, काही लक्षात येतंय का? N - I - L म्हणजे या अक्षरांनी सुरुवात होणारा कोणीतरी असला पाहिजे. 'नील' ही त्याच्या नावातील सुरुवातीची अक्षरं आहेत. उदाहरणार्थ, नीलेश, नीलकंठ, नीलांबर, वगैरे वगैरे." साने साहेब प्रचंड उत्साहानं म्हणाले.

त्यांना एक अतिशय महत्त्वाचा दुवा मिळाला होता. गोखल्यांना तर केस

सॉल्व्ह झाल्याचाच आनंद झाला, कारण याच्या आधारे त्या खुन्याला साने साहेब नक्की फासापर्यंत पाठवतील याची त्यांना खात्री होती.

"पण सर, या 'नील' नावाच्या माणसाची पुढची अक्षरं काय आहेत, ते कसं कळणार?" गोखल्यांनी शंका विचारली तशी साने पुन्हा एकदा सिरिअस झाले आणि विचार करू लागले. गोखल्यांचा आनंद एकदम मावळला.

"एक मिनिट गोखले, आपल्याला या खुन्याची पुढची अक्षरं लवकरच मिळतील. आज तारीख आहे २६! जर तो दर महिन्याच्या १८ तारखेला खून करत असेल तर पुढचा खून तो १८ जूनला करेल आणि त्या वेळी तो त्याच्या नावातील पुढचं अक्षर त्या खुनी व्यक्तीच्या शरीरावर कोरेल. तेव्हा आपल्याला त्याचं नाव कळेल. पण त्यासाठी आपल्याला आणखीन एक खून होईपर्यंत वाट पहावी लागेल. म्हणजेच आणखी एकीला आपला जीव गमवावा लागेल." सानेंच्या स्वरात थोडं नैराश्य आणि थोडा उत्साह होता. कारण यासाठी त्यांना कमिशनर साहेब, प्रेस, पब्लिक, राजकारणी या सर्वांची बोलणी ऐकावी लागणार होती. पण याशिवाय काहीच इलाज नव्हता.

"सर, पण तसं करणं आपल्याला शक्य आहे का?" गोखल्यांनी काळजीच्या स्वरात विचारलं.

"शक्य आहे गोखले. माझी आजच कमिशनर साहेबांच्या बरोबर मीटिंग आहे. त्या वेळी मी त्यांना हे सर्व सांगेन. आणि त्यांना मी रिक्वेस्ट करीन की, एवढ्यात ही गोष्ट डिक्लेअर करायला नको. कारण तो खुनी सावध होईल. जर त्याला पकडायचं असेल तर आणखी एक खून आवश्यक आहे. बघू, जर कमिशनर साहेबांना हे पटलं तर ते होम मिनिस्टर, प्रेस यांना योग्य ती उत्तरं देतील आणि नाही पटलं तर किमान प्रेसला तरी काही सांगू नये, अशी मी त्यांना रिक्वेस्ट करीन. ते काय म्हणतात यावर पुढची परिस्थिती अवलंबून असेल." साने साहेबांनी आशावादी बनत गोखल्यांना सांगितलं.

"गोखले, तुम्ही एक काम करा. आपल्या रेकॉर्डवर जेवढे 'नील' या नावानं सुरू होणारे गुन्हेगार आहेत, त्यांची माहिती घ्या. त्यातले जे जेलमध्ये आहेत ते सोडून बाकीचे आत्ता काय करत आहेत, त्याचा तपास घ्या. यातला कोण कोण कुठे कुठे आहे ते बघा. आपल्या खबऱ्यांना बोलवून त्यांना फक्त त्यांची नावं सांगून तपास घ्यायला सांगा. फार डिटेल्स सांगू नका. आपल्याकडे आजपासून फक्त बावीस दिवस आहेत. या बावीस दिवसांत काय काय प्रगती होते ते मला रोजच्या रोज कळवा. पुढच्या १८ तारखेला कुठे पार्टी आहे का यावर लक्ष ठेवा. ती पार्टी एखाद्या इंडस्ट्रिअलिस्ट, पॉलिटिकल लीडर, फिल्म लाइन, यांपैकी कोणाची असेल तर तसं मला लगेच कळवा. कदाचित त्या पार्टीमध्ये हे मिस्टर सिरिअल किलर

असण्याची शक्यता आहे. मी आता कमिशनर साहेबांना भेटणार आहे. त्या वेळी अशा पार्टीचं एखादं इन्व्हिटेशन आपल्याला मिळेल, याची मी त्यांना व्यवस्था करण्याविषयी विनंती करतो. जर ते तयार झाले तर कदाचित बावीस दिवसांनी या केसमधला खुनी आपल्या हातात असेल. त्यामुळे गोखले, तुम्ही ताबडतोब कामाला लागा. इन्स्पे. पाटलांनाही बरोबर घ्या. आपल्या मागच्या प्रकरणाप्रमाणेच याही केसचा निकाल आपण लावून टाकू या आणि प्रेसवाल्यांना दाखवून देऊ या. ठीक आहे?'' साने साहेब प्रचंड उत्साहाने म्हणाले, तसे गोखल्यांना परत किनारा दिसायला लागल्याचा भास झाला.

''येस सर, मी आजच कामाला सुरुवात करतो.'' आपली कॅप डोक्यावर ठेवत गोखले उठले आणि साने साहेबांना कडक सॅल्यूट ठोकून ते निघून गेले.

ते गेल्यावर साने साहेबांनी गोखल्यांनी तयार केलेली फाइल, राइटिंग पॅडवरील लिखाण, ते सर्व फोटो गोळा करायला सुरुवात केली. एवढ्यात त्यांचं लक्ष मगाशी त्यांच्या मिसेसनी आणून ठेवलेल्या चहाकडे गेलं. तो आता पूर्ण थंड झाला होता आणि त्यावर छानशी साय जमली होती. गोखल्यांच्या कपातही अर्धा कप चहा तसाच होता. म्हणजे आपणही चहा प्यायलो नाही आणि गोखल्यांनाही पिऊ दिला नाही, याची जाणीव साने साहेबांना झाली. तशी त्यांनी मिसेसना हाक मारली. त्या बाहेर आल्या आणि टेबलावरच्या कपांकडे एक वेळ पाहून त्यांनी आपल्या नवऱ्याकडे पाहिलं. साने साहेबांनी त्यांच्याकडे पाहून फक्त खांदे उडवले व हसले. मिसेस सान्यांनी एक लांब नि:श्वास सोडला आणि दोन्ही कप उचलून त्या आत गेल्या.

त्या गेल्या तिकडे साने साहेब थोडा वेळ बघत बसले आणि मग त्यांना एकदम कमिशनर साहेबांच्या बरोबरच्या मीटिंगची आठवण झाली. ते चटकन उठले आणि आवरायला आत आले. अंघोळ करून आपला युनिफॉर्म चढवून ते नाष्ट्याच्या टेबलवर येऊन बसले. त्यांच्या आवडीचे चिकन पॅटीस, बॉइल्ड एग्ज आणि कॉफीचे कप घेऊन त्यांच्या मिसेस बाहेर आल्या. त्यांनी सर्व डिशेस टेबलावर मांडल्या.

''आज संध्याकाळी जरा लवकर घरी यायला जमणार आहे का?'' त्यांनी विचारले.

चिकन पॅटीस आपल्या डिशमध्ये घेत सानेंनी विचारले, ''का? काय काम आहे?'' ''काही नाही, आज आई येणार आहेत! आल्या आल्या मला विचारतील तुम्ही कुठे आहात म्हणून! म्हणून म्हटलं, लवकर आलात तर दोघंही जाऊ त्यांना आणायला रेल्वे स्टेशनवर!'' बॉइल्ड एग्ज त्यांच्या डिशमध्ये ठेवत मिसेस म्हणाल्या.

''अरे हो! आज आई येणार आहे ना? माझ्या लक्षातच नव्हतं. पण मला जमेल असं वाटत नाही. कारण संध्याकाळी होम मिनिस्टर साहेब, कमिशनर साहेबांच्या

बरोबर प्रेस कॉन्फरन्स घेणार आहेत आणि कदाचित कमिशनर साहेब मला त्या कॉन्फरन्सला हजर रहायला सांगतील. त्यामुळे मला जमेल असं वाटत नाही. तू जा आणि तिला घेऊन ये. मी रात्री लवकर घरी येतो. ओके?'' साने साहेब नाष्टा संपवत म्हणाले.

त्यांच्या कपात कॉफी ओतत मिसेस साने म्हणाल्या, ''मी तर जाणारच आहे त्यांना आणायला! त्यांना एकटीला कशी मी येऊ देईन स्टेशनवरून? पण तुम्ही आला असतात म्हणजे त्यांनाही जरा बरं वाटलं असतं.''

साने साहेबांनी कॉफी पिता पिता नुसतं 'हं' असं म्हटलं आणि ते उठून बाहेर पडले. या 'हं' चा काय तो अर्थ मिसेस सानेंना समजला आणि त्या टेबल आवरायला लागल्या.

साने साहेबांना पाहताच ड्रायव्हरनं गाडीचा दरवाजा उघडला. ''कमिशनर साहेबांच्या घरी घे.'' साने गाडीत बसता बसता त्याला म्हणाले. गाडी सुरू झाली, तशी साने पुन्हा एकदा गोखल्यांनी दिलेली फाइल आणि त्यांचे पॉइंट्स बघायला लागले आणि कमिशनर साहेबांशी काय काय बोलायचं याची मनातल्या मनात उजळणी करू लागले. खरंच जर कमिशनर साहेबांनी कोऑपरेशन दिलं तर कदाचित पुढच्या १८ तारखेला हा खुनी आपल्या हातात असेल. पण तेव्हा त्याचा पुढचा बळी कोण असेल हे मात्र कळायला पाहिजे. नाहीतर आपण असायचो एका पार्टीत त्याला रात्रभर शोधत आणि हा दुसऱ्याच ठिकाणी खून करून निघून गेलेला असायचा. म्हणजे पुन्हा बोंबाबोंब! एवढी केलेली मेहनत फुकट!

या विचारात कमिशनर साहेबांचा बंगला कधी आला तेच सानेंना समजलं नाही. ड्रायव्हरनं गाडी थांबवली आणि साने साहेब आपल्या विचारांच्या तंद्रीतून बाहेर आले. डोक्यावर कॅप चढवीत त्यांनी फाइल घेतली आणि ते गाडीतून उतरले. त्यांना पाहताच बंगल्याच्या बाहेर उभे असलेल्या संत्री लोकांनी त्यांना सॅल्यूट ठोकला. त्याचा स्वीकार करत साने साहेब आत गेले.

कमिशनर साहेब हॉलमध्ये बसून टी.व्ही. वरच्या बातम्या पाहत होते. सानेंना पाहताच त्यांनी टी.व्ही. बंद केला. सानेंनी त्यांना कडक सॅल्यूट ठोकला. ''गुड मॉर्निंग सर.'' सानेंनी त्यांना विश केले.

''गुड मॉर्निंग साने, बस!'' त्यांच्या समोरच्या खुर्चीकडे बोट दाखवत सावंत साहेब म्हणाले.

''थँक्यू सर.'' खुर्चीवर बसत साने म्हणाले आणि त्यांच्यासमोर इन्स्पे. गोखलेंची फाइल, फोटो आणि त्यांनी काढलेले पॉइंट्स ठेवले. सावंत साहेबांनी एकवेळ त्याकडे पाहिलं आणि ते म्हणाले, ''साने, मला पेपर वर्क नको आहे, फिल्ड वर्क काय केलं आहेत ते सांग.''

"शुअर सर." साने सावरून बसत म्हणाले आणि त्यांनी सकाळी इन्स्पे. गोखलेंशी केलेली सर्व चर्चा आणि त्यांनी काढलेले पॉइंट्स सावंत साहेबांच्या समोर मांडले. जवळजवळ अर्धा तास साने बोलत होते आणि सावंत साहेब ऐकत होते. या अर्ध्या तासात सावंत साहेब एक वाक्यही बोलले नव्हते. साने साहेबांनी काढलेले सर्व मुद्दे त्यांना पटत होते. फक्त ते म्हणतात त्याप्रमाणे आणखी एक बळीचा बकरा करावा लागेल, हा मुद्दा त्यांना फारसा पटलेला नव्हता. पण ते नुसते ऐकत होते. साने सर्व सांगून झाल्यावर सावंत साहेबांकडे पाहायला लागले.

"साने," सावंत साहेब गंभीरपणे बोलू लागले, "तुझे सर्व मुद्दे मला पटले आहेत. त्यावर तू ज्या ॲक्शन्स घेतल्या आहेत, त्याही बरोबर आहेत. फक्त प्रॉब्लेम एवढाच आहे की पुढची पार्टी कोणाची असेल, त्यात खून न होण्यासाठी आपण काय काय प्रिकॉशन्स घेणार आहोत आणि जर आपल्या दुर्दैवानं खून झाला तर त्याचे काय परिणाम होतील, याचा विचार तू केला आहेस का?"

"येस सर, त्याबाबत मी विचार केला आहे. आपण जरी एवढ्यात प्रेसला हे सर्व सांगणार नसलो, तरी आपल्या शहरातील जे मोठे इंड्रस्ट्रिअलिस्ट आहेत, त्यांना मी स्वत: काँटेक्ट करणार आहे आणि त्यांना भेटून जर या पुढच्या महिन्याच्या १८ तारखेला कोणतीही पार्टी असेल, तर त्याची इन्फर्मेशन आधी डिपार्टमेंटला द्यावी, अशी रिक्वेस्ट करणार आहे. जर तसं झालं तर जिथे जिथे म्हणून अशा पार्टीज् असतील तिथे तिथे साध्या वेशातील पोलीस तैनात करणार आहे. त्यातल्या काही खास ठिकाणी मी स्वत: हजर असेन. शक्यतो त्यांच्या पार्टीचं व्हिडिओ शूटिंग करणारे हे आपल्या डिपार्टमेंटमधलेच असतील हे पाहणार आहे. म्हणजे शूटिंगच्या बहाण्यानं ते सर्वांवर लक्ष ठेवू शकतील. यासाठी मला काही खास लोक लागतील, त्यांची मी एक टीम तयार करून त्यांना तशा इन्स्ट्रक्शन देईन.

प्रत्येक पार्टीच्या बाहेर आपले लोक गाड्या घेऊन तयार असतील. एवढ्या तयारीतूनही जर खून झालाच, तर त्या वेळी तो खुनी आपलं पुढचं अक्षर त्या डेड बॉडीच्या शरीरावर कोरून ठेवेल. त्यावरून आपल्याला नक्की अंदाज येईल की त्याचं नाव काय आहे आणि आपला तपास त्या दिशेनं नेता येईल. पण मला असं वाटतं की या १८ तारखेला जर खून झाला तर तो खुनी आपल्याला नक्की मिळेल." साने पूर्ण कॉन्फिडन्सनं म्हणाले. तसे कमिशनर साहेब खूष झाले.

"साने, तुझी ही तयारी नक्कीच चांगली आहे. पण टेक केअर. माझा तुझ्या कार्यपद्धतीवर विश्वास आहे, तो फेल जाऊ देऊ नकोस. आत्ता होम मिनिस्टर साहेबांच्या ऑफिसमध्ये मीटिंग आहे. त्या मीटिंगला तू चल आणि तू स्वत: हे सर्व त्यांना सांग. मी तिथे असेनच. मीही त्यांना सांगेन. ते यावर काय म्हणतात ते पाहू." कमिशनर साहेब उठत म्हणाले.

साने साहेबांना नाही म्हटलं तरी आता टेन्शन आलं होतं. कारण कमिशनर साहेबांनी त्यांच्यावर जो विश्वास दाखवला होता, त्याला तडा जाऊ न देण्याची मोठी जबाबदारी त्यांच्यावर आली होती. त्यामुळे आता पुढची आखणी कशी करायची याचा विचार करत ते आपल्या गाडीशी आले व कमिशनर साहेबांची वाट पाहू लागले. एवढ्यात कमिशनर साहेब बाहेर आले आणि त्यांनी सानेंना खूण करून आपल्या गाडीतून चलण्याविषयी सांगितलं. साने कमिशनर साहेबांच्या पाठोपाठ त्यांच्या गाडीत बसले. सायरन वाजवत दोन्ही गाड्या होम मिनिस्टर साहेबांच्या बंगल्याकडे धावायला लागल्या.

होम मिनिस्टर साहेबांचा बंगला जसजसा जवळ यायला लागला, तसतसं साने साहेबांचं टेन्शन वाढायला लागलं. ते हातातल्या फाइलींशी परत परत चाळा करायला लागले. त्यांची अस्वस्थता कमिशनर साहेबांच्या लक्षात आली.

"रिलॅक्स साने, डोन्ट वरी. तुझी आयडिया खरंच छान आहे. फक्त ती त्यांना आवडली पाहिजे, इतकंच!" त्यांच्या पाठीवर थोपटत कमिशनर साहेब म्हणाले. यामुळे साने थोडेसे रिलॅक्स झाले आणि मिनिस्टर साहेबांच्या बरोबर काय काय बोलायचं याची मनाशी जुळणी करत त्यांच्या नेहमीच्या स्टाइलने गाडीच्या सीटवर मागं मान टेकून, डोळे मिटून बसले. त्यांची ही सवय कमिशनर साहेबांनासुद्धा माहित होती. त्यामुळे त्यांनी सान्यांना डिस्टर्ब केलं नाही; अगदी होम मिनिस्टर साहेबांचा बंगला येईपर्यंत!

बंगला दिसायला लागल्यावर कमिशनर साहेबांनी सानेंच्या खांद्यावर हळूच थोपटलं. "साने बी रेडी! मिनिस्टर साहेबांचा बंगला येतोय." कमिशनर साहेबांनी त्यांना भानावर आणलं, तसं साने त्यांच्याकडे बघून हसले त्या हसण्यातून कमिशनर साहेबांना जाणवलं की साने मिनिस्टर साहेबांना आपली स्कीम पटवेलच.

होम मिनिस्टर साहेब नाष्टा करत होते. त्यांच्याबरोबर त्यांचे पाच-सहा चमचे होते. या दोघांना पाहताच ते म्हणाले, "या कमिशनर साहेब, काय नाष्टा करणार काय?"

"नो थँक्स सर." कमिशनर साहेब त्यांना म्हणाले.

"आणि हे कोण साहेब? कुठेतरी भेटलोय मी यांना! पण आत्ता आठवत नाही." समोरच्या प्लेटमधला घास खात खात होम मिनिस्टर म्हणाले.

खरं तर सानेंना या गोष्टीचा अतिशय राग आला होता. आपलं एक ठीक आहे, पण किमान कमिशनर साहेबांना त्यांनी बसायला तरी सांगायला पाहिजे. ते राहिलं बाजूला आणि हा माणूस नुसता बकाबका खातोय. मॅनरलेस!

"हे आपल्या पोलीस डिपार्टमेंटमधले मोस्ट एफिशियंट ऑफिसर्स मधले एक आहेत, ए.सी.पी. निखिल साने!" कमिशनर साहेब त्यांची ओळख करून देत म्हणाले. तसे सानेंनी त्यांना सॅल्यूट केला.

"हां, हां, साने... साने काय यांचं नाव! बरं असू दे. काय लक्षात येत नाय.

या बसा.'' पुन्हा मॅनरलेसपणाचा एक नमुना दाखवत मिनिस्टर साहेब म्हणाले.

सानेंचं डोकंच फिरलं होतं. या जागी दुसरा कोणी असता त्याला सानेंनी आडवा उभा केला असता, पण सत्तेपुढं शहाणपण चालत नाही, म्हणतात तेच खरं!

तेवढ्यात मिनिस्टर साहेबांच्या पी.ए.नं येऊन त्यांच्या भागातील काही लोक त्यांना भेटायला आल्याचं सांगितलं. ''येऊ दे, येऊ दे! बसा म्हणावं त्यांना. आयला, काय काम नाय का काय आम्हाला? फकस्त यांचेच प्रश्न सोडवायला बसलोय का काय आम्ही? त्यांना च्या पानी द्या आणि सांगा सायेब जरा मीटिंगमध्ये हायेत.'' प्लेटमधला नाष्टा संपवत मिनिस्टर म्हणाले.

साले, हेच लोक मतं मागायला जातात तेव्हा मतदार जेवत असला तरी उठून बाहेर येतो आणि निवडून आल्यावर त्यांना साधं भेटायलासुद्धा टाळतात! शी! डर्टी पॉलिटिक्स! सानेंच्या मनात त्या माणसाविषयी प्रचंड राग धुमसायला लागला होता.

''हांऽऽ बोला सावंत, काय म्हणताय? आज काय काढलंत?'' हातातल्या काडीनं दात टोकरत मिनिस्टर साहेबांनी विचारलं.

''सर, आज आपण त्या सिरिअल किलरविषयी बोलायला आम्हाला बोलावलं आहे.'' कमिशनर साहेबांनी थंड आवाजात उत्तर दिलं. त्यांच्या मगाचच्या वागण्याचा त्यांनाही प्रचंड राग आला होता. पण तेही गप्प बसून होते.

''सिरिअल काय?'' होम मिनिस्टर.

''सिरिअल किलर.'' पुन्हा कमिशनर साहेबांचं थंड उत्तर.

''हां, हां! म्हणजे ते खुनाचं प्रकरण! आठवलं, आठवलं! च्यामायला, काय म्हणायचं या लोकांना? खून करायचे यांनी आणि त्याची उत्तरं द्यायची आम्ही. हे म्हणजे हागायचं एकानं आणि पुसायचं आम्ही!'' मिनिस्टर साहेबांनी आपल्या खास शैलीत विनोद केला. यावर त्यांच्या आजूबाजूचे चमचे खदाखदा हसले.

सावंत साहेब आणि साने साहेबांच्या तळपायाची आग मस्तकात गेली. त्यांनी एकमेकांकडे नुसतं पाहिलं. दोघांनीही एकमेकांच्या मनातले भाव ओळखले. पण सावंत साहेब बरेच अनुभवी होते. त्यांना या असल्या मिनिस्टरांच्या अकलेची माहिती होती. त्यामुळे त्यांनी नजरेनंच सानेंना शांत रहायला सांगितलं. ते दोघं अजिबात हसत नाहीत हे बघितल्यावर मिनिस्टर साहेब जरा सिरिअस झाले.

''वो पाटील, जरा भाहेर जाऊन बघा कोण कोण आलंय ते आणि त्यांना सांगा साहेबांची मीटिंग संपायला जरा येळ लागेल.'' त्यातल्या एका चमच्याकडे बघत मिनिस्टर साहेब म्हणाले तसं बाकीच्यांच्या लक्षात आलं की याचा अर्थ ते आपल्याला जावा म्हणून सांगत आहेत. सगळे चटकन उठले आणि बाहेर पडले.

''ओ देसाई, आता आत कोणाला धाडू नका.'' आपल्या पी.ए. कडे पाहत मिनिस्टर साहेब म्हणाले. या दोघांकडे बघत म्हणाले, ''हां बोला आता.''

"सर, आपल्याला माहीतच आहे की गेल्या तीन महिन्यांत एकूण तीन खून झाले आहेत. तीनही बायकांचे आहेत. दर महिन्याच्या १८ तारखेला हे खून झाले आहेत. पहिला १८ मार्च, दुसरा १८ एप्रिल आणि तिसरा १८ मे! तीनही खून पार्ट्यांच्या ठिकाणी झाले आहेत. पहिला खून मिसेस रंगनाथन. दुसरा खून मिसेस मीरचंदानी आणि तिसरा खून श्रीमती चितळे. या बाबतीत आम्ही जो तपास केला आहे त्याचे डिटेल्स आणि त्याबद्दलचे रिपोर्ट्स ए.सी.पी. साने तुम्हाला देतील." कमिशनर साहेबांनी या प्रकरणाविषयी थोडक्यात माहिती दिली आणि पुढचा लीड त्यांनी सान्यांकडे दिला.

साने सावरून बसले व त्यांनी कमिशनर साहेबांना जी माहिती दिली तीच मिनिस्टर साहेबांना दिली. त्यांची सर्व माहिती ऐकून झाल्यावर मिनिस्टर आपल्या जागेवरून उठले आणि हॉलमध्ये फेऱ्या मारू लागले.

"कमिशनर साहेब, हे सगळं ठीक हाय वो, पण प्रेसवाल्यांना आम्ही काय सांगायचं?" मध्येच आपल्या फेऱ्या थांबवून त्यांनी विचारलं.

"सर, त्यांना आपण सांगू की तपास चालू आहे. आपण जर आपल्या तपासाची दिशा सांगितली तर कदाचित खुनी सावध होण्याची शक्यता आहे. यापुढे तो जर येत्या १८ तारखेला खून करणार असेल तर तो करणार नाही आणि आपला त्याला पकडण्याचा प्लॅन फेल जाईल." कमिशनर साहेबांनी उत्तर दिलं.

"ते बरोबर आहे वो, पण त्यांनी ऐकलं पाहिजे ना! तुम्हाला काय त्यांचा स्वभाव माहीत नाय का?" मिनिस्टर साहेबांनी कमिशनर साहेबांना विचारलं.

"सर, ते तुम्ही आमच्यावर सोडा." साने साहेब मध्येच म्हणाले, "मला खात्री आहे की या वेळी आम्ही त्या खुन्याला पकडण्यात नक्की यशस्वी होऊ. कारण मी स्वतः सर्व इंडस्ट्रिअलिस्ट आणि इतर बिझनेसमन त्यांना त्यांच्या पार्ट्यांच्या बाबतीत पोलीस डिपार्टमेंटला पूर्वसूचना देण्याविषयी सांगणार आहे." साने साहेबांनी माहिती दिली.

"ठीक आहे. कमिशनर साहेब, तुमचं काय म्हणणं आहे यावर?" मिनिस्टर साहेब परत आपल्या जागेवर बसत म्हणाले.

"सर, ए.सी.पी. साने हे आपल्या डिपार्टमेंटमधील एक हुशार आणि अनुभवी पोलीस अधिकारी आहेत. आपण त्यांना ही एक संधी द्यावी, असं मला वाटतं. नुसतं अंधारात चाचपडत बसण्यापेक्षा एक तीर सोडू या. लागला तर नक्की त्याचा फायदा होईल, नाहीतर किमान पुढची चाल करायला आपल्याला अवधी तर मिळेल." कमिशनर म्हणाले. मिनिस्टर साहेबांनी त्यांना मानेनीच होकार दिला आणि घड्याळाकडं बघत ते म्हणाले, "कमिशनर साहेब, तुम्ही म्हणताय म्हणून आपण एक संधी देऊ या. पण या वेळी काहीही गडबड होता कामा नये. त्यासाठी तुम्हाला आणखी काही

मदत लागली तरी द्यायला मी तयार आहे. पण या वेळी तो खुनी सुटता कामा नये. आवो, तुम्हाला माहिती नसेल तर सांगतो! तो रंगनाथन आहे ना तो आपल्या पी.एम. साहेबांचा गाववाला आहे. त्यानं पार वरून आमच्यावर प्रेशर आणलं आहे. त्यामुळे ह्या प्रकरणात कोणताही हलगर्जीपणा दावू नका. नाहीतर आमी बी गोत्यात येऊ आणि तुम्ही बी गोत्यात याल! समजलं?''

''असं म्हणून या प्रकरणाच्या गांभीर्याची त्यांनी या दोघांनाही कल्पना दिली. आपल्या पी.ए.ला मिनिस्टर साहेबांनी हाक मारली. ''देसाई, आजची प्रेस मीटिंग किती वाजता आहे?''

''सर, संध्याकाळी सहा वाजता आहे.'' पी.ए.नं डायरीत बघत सांगितलं.

''ठीक आहे तर मग. तुम्ही दोघंबी या मीटिंगला हजर ऱ्हावा. काय कमीजास्त बोलायचं झालं तर मी तुमच्याकडे बोट दाखवीन. त्या वेळी कसं निस्तरायचं ते तुमचं तुम्ही बघा. काय?'' मिनिस्टर साहेबांनी जवळजवळ दम दिल्याच्या भाषेतच सांगितलं आणि ते बाहेर पडले. सावंत साहेब व साने उठून त्यांच्या मागे जायला लागले.

एवढ्यात सान्यांचं लक्ष मिनिस्टर साहेबांच्या टेबलावरच्या एका लेटरकडे गेलं. त्यात त्यांच्या पार्टीच्या मीटिंगबद्दल लिहिलं होतं आणि त्यावर तारीख होती '१८ जून!' म्हणजे पुढची पार्टी होम मिनिस्टर साहेबांच्या घरी?

''एक मिनिट देसाई साहेब.'' साने साहेबांनी मिनिस्टर साहेबांच्या पी.ए.ला हाक मारली. तो पी.ए. पुन्हा वळून साने साहेबांकडे आला.

''काय म्हणताय, साने साहेब?'' त्यानं अदबीनं विचारलं.

''देसाई साहेब, हे पत्र वाचलं तर चालेल का?'' साने साहेबांनी टेबलावर ठेवलेलं पत्र त्यांना दाखवत विचारलं.

''कोणतं? हे पत्र? सॉरी सर! हे पार्टीच्या कामाबद्दलचं कॉन्फिडेन्शियल लेटर आहे. ते आपल्याला दाखवता येणार नाही.'' पी.ए.नं पत्र उचलत सांगितलं.

''ओके. मला फक्त एवढंच हवं आहे की ही मीटिंग कुठे आहे, किती वाजता आहे आणि त्याला कोण कोण हजर असणार आहेत?'' सानेंनी विचारलं.

''आय एम सॉरी सर, पण मीही हे पत्र अजून पाहिलं नाही, पण इन्व्हिटेशन लिस्टवरून मी एवढंच सांगू शकतो की यात फक्त पार्टीच्या काही खास लोकांनाच बोलावलं आहे. बाहेरचं असं कोणीच नाही.'' पी.ए. ला कळेना या पत्राविषयी साने साहेब एवढं खोदून खोदून का विचारत आहेत?

''देसाई साहेब, या पार्टीसाठी मला इथे उपस्थित राहता येईल का?'' पुन्हा साने साहेबांनी विचारलं. तोपर्यंत बाहेर गेलेले कमिशनर साहेब आत आले.

''साने काय झालं? तुम्ही येत नाही का?'' त्यांनी विचारलं. ''सर, एक

मिनिट. १८ जूनला मिनिस्टर साहेबांच्या पार्टीची एक मीटिंग आहे. मी त्याविषयी देसाई साहेबांशी बोलत होतो. सर, मला या पार्टीला हजर राहण्यासाठी आपली परवानगी हवी आहे. कदाचित पुढची खेळी तिथेसुद्धा होण्याची शक्यता नाकारता येत नाही. तुम्ही जर प्लीज होम मिनिस्टर साहेबांशी बोललात तर माझं काम सोपं होईल.'' सानेंनी कमिशनर साहेबांना असं सांगितल्यावर तेही सिरिअस झाले.

''बघू ते पत्र, मि. देसाई.'' कमिशनर साहेबांनी देसाईंच्या हातातलं पत्र घेतलं. त्यांनी सरळ पत्र घेतलंच म्हटल्यावर देसाईंना काहीच करता येईना. कमिशनर साहेबांनी ते पत्र वाचलं आणि परत देसाईंच्या हातात देत साने साहेबांच्याकडे बघत ते म्हणाले, ''चला साने, आपण आत्ताच मिनिस्टर साहेबांना सांगून या मीटिंगला हजर राहण्याची परवानगी घेऊ. नाहीतर मगाशी ते म्हणाले तसे तेही गोत्यात येतील आणि आपणही गोत्यात येऊ.'' असं म्हणून ते मागं वळून चालायला लागले. देसाईंना यातलं काहीच न कळल्यानं तेही त्यांच्या मागोमाग चालायला लागले. तोपर्यंत मिनिस्टर साहेब मगाशी आलेल्या त्यांच्या भागातील लोकांशी बोलत बोलत पोर्चमध्ये आले होते.

''एक्सक्यूज मी सर, मला आपल्याशी थोडं बोलायचं आहे.'' कमिशनर साहेब त्यांच्या जवळ जात म्हणाले.

''कमिशनर साहेब, मला आत्ता अजिबात वेळ नाही. मला तातडीनं जायला पाहिजे. मला महत्त्वाची मीटिंग आहे.'' मिनिस्टर साहेब गाडीत बसत म्हणाले.

''सर, त्या खुनी माणसाला पकडण्यासाठी फक्त आपल्या १८ तारखेच्या मीटिंगला हजर राहण्याची परवानगी हवी आहे.'' साने साहेब चटकन पुढे येत म्हणाले.

१८ तारखेचा उल्लेख होताच मिनिस्टर साहेब पुन्हा गाडीच्या बाहेर आले व साने साहेबांच्याकडे वळून म्हणाले, ''मीटिंग? कसली मीटिंग? मला काहीच माहिती नाही या मीटिंगबद्दल! देसाई, १८ तारखेला कसली मीटिंग आहे?''

देसाई मागनं पळत पुढं आले आणि म्हणाले, ''सर, हे पत्र मगाशी हाय कमांडकडून आलंय. १८ तारखेला आपल्या पार्टीची मीटिंग आहे. ते पत्र मी मगाशी तुमच्या टेबलावर ठेवलं होतं, पण तुम्ही ते पाहिलेलं दिसत नाही.''

''देसाई, मी जर पाहिलं असतं तर तुम्हाला पुन्हा विचारायला मी काय खुळा आहे का?'' मिनिस्टर साहेब देसाईंवर वैतागले. ''आणा ते पत्र, बघू तरी काय आहे त्यात!'' मिनिस्टर साहेब पुन्हा आपल्या बंगल्याकडं जात म्हणाले. पुन्हा सगळी वरात त्यांच्या मागनं बंगल्यात शिरली आणि हॉलमधल्या कोचावर स्थानापन्न झाली. सावंत साहेब आणि साने मिनिस्टर साहेबांच्या मागोमाग त्यांच्या बंगल्यातल्या केबिनमध्ये शिरले. एवढ्यात देसाईंनी ते पत्र आणून मिनिस्टर साहेबांच्या हातात

दिलं. मिनिस्टर साहेबांनी ते पत्र वाचलं आणि परत देसाईंकडे देत ते सावंत साहेबांना म्हणाले, "च्यामायला, या हाय कमांडनापण अठराच तारीख मिळाली होती का मीटिंग ठेवायला! तरी बरं, आमच्या मंडळी गावी गेल्या हायेत. त्यामुळं आम्हाला तरी काय भ्या नाय. कसं?" असं म्हणत त्यांनी सहज वळून साने साहेबांकडं पाहिलं आणि त्यांच्या डोळ्यांतले भाव पाहून ते चपापले.

साने साहेबांच्या डोळ्यांत, या माणसाला आत्ता इथल्या इथे गोळ्या घालाव्यात, असे भाव होते. कमिशनर साहेबांच्या लक्षात सगळ्या गोष्टी आल्या होत्या, त्यामुळे ते मनातल्या मनात हसत होते. पण वरकरणी मात्र त्यांनी गंभीरपणाचा आव आणत विचारलं, "मग सर, या तुमच्या पार्टीला पोलीस पार्टीसह हजर राहण्याची परवानगी द्याल ना?"

कमिशनर साहेबांच्या या प्रश्नांवर होम मिनिस्टर एकदम उखडलेच. "म्हणजे तुम्हाला काय म्हणायचंय कमिशनर साहेब, तो खुनी आमच्या पार्टीमध्ये येऊन एखाद्या बाईचा खूनबिन करणारे का काय? आं? नाही म्हणजे या पार्टीला आमच्या पक्षाच्या महिला आघाडीच्या नेत्या असतील, नाय असं नाय! पण त्यातला कोणाचा खून वगैरे होईल असं आम्हाला आजाबात वाटत नाय."

"सर, ते बरोबर आहे, पण आम्हाला कोणतीही रिस्क घ्यायची नाही." साने साहेब म्हणाले.

"रिक्स! कसली रिक्स? आवो कमिशनर साहेब, आम्ही जनतेचे सेवक आहोत! आम्हाला मारून त्या खुन्याला काय मिळणार हाय? आणि या मीटिंगला तुम्हाला हजर राहण्यासाठी मला त्यांच्याशी बोलावं लागंल, त्यांची पर्मिसन घ्यावी लागंल. कारण आम्ही जमनार ते देशहिताच्या कार्यासाठी! आणि उद्या जर कुठं कळलं, की आम्ही या मीटिंगमधनं काय काय चर्चा करतो आणि देशहिताची कामं ठरवतो, तर आमच्यासकट अख्खी पार्टी धोक्यात येईल. छ्या.. छ्या.. छ्या! मला तुम्हाला काय परवानगी देता येणार नाही." मिनिस्टर साहेबांनी स्वच्छ शब्दांत आम्ही या पार्टी मीटिंगमध्ये काय काय करप्शन करतो, ते देशहिताची कार्ये या नावाखाली खपवलं.

"ते बरोबर आहे सर, पण त्या दरम्यान दुसरी कुठलीच पार्टी सध्या तरी नाही. आणि जर या पार्टीतच काही झालं तर केवढा प्रॉब्लेम होईल? आणि समजा, या पार्टीमध्ये तो खुनी आला आणि पकडला गेला, तर तुमचं केवढं नाव होईल! आपला स्वत:चा जीव धोक्यात घालून होम मिनिस्टर साहेबांनी हा खुनी पकडायला पोलीस डिपार्टमेंटला मदत केली आणि आपल्या जनतेला या खुन्याच्या दहशतीतून कायमचं मोकळं केलं असं पेपरमध्ये छापून येईल! तुमचं पार्टीतलं वजन वाढेल!" साने साहेबांचा हा बाण मिनिस्टर साहेबांच्या निशाण्यावर एकदम पक्का बसला.

"खरं हाय, खरं हाय! साने साहेब, तुम्ही म्हणता ते एकदम खरं हाय! आवो, आम्ही बसलोच आहोत जनतेच्या सेवेसाठी! ठीक आहे. मी बोलतो हाय कमांडशी! पण तुमचा पोलीस बंदोबस्त मात्र एकदम चोख ठेवा बरं का! नाहीतर च्यामायला ते खुनी कोणालातरी आडवा करून जायचा आणि आमी कायमचेच आडवे व्हायचो." मिनिस्टर साहेबांच्या मनातून अजूनही त्या खुन्याची भीती गेली नव्हती. पण उसनं अवसान आणून ते म्हणाले आणि सावंत साहेब आणि सानेंनी सुटकेचा निःश्वास टाकला.

"यू डोन्ट वरी सर, आम्ही आमचा बंदोबस्त एकदम चोख ठेवतो. या वेळी तो खुनी आमच्या हातून जाऊ शकतच नाही." सानेंनी त्यांना सॅल्यूट करून सांगितलं आणि सावंत साहेब आणि ते बाहेर पडले.

गाडीत बसता बसता कमिशनर साहेब म्हणाले, "साने, नाउ बी सिरिअस! तुझ्याकडे फक्त बावीस दिवस आहेत. या बावीस दिवसांत शहरात काय पार्ट्या व्हायच्या त्या होऊ देत. त्यानंतर मात्र आपल्या खात्याच्या परवानगीशिवाय कोणतीही पार्टी होता कामा नये, याची दक्षता घे. ज्यांच्या ज्यांच्यावर संशय आहे, त्या सर्वांना आत घे. तुम्हाला हव्या असलेल्या मार्गानं त्यांच्याकडून माहिती घ्या. आपल्या सगळ्या खबऱ्यांना याची कल्पना द्या. याशिवाय जी मदत लागेल ती द्यायला मी मध्यरात्रीसुद्धा तयार आहे. बट कॅच दॅट ब्लडी मर्डरर ॲट एनी कॉस्ट! गॉट इट?" सावंत साहेबांनी पूर्ण अधिकार दिले आणि ते गाडीत बसले.

एवढ्यात मागनं आवाज आला, "साने साहेब, ओ साने साहेब!" साने साहेबांनी वळून पाहिलं तर देसाई त्यांच्याकडे लगबगीनं येताना दिसले.

"काय हो देसाई साहेब, काय झालं?" साने साहेबांनी विचारलं.

देसाई इकडेतिकडे बघत म्हणाले, "साहेब, ही काय भानगड आहे?"

"भानगड! कसली भानगड?" साने साहेबांनी विचारलं.

"अहो, ही सिरिअल किलरची भानगड काय आहे?" देसाई साहेब रुमालानं घाम पुसत म्हणाले. साने साहेबांना त्यांच्या या कृतीनं हसायला यायला लागलं. पण त्यांनी ते आवरलं.

"का हो? तुम्हाला कसं काय समजलं याबद्दल?" साने साहेबांनी त्यांनी विचारलं.

"अहो, आत साहेब फोन करून त्यांच्या काही 'खास महिला सभासदांना' या पार्टीला न येण्याच्या सूचना देत होते आणि त्यांच्या बोलण्यात येत होतं की त्यांनी दुसऱ्या कुठल्याही पार्टीला जाऊ नये, नाहीतर तिथेच त्यांचा हा सिरिअल किलर खून करायचा. म्हणून आपलं तुम्हाला विचारलं!"

देसाईंनी दिलेल्या 'खास महिला सभासद' या शब्दावरच्या जोरावरून साने

साहेब काय समजायचे ते समजले. त्यांना मगाचचा होम मिनिस्टर साहेबांचा आवेश आठवला आणि या दोन्ही वागण्यातली तफावत आठवून त्यांनी मनातल्या मनात कपाळावर हात मारून घेतला.

"तुम्ही काही काळजी करू नका देसाई, आम्ही आहोत. फक्त जरा जपून ऱ्हावा म्हणजे झालं. अर्थात तुम्हाला घाबरायचं काहीच कारण नाही. कारण हा खुनी फक्त बायकांचे खून करतो." त्यांच्या खांद्यावर थोपटत साने साहेब म्हणाले आणि गाडीत जाऊन बसले. पण त्यांना खात्री होती की त्यांच्या या विधानानं देसाईंच्या पँटचा रंग नक्की बदलला असेल.

पुढचे दहा-बारा दिवस साने साहेबांचे फारच धावपळीत गेले. इन्स्पे. गोखल्यांनी 'नील' या नावानं सुरुवात होणाऱ्या गुन्हेगारांची फाइल तपासणं, शहरातील सगळ्या इंडस्ट्रिअलिस्टना भेटणं, त्यांना खुन्याची माहिती देणं व त्यांचं सहकार्य घेणं असं काम केलं आणि हे सगळं करताना त्यांनी प्रेसला कोणताही सुगावा लागू दिला नव्हता. त्यांच्या सर्व सहकाऱ्यांनीदेखील ही सर्व माहिती गोळा करताना अतिशय गुप्तता पाळली होती. मिनिस्टर साहेबांनी बोलावलेल्या सर्व पार्टी सभासदांच्याविषयी त्यांनी माहिती काढली होती. आता वाट बघायची होती ती फक्त १८ तारखेची!

साने साहेबांनी सर्व तयारी केली होती. साध्या वेषातील त्यांची माणसं पार्टीत वावरत होती. कोणी फोटोग्राफर बनून, तर कोणी वेटर म्हणून, तर कोणी अगदी साहेबांचा चमचा बनून! स्वत: साने साहेब सकाळपासून सगळीकडे सतत जातीनं लक्ष घालत होते. त्यांची घारीसारखी नजर प्रत्येकावरून फिरत होती. कोणत्याही संशयितांची चौकशी करण्याचे अधिकार प्रत्यक्ष होम मिनिस्टर साहेब आणि कमिशनर सावंतांनी त्यांना दिले होते. त्यामुळे त्यांना अडवण्याचा प्रश्नच नव्हता.

आता संध्याकाळचे चार वाजत आले होते. पार्टी सुरू होऊन जवळजवळ दोन तास झाले होते. कुठेही काहीच हालचाल दिसत नव्हती. संशयास्पद असं काहीच वाटत नव्हतं. साने साहेबांचा जीव नुसता वर खाली होत होता. एवढ्यात त्यांचा मोबाइल वाजला. साने साहेबांनी नंबर बघितला तर तो त्यांच्या पोलीस स्टेशनचा फोन नंबर होता.

"हॅलो, ए.सी.पी. साने." मोबाइल घेत त्यांनी म्हटलं.

"नमस्कार साहेब, मी इन्स्पे. पाटील बोलतो." पलीकडून आवाज आला आणि साने साहेबांचं टेन्शन वाढलं.

इन्स्पे. पाटलांना त्यांनी शहरातल्या टोल नाक्यावर बंदोबस्तासाठी ठेवलं होतं, पण त्यांचा तिथून फोन न येता आपल्याच पोलीस स्टेशनमधून कसा काय आला हा विचार करत साने साहेबांनी त्यांना विचारलं, "पाटील, मी तुम्हाला टोल नाक्यावर थांबायला सांगितलं होतं! तुम्ही पोलीस स्टेशनमध्ये काय करताय?"

"सर, मी टोल नाक्यावर असताना मला फोन आला की मि. ओबेरॉय यांच्या पार्टीमध्ये एका बाईचा खून झाला आहे. म्हणून मी सरळ इकडे आलो आणि चौकशी केली तर आपल्या पोलीस स्टेशनमध्ये मि. ओबेरॉय यांचे पी.ए., मि. प्रधान यांचा फोन आला होता आणि त्यानी फोनवरून त्यांच्या पार्टीत त्यांच्याच मिसेसचा खून झाला आहे, अशी तक्रार नोंदवली होती. म्हणून मी लगेच तुम्हाला फोन केला आहे, सर!"

इन्स्पे. पाटलांनी बाईचा खून म्हटल्यावर साने साहेबांना आपल्या डोक्यावर बॉम्ब फुटल्याचा भास झाला. त्यांनी घड्याळात पाहिलं तर संध्याकाळचे चार वाजले होते.

"पाटील, खून कुठं झाला आहे?" साने साहेबांच टेन्शन वाढलं होतं.

"सर, गावाबाहेरच्या मि. ओबेरॉय यांच्या फार्म हाऊसवर," पाटीलनी उत्तर दिलं.

"ठीक आहे, तुम्ही तिथे पोचा, मीही लगेच निघतो." असं म्हणत त्यांनी मोबाइल बंद केला आणि कमिशनर साहेबांना फोन केला.

तेवढ्यात प्रत्यक्ष कमिशनर साहेब त्यांना समोरून येताना दिसले. त्यांना पाहताच साने यांनी त्यांना सॅल्यूट केला आणि म्हणाले, "मी आत्ता तुम्हालाच फोन करणार होतो, सर."

"का? काय झालं?" साने साहेबांचा चेहरा पाहून कमिशनर साहेबांनी ओळखलं काहीतरी बिनसलं आहे म्हणून.

"सर, मि.ओबेरॉय यांच्या फॉर्म हाऊसवर पार्टी चालली होती. त्या पार्टीत मि. ओबेरॉय यांच्या पी.ए.च्या मिसेसचा खून झाला आहे, असा आत्ताच इन्स्पे. पाटलांचा फोन होता."

साने साहेबांनी अत्यंत हळू आवाजात ही बातमी सांगताच कमिशनर साहेबांनी त्यांच्याकडे सहेतुक नजरेनं पाहिलं. त्यांच्या नजरेत अनेक भाव होते. पहिला म्हणजे जर हा खून सिरीअल किलर केसमधला असेल, तर होम मिनिस्टर साहेबांच्या तावडीतून आपण सुटलो हा होता. दुसरा भाव होता की जर सानेंनी सगळ्या इंडस्ट्रिअलिस्टना कल्पना दिली होती तर मि. ओबेरॉय यांची पार्टी झालीच कशी व का? आणि सगळ्यात महत्त्वाचं म्हणजे त्यांनी सानेंवर जो विश्वास दाखवला होता त्याला तडा गेला होता. सानेंना त्यांनी जो पाठिंबा दिला होता, त्यामुळे ते स्वत: आता अडचणीत आले होते.

आता मात्र प्रेससमोर सगळं काही सांगण्याची वेळ आली होती; पण हे सर्व त्यांनी बोलून न दाखवता ते फक्त साने साहेबांना एवढंच म्हणाले, "साने, हे काय झालं? आता कोणाकोणाला उत्तरं द्यावी लागतील हे परमेश्वरालाच माहिती! ठीक

आहे, चला आपण त्या स्पॉटवर जाऊ आणि नक्की काय घडलं आहे ते पाहू. मी फक्त मिनिस्टर साहेबांना सांगून येतो.'' असं म्हणून ते वळले आणि ज्या हॉलमध्ये मीटिंग चालली होती तिकडे निघून गेले.

साने साहेबांचा धीर सुटला. त्या सिरीअल किलरनं त्यांची नोकरीच धोक्यात आणली होती. साने साहेब जिथं जाळं टाकून बसले होते त्या दिशेलाही न फिरकता त्याने चांगलीच जिरवली होती. 'या ओबेरॉयला पार्टी करायला सांगितली होती कोणी? आणि याची माहिती आपल्या डिपार्टमेंटला कशी मिळाली नाही? बरं, पार्टी करायला त्याला शहराबाहेरची जागाच मिळाली का? म्हणजे आपण जाईपर्यंत खुनी तिथून फरार झालादेखील असेल. जर तिथून कोणी बाहेर गेलं नसेल, तरच काही सुगावा हाती लागणार होता. नाहीतर पुन्हा सगळं अवघड होऊन बसणार होतं.' मनातल्या मनात हा सगळा विचार करेपर्यंत कमिशनर साहेब आले आणि त्यांनी फक्त हातानंच खूण करून त्यांना निघायला सांगितलं. साने साहेबांनी बाहेर येऊन इन्स्पे. गोखल्यांना बोलावून घेतलं. त्यांना सगळी परिस्थिती सांभाळायला सांगितली आणि काहीही झालं तरी इथून हलू नका अशा सूचना देऊन ते गाडीत बसले. पोलिसांच्या गाड्या तुफान वेगानं सायरन वाजवत गावाबाहेर निघाल्या.

सर्व गाड्या येऊन मि. ओबेरॉय यांच्या फार्म हाऊसवर थांबल्या, तेव्हा तिथे इन्स्पे. पाटील, फिंगर-प्रिंट एक्सपर्ट, डॉग स्क्वॉड हे सर्व आले होते. मि. ओबेरॉय एका खुर्चीत चिरूट ओढत शांतपणे बसले होते. त्यांचा पी.ए. एका बाजूला बसून रडत होता. सगळी मिळून दहा ते बारा लोकंच तिथं होती. साने साहेबांचं लक्ष बुफेसाठी मांडलेल्या टेबलाकडे गेलं आणि त्यांच्या लक्षात आलं की जवळजवळ पन्नास लोकांची तरी ही पार्टी असावी कारण टेबलावर साधारण पन्नास डिश मांडल्या होत्या आणि केलेला स्वयंपाक हा साधारण तेवढ्याच लोकांचा होता.

स्वत: कमिशनर साहेब आणि ए.सी.पी. आले आहेत म्हटल्यावर, मि. ओबेरॉय पुढे आले आणि त्यांचं स्वागत केलं.

"मि. ओबेरॉय, काय काय झालं ते सांगा.'' कमिशनर साहेबांनी त्यांना विचारलं.

"सर आज आमच्या लग्नाचा पन्नासावा वाढदिवस होता. तुमच्या ए.सी.पी. साहेबांनी आम्हाला कोणतीही पार्टी वगैरे करायची नाही, असं सांगितलं होतं. पण माझी मिसेस ऐकायला तयार नव्हती, म्हणून फक्त जवळच्या अशा साठ लोकांना घेऊन आम्ही सकाळी फार्म हाऊसवर आलो. माझा पी.ए., त्याची मिसेस आणि काही नोकर मंडळी, पार्टीची आणि जेवणाची तयारी करायला पुढे आली होती. ठरल्याप्रमाणं आम्ही दुपारी एक वाजता आलो. थोडा वेळ गप्पागोष्टी झाल्या. तोपर्यंत तीन वाजत आले होते. त्यानंतर आम्ही केक कापला व जेवायला जायच्या

तयारीला लागलो. तेवढ्यात आमचा एक नोकर पळत पळत आला आणि त्यानं सांगितलं की किचनमधल्या डीप फ्रीजमध्ये मिसेस प्रधानांचं प्रेत आहे. पार्टीच्या नादात त्या इथे नाहीत हे आमच्या कोणाच्याच लक्षात आलं नाही. आम्ही आत जाऊन बघितलं. लगेचच जवळच्या पोलीस स्टेशनवर संपर्क साधला आणि तुमची वाट बघत बसलो. खून झाला आहे म्हटल्यावर आमचे सर्व पाहुणे निघून गेले. आम्ही फक्त घरची माणसं इथं थांबलो आहोत. थोड्या वेळापूर्वी इन्स्पे. पाटील व इतर स्टाफ आला आणि त्यांनी त्यांच्या कामाला सुरुवात केली.'' मि. ओबेरॉयनी थोडक्यात माहिती दिली.

''इन्स्पे. पाटील, डेड बॉडी कुठे आहे?'' साने साहेबांनी विचारलं.

''सर, आतमध्ये आहे.'' इन्स्पे. पाटीलनी माहिती दिली, तशी साने अक्षरश: पळत आत गेले आणि त्यांनी डेड बॉडीचं निरीक्षण करण्यास सुरुवात केली त्यांची खात्री पटली की हे काम त्या सिरिअल किलरचं आहे. सेम मेथड. त्या बाईंचा गळा आवळून खून करण्यात आला होता आणि कपाळावर निशाणी होती. पण ती जरा घाईघाईत केली होती त्यामुळे नीट उठली नव्हती. साने साहेबांनी जवळ जाऊन अतिशय बारकाईनं निरीक्षण केलं. सर्व बाजूंनी फिरून त्यांनी ती निशाणी बघितली आणि त्यांना पुढचं अक्षर मिळालं. मंद हसत त्यांनी वर पाहिलं, तर सगळी माणसं त्यांच्याकडे बघत उभी होती. त्यांचं लक्ष कमिशनर साहेबांकडे गेलं आणि त्यांनी फक्त मान हलवली. कमिशनर साहेब सोडून इतरांना काहीच कळलं नाही.

''इन्स्पे. पाटील, जबानी, पंचनामा झाला असेल तर बॉडी पोस्ट-मॉर्टमला पाठवून द्या.'' साने साहेबांनी इन्स्पे. पाटलांना सूचना दिली. मि. ओबेरॉय यांच्याजवळ येत ते म्हणाले, ''मि. ओबेरॉय, तुम्ही या पार्टीत कोणाकोणाला बोलावलं होतं याची यादी जरा इन्स्पे. पाटलांना द्या.''

''यादी काय द्यायची साहेब, सगळ्या पाहुण्यांची नावं मला माहीत आहेत.'' मि. ओबेरॉयनी इन्स्पे. पाटलांना नावं सांगायला सुरुवात केली तशी साने बाहेर आले व कमिशनर साहेबांना त्यांनी खूण केली.

''सर, पुढचं अक्षर मिळालं.'' साने म्हणाले.

''गुड, काय आहे ते?'' कमिशनर साहेबांनी विचारलं.

''सर ते अक्षर आहे, 'A'!''

''A?''

''येस सर, 'A'! म्हणजे पहिलं N, दुसरं I, तिसरं L, आणि चौथं A! म्हणजे आता त्याच्या नावातली पहिली चार अक्षरं मिळाली आहेत सर NILA.'' साने उत्साहानं म्हणाले.

''साने, पण हे अक्षर मिळण्यासाठी आपल्याला पुढच्या कोणत्या दिव्यातून

जायला लागणार आहे ते लक्षात येतंय का?'' कमिशनर साहेबांनी त्यांना वास्तवाचं भान करून दिलं.

“नाही सर, मी ते विसरणार नाही. पण आता मात्र तो खुनी आपल्यापासून लपून राहणार नाही, एवढं नक्की. कारण मि. ओबेरॉय यांच्या लिस्टमध्ये त्या खुन्याचं नाव नक्की असणार आहे आणि त्यातून NILA या नावानं सुरू होणारी व्यक्ती म्हणजेच आपला खुनी आहे. त्यामुळे आता तो आपल्यापासून फार काळ लपून राहणार नाही.'' साने साहेबांचा कॉन्फिडन्स पाहून कमिशनर साहेब खूष झाले.

“ओके साने, जर तू एवढा कॉन्फिडंट आहेस, तर मी बाकीचं पाहून घेतो. पण आता मात्र कोणताही चान्स देता येणार नाही.'' कमिशनर साहेबांनी सांगितलं आणि ते निघून गेले.

साने साहेबांनी इन्स्पे. पाटलांना काही सूचना दिल्या आणि तेही निघून गेले. आता पुढचा खून करायच्या आत त्याला पकडायची योजना साने साहेबांच्या डोक्यात तयार झाली होती. आता फक्त त्याची अंमलबजावणी बाकी होती.

भाग तीन

आज १८ जुलै! पराग आणि नीलमच्या लग्नाचा पाचवा वाढदिवस! पाच वर्षं कशी गेली ती परागला कळलीच नाहीत. आज या वाढदिवसानिमित्त त्यानं फार मोठी पार्टी आयोजित केली होती. शहरातील झाडून सगळ्या इंडस्ट्रिअलिस्टना त्यांनी इन्व्हाइट केलं होतं. 'नीलकमल' बंगल्यावर पार्टी आयोजित करण्यात आली होती. पराग आणि नीलमच्या लग्नाच्या वेळी ज्या उणिवा होत्या त्या सर्व आज भरून काढल्या होत्या. संपूर्ण बंगला सजवला होता. लाइटिंग केलं होतं. बुफे डिनर आणि सोबत ऑर्केस्ट्रा होता. त्यावर मंद अशा इंग्लिश गाण्यांच्या ट्यून्स वाजत होत्या. पराग आणि नीलम तर दृष्ट लागण्यासारखी दिसत होती. परागनं उंची ब्ल्यू कलरचा सूट परिधान केला होता. नीलमनं पांढऱ्या रंगाची उंची साडी, त्यावर अतिशय महागडा असा दागिन्यांचा सेट, स्लीवलेस ब्लाउज आणि त्यावर शाल घेतली होती. दोघंही हिरो-हिरॉईन सारखी दिसत होती. येणाऱ्या जाणाऱ्यांचं ते स्वत: आगतस्वागत करत होते. प्रत्येकाला काय हवं नको ते बघत पार्टीत फिरत होते.

पराग जेव्हा मि. किर्लोस्कर यांना इन्व्हिटेशन द्यायला गेला होता, त्या वेळी तिथे त्याला शंतनू भेटला होता. परागला बघून त्याला आनंद झाला, पण त्यानं केलेला अपमानही त्याला आठवला. त्यामुळे तो त्याच्याशी काहीच बोलला नाही.

मि. किर्लोस्कर यांच्या केबिनमधून बाहेर आल्यावर पराग शंतनूच्या टेबलासमोर जाऊन उभा राहिला. शंतनूनं मान वर करून बघितलं.

"हाय शंतनू, कसा आहेस?" परागनं विचारलं.

"आय ॲम फाइन, थँक्स सर!" शंतनू अदबीनं म्हणाला. परागला त्याच्या या वागण्याचा अर्थ समजला. "अजून राग आहे, शंतनू?"

परागच्या स्वरातली अगतिकता शंतनूला समजली. त्याला एकदम भडभडून आलं. "नाही, पण आत्ता या गोष्टी आठवून काय फायदा आहे? आणि तुझा संसार कसा काय चालला आहे?" त्यानं विचारलं.

"मस्त! एकदम मजेत चालला आहे. फक्त एका मित्राची उणीव मात्र कायम भासते आहे." परागनं उत्तर दिलं.

"शंतनू, १८ तारखेला आमच्या लग्नाचा पाचवा वाढदिवस आहे. मी मि. किर्लोस्करना इन्व्हिटेशन दिलंच आहे. तूही त्यांच्याबरोबर नक्की ये. मी वाट बघतो. नाही म्हणू नकोस, प्लीज!" परागनं शंतनूच्या हातात इन्व्हिटेशन कार्ड दिलं.

"माझं काही नक्की नाही, पण मी सरांना आठवण करतो यायची." कार्ड बघत शंतनू म्हणाला.

"शंतनू, एकवेळ ते आले नाहीत तरी चालेल, पण तू मात्र नक्की ये. खूप बोलायचं आहे तुझ्याशी. काही चुकांची कबुली द्यायची आहे. सो, प्लीज कम, आय ॲम वेटिंग फॉर यू. ओके?" परागनं परत सांगितलं.

"ओके, येईन मी. आल्यावर बोलू."

शंतनूनं सांगितल्यावर त्याचा हात हातात घेत पराग म्हणाला, "थँक्स शंतनू. तू आलास तर मला खूप बरं वाटेल."

एवढं बोलून तो त्याच्या ऑफिसमधून बाहेर पडला. शंतनूनं ते कार्ड पुन्हा एकदा वाचलं आणि जाण्याचा निर्णय घेऊन आपल्या टेबलाच्या ड्रॉवरमध्ये ठेवून दिलं.

पराग पोलीस कमिशनर साहेबांच्या ऑफिसमध्ये जाऊन या पार्टीबद्दल त्यांची परमिशन घेऊन आला होता. त्यानं त्यासाठी पोलीस प्रोटेक्शन मागितलं होतं. स्वत: ए.सी.पी. साने या पार्टीमध्ये सामील होणार होते. इन्स्पे. गोखले, इन्स्पे. पाटील व त्यांचे सहकारी या पार्टीसाठी उपस्थित राहणार होते. सगळीकडे क्लोज सर्किट टी.व्ही. लावण्यात आले होते. त्यासाठी परागनंच त्यांना स्पॉट दाखवले होते. किचन, हॉल, लॉन, स्विमिंग पूल, या सर्व ठिकाणी फुल लाईट्स लावण्यात आले होते. वीज गेली तर जनरेटरची व्यवस्था केली होती. थोडक्यात सर्व जय्यत तयारी होती.

साने साहेब या वेळी पूर्ण तयारीत आले होते. त्यामुळे येणारे-जाणारेही जरा बिनधास्त होते, कारण आज येथे काही गडबड होईल असं कोणालाही वाटत

नव्हतं. ज्या वेळी मि. किर्लोस्कर आणि शंतनू त्यांच्या गाडीतून परागच्या पार्टीसाठी यायला निघाले, तोपर्यंत शंतनू परागशी काय काय बोलायचं याचा विचार करत होता.

बंगल्याच्या पोर्चमध्ये गाडी आल्यावर दरवानानं त्यांना सलाम ठोकला व गाडीचा दरवाजा उघडला. शंतनू आज पहिल्यांदा नीलमच्या बंगल्यावर येत होता. तिचं एकंदरीत वैभव पाहून त्यानं परागच्या परिस्थितीचा विचार केला आणि त्याच विचारात तो जिथे पार्टी चालली होती तिथे आला. परागला पाहताच तो एकदम थबकला. परागच्या एका हातात चक्क ड्रिंक्सचा ग्लास होता आणि दुसऱ्या हातात उंची सिगार. ज्या माणसानं आयुष्यभर या दोन्ही गोष्टींचा मनापासून तिरस्कार केला, तोच आज ड्रिंक्स आणि स्मोकिंग करताना पाहून शंतनूला आश्चर्याचा धक्काच बसला. एवढ्यात परागचं त्याच्याकडं लक्ष गेलं.

"हाय शंतनू, बरं झालं तू आलास. हाउ आर यू?" परागनं त्याच्या खांद्यावर हात ठेवत विचारलं.

"पराग, व्हॉट द हेल इट इज?" त्याचे हात खांद्यावरून काढत शंतनू म्हणाला.

"व्हाय? व्हॉट हॅपन्ड?" परागला काहीच न कळल्यानं त्यानं विचारलं.

"पराग, तू ड्रिंक्स घ्यायला लागलास? आणि स्मोकिंगसुद्धा? अरे, तू तर या दोन्ही गोष्टी करणाऱ्या लोकांचासुद्धा तिरस्कार करायचास आणि आज तू स्वत:?" शंतनूमधला त्याचा जुना मित्र जागा झाला होता. आपण त्याच्याच पार्टीत येऊन त्यालाच बोलतोय, हेही तो विसरला.

"फर्गेट इट शंतनू, फर्गेट इट! ते महत्त्वाचं नाही रे. महत्त्वाचं आहे ते म्हणजे आमची पार्टी! बघ कशी छान रंगली आहे. जस्ट एन्जॉय मॅन! फर्गेट ऑल आदर थिंग्ज!" पराग म्हणाला आणि वेटरला हाक मारून त्यानं आणखी एक ग्लास घेतला.

शंतनूला त्याचं हे रूप बघवेना. तो त्याच्यापासून बाजूला झाला आणि एका कोपऱ्यात जाऊन बसला. परागला कळलं की, त्याला हे आवडलेलं नाही. तो मंदपणे हसला आणि पुन्हा पार्टीत सामील झाला. तो आणि नीलम पार्टीत सगळीकडे फिरत होते. शंतनू एकटक त्या दोघांकडे पाहत होता.

एवढ्यात त्याच्या खांद्यावर कोणीतरी टॅप केलं. "हॅलो मि. शंतनू, हाउ आर यू?" त्या व्यक्तीनं त्याच्या पुढे शेकहँडसाठी हात करत विचारलं.

"आय एम फाइन, थँक्स. पण मी आपल्याला ओळखलं नाही." त्याच्याशी शेकहँड करत शंतनू म्हणाला.

"आय ॲम ए.सी.पी. निखिल साने." त्या व्यक्तीनं आपली ओळख करून दिली तसा शंतनू एकदम गडबडला.

“ओ, आय ॲम सॉरी सर. मी आपल्याविषयी बरंच ऐकून आहे, पण प्रत्यक्ष भेटण्याचा योग कधी आला नव्हता. पण आपण या पार्टीमध्ये कसे काय?” शंतनूनं विचारलं.

“त्याचं काय आहे मि. शंतनू, पोलिसांनासुद्धा कधीकधी अशा पार्ट्यांमधून सामील व्हावंसं वाटतं. त्यातून तुमच्या जिवलग मित्रानं आम्हाला खास इन्व्हिटेशन दिलं आहे.” साने साहेब म्हणाले.

“ओ, आय सी. पण तुम्हाला काय माहित आम्ही मित्र आहोत, आय मीन होतो, ते? कारण त्याच्याकडची नोकरी सोडून मला पाच वर्षं झाली.” शंतनूनं साने साहेबांना विचारलं. साने साहेब त्याच्याकडे बघून हसले आणि म्हणाले, “त्याचं काय आहे मि. शंतनू, आम्हाला जसं गुन्हेगारांचं सर्व रेकॉर्ड ठेवावं लागतं तसं शहरातील अति महत्त्वाच्या व्यक्तींचंही रेकॉर्ड ठेवावं लागतं. मग त्यात त्यांचा भूतकाळ, वर्तमानकाळ आणि आमच्या हिशोबाप्रमाणे असलेला भविष्यकाळ हे सर्व आलं. आमच्या लेखी मि. प्राग व मिसेस नीलम तर अति अति महत्त्वाच्या व्यक्ती या सदरात मोडतात. त्यामुळे त्या दोघांचीही रेकॉर्ड्स या क्षणाला आमच्या डिपार्टमेंटपाशी उपलब्ध आहेत.”

“म्हणजे सर तुम्हाला नक्की काय म्हणायचं आहे?” शंतनूला याचा काहीच अर्थ न समजल्यानं त्यानं साने साहेबांना विचारलं.

“मि. शंतनू, जरा बाजूला येता का? म्हणजे तुम्हाला सर्व गोष्टी समजावून सांगता येतील. कदाचित तुम्ही यात आमची मदतही करू शकाल.” साने साहेब म्हणाले.

“मी! आणि तुमची मदत करू शकेन? चालेल... म्हणजे पोलिसांना मदत करणं हे कोणत्याही सुशिक्षित नागरिकाचं प्रथम कर्तव्य आहे.” शंतनू त्यांच्याबरोबर चालत चालत म्हणाला.

“गुड, व्हेरी गुड! तुमच्या सारख्या सुजाण नागरिकांची आज देशाला फार गरज आहे मि. शंतनू.” साने साहेब म्हणाले आणि ते कोपऱ्यातल्या एका टेबलावर जाऊन बसले.

“मि.शंतनू, मी आता तुम्हाला काही प्रश्न विचारतो. त्याची तुम्ही एक सुशिक्षित नागरिक या नात्यानं उत्तरं द्याल, अशी माझी अपेक्षा आहे.” साने साहेबांनी शंतनूच्या ‘सुशिक्षित’ या शब्दाला पकडून म्हटलं.

“ओ शुअर! व्हाय नॉट! पण मला जे माहिती आहे, तेवढंच मी तुम्हाला सांगू शकतो.” शंतनूला हा टोमणा कळलाच नाही.

“थँक्स, मि. शंतनू. आता मला सांगा, तुमचं आणि मि. पराग परांजपे यांचं भांडण नेमकं कुठल्या मुद्द्यावरून झालं होतं?” साने साहेबांनी असं विचारताच शंतनूला एकदम धक्काच बसला.

"सर, माझं आणि परागचं भांडण झालं होतं हे आपल्याला कसं कळलं?" शंतनूनं विचारताच साने साहेब पुन्हा एकदा हसले आणि म्हणाले, "मि. शंतनू, मी तुम्हाला मगाशीच सांगितलं की आम्हाला सर्वांचा पास्ट, प्रेझेंट आणि फ्यूचर माहिती असतं. आता सांगा तुमचं आणि मि. पराग यांचं भांडण कशावरून झालं होतं?"

"सर, पराग हा माझा मित्र आहे. मिसेस नीलम कारखानीस यांच्याबरोबर त्यानं लग्न करू नये अशी माझी इच्छा होती. अर्थात त्याला कारण म्हणजे या बाईचा भूतकाळ! पण त्या वेळी परागनं मला बरंच सुनावलं. तो जेव्हा इथे नव्हता तेव्हा त्याची कंपनी मी बघायचो. अर्थात तेव्हा भैय्यासाहेब होते. पण परागनं जेव्हा या कंपनीचा चार्ज घेतला तेव्हा भैय्यासाहेब रिटायर्ड झाले आणि कोकणात त्यांच्या गावी जाऊन राहिले. जायच्या आधी त्यांनी मला बोलावून घेतलं होतं आणि ज्याप्रमाणं मी परागच्या ॲबसेन्समध्ये या कंपनीची देखभाल केली, त्याप्रमाणे परागलाही मी साथ द्यावी अशी त्यांची इच्छा होती. त्यांचे आमच्या कुटुंबाशी असलेले संबंध लक्षात घेऊन, मी ते मान्यही केलं. पण परागला या बाईनं इतकं वेड लावलं होतं की, त्याला सर्व नात्यांचाही विसर पडला आणि त्यानं हिच्यापायी माझा अपमान केला. बस्स! त्या दिवशी मी याची कंपनी सोडली. पण सर, आमच्यातील ही वादावादी परागच्या केबिनमध्ये झाली होती. त्यामुळे बाहेर कोणाला कळायला मार्गच नव्हता. मग तुमच्यापर्यंत ही बातमी कशी आली?" शंतनूला अजूनही उत्सुकता होती.

"ते महत्त्वाचं नाही हो, मि. शंतनू. बरं आता मला सांगा, मि. पराग आणि त्यांच्या मिसेस यांच्यातील संबंध कसे आहेत याविषयी तुम्हाला काही माहिती आहे?" साने साहेबांनी विचारलं.

"नाही. कारण त्याच्याकडची नोकरी सोडल्यावर मी कधीही त्याला भेटलो नाही किंवा पुन्हा त्याच्या आयुष्यात डोकावलो नाही. पण कानावर येत होतं की त्यांचं बरं चाललंय." शंतनूनं सांगितलं.

"बरं! बरं म्हणजे काय?" साने साहेबांनी विचारलं.

"अं... बरं म्हणजे लग्नानंतर परांजपे फॅब्रिकेशन्स ही कंपनी त्यानं के.के. ग्रुपमध्ये मर्ज केली होती. त्यानंतर दोन वेळा त्याच्या कंपनीत संप झाला. सर, या कंपनीचं मार्केटमधलं रेप्युटेशन फार चांगलं होतं. या कंपनीत कधीही संप झाला नव्हता, एवढंच काय साधी युनियन नव्हती. पण हे का आणि कसं झालं, दॅट आय डोन्ट नो आणि मी कधी जाणून घ्यायचा प्रयत्न केला नाही." शंतनूनं सांगितलं.

साने साहेब त्याला अजून काही विचारणार होते, एवढ्यात पराग त्यांच्या दिशेला येताना दिसला आणि ते गप्प बसले.

"काय साने साहेब, काय विशेष गप्पा चालल्यात माझ्या मित्राशी?" परागनं विचारलं.

"काही खास नाही मि. पराग! मी त्यांना काय जॉब करता, कुठे असता वगैरे विचारत होतो. काय मि. शंतनू! बरोबर ना?" शंतनूच्या मांडीवर हात ठेवत साने साहेबांनी सांगितलं, तसा शंतनू एकदम गडबडून, "अं... हो हो... तेच...तेच विचारत होते साहेब." असं काहीतरी बडबडला.

"ओके ओके, साने साहेब तुमचं लक्ष आहे ना नीट? नाही म्हटलं तो खुनी इथेच कुठंतरी खून करायचा आणि तुम्ही इकडे गप्पा मारत बसलेले असायचात." शंतनूच्या शेजारच्या खुर्चीत बसत पराग म्हणाला.

"डोन्ट वरी मि. पराग, या वेळी तो आमच्या हातून नक्की सुटून जायचा नाही. माझं पूर्ण लक्ष आहे त्याच्यावर." साने साहेबांना परागचं वाक्य जरा खटकलं, पण त्यांनी तसं दर्शवलं नाही.

"अरे, पण तुम्ही काहीच घेतलेलं दिसत नाही दोघांनी! थांबा, मी तुमच्यासाठी काहीतरी मागवतो. काय घेणार आपण? आणि शंतनू, तू पण सांग काय घेणार ते!" वेटरसाठी इकडेतिकडे बघत पराग म्हणाला.

"नो थँक्स, मि. पराग. मला काही नको. हां, आता तुमच्या मित्राला विचारा काय हवं आहे ते! मी चलतो. उगाच तुम्हा मित्रांच्या गप्पांत माझी अडचण कशाला? ओके, मि. शंतनू, भेटू आपण नंतर कधीतरी." खुर्चीतून उठत साने साहेब म्हणाले आणि पार्टीच्या दिशेला निघून गेले.

"पराग, काय रे ही तुझी अवस्था!" शंतनूनं त्याचं ड्रिंक्स घेणं बघत विचारलं.

"शंतनू, तू पुन्हा पुन्हा तोच प्रश्न का विचारतो आहेस? बघ, कशी मस्त पार्टी चालली आहे. सगळे जण एन्जॉय करताहेत आणि ती बघ माझी बायको! मिसेस नीलम पराग कारखानीस-सिंघल-परांजपे! कशी मस्त दिसते आहे! एखाद्या हिरॉईनसारखी! अं... तिची हीच अदा तर मला आवडली होती, शंतनू! म्हणून मी पागल झालो होतो आणि आता तर पूर्णच फसलो आहे." परागला दारू चढायला लागली होती.

"फसलो आहे? म्हणजे काय पराग?" शंतनू एकदम ताठ होत म्हणाला.

"अरे फसलो आहे, म्हणजे तिच्या जाळ्यात; प्रेमाच्या जाळ्यात फसलो आहे." आपले शब्द सावरून घेत पराग म्हणाला. पण शंतनूच्या ते लक्षात आलं.

"नाही पराग, तुला काहीतरी वेगळंच म्हणायचं होतं आणि तू काहीतरी वेगळंच सांगतोयस. मी तुला आज नाही ओळखत, मित्रा. काय झालंय? तू एवढा बदलला का आहेस?" पराग त्याचा हात आपल्या हातात घेत म्हणाला, तसं परागच्या डोळ्यात एकदम पाणी आलं.

"शंतनू, तू कधी ओॲसिस पाहिलं आहेस? मृगजळ... मृगजळ! नाही ना?

ते मी पाहिलं आहे. कधीकधी असं वाटतं की, तू तेव्हा जे सांगत होतास, ते मी ऐकलं असतं तर किती बरं झालं असतं. पण म्हणतात ना, मॅन प्रपोजेस ॲण्ड गॉड डिस्पोजेस! माझ्या बाबतीत ते अगदी खरं झालं आहे बघ. काय काय स्वप्नं रंगवली होती आणि आज काय झालं आहे.''

पराग दारूच्या नशेत आणखीन काहीतरी सांगणार होता, पण त्याचा नोकर त्या दोघांकडे येताना दिसला आणि तो गप्प झाला. ''साहेब, आपला फोन आहे.'' त्यानं सांगितलं. तसा पराग हसला आणि शंतनूला म्हणाला, ''आलो हं शंतनू, जाऊ नकोस मी येईपर्यंत.''

तो फोन घ्यायला गेला. मध्येच एकदम थांबून त्यानं ए.सी.पी. साने साहेबांना पाहून हात हलवला. साने साहेबांनीही त्याला प्रतिसाद दिला आणि पराग आत निघून गेला. शंतनूचं लक्ष साने साहेबांकडे गेलं तर ते इन्स्पे. गोखल्यांशी काहीतरी बोलत होते. त्याला काहीतरी खटकायला लागलं. म्हणून तो उठून त्यांच्याकडे जायला लागला. पण त्याला थांबण्याचा इशारा करत साने साहेब त्याच्याकडे आले आणि त्याला म्हणाले, ''मि. शंतनू, कृपया तुम्ही आपल्या जागेवरून कुठेही हालू नका.'' शंतनूला काहीच कळेना ते आपल्याला असं का म्हणताहेत ते. तो पुन्हा आपल्या खुर्चीवर जाऊन बसला.

एवढ्यात तो मगाचा नोकर त्याला घाईघाईनं बंगल्याच्या बाहेर येताना दिसला. तो नोकर नीलमपाशी गेला आणि त्यानं तिला काहीतरी सांगितलं. तशी नीलमपण त्याच्याबरोबर बंगल्यात गेली. एवढ्या मोठ्या पार्टीत ही गोष्ट कोणाच्याच लक्षात आली नाही. साने साहेबांचं मात्र या सर्व हालचालींवर बारकाईनं लक्ष होतं. नीलम जशी बंगल्याच्या आत गेली, तशी साने साहेबांनी इन्स्पे. गोखल्यांना पार्टीवर लक्ष ठेवायला सांगितलं आणि ते बंगल्यात जायला लागले. एवढ्यात त्यांचा मोबाइल वाजला. त्यांनी खिशातून मोबाइल काढला आणि ते फोनवर बोलत बोलत आत गेले. पण लगेचंच ते बाहेर आले आणि बंगल्याच्या पाठीमागच्या भागात गेले.

शंतनू त्याच्या खुर्चीवर बसून हे सर्व पाहत होता. त्याची अस्वस्थता त्याला आता शांतपणे बसू देत नव्हती. म्हणून तो खुर्चीवरून उठला आणि बंगल्याच्या आत जाऊ लागला. एवढ्यात पराग आतून आला. शंतनूला पाहताच तो एकदम दचकला आणि घाईघाईनं त्याला घेऊन तो पुन्हा पार्टीत सामील झाला. तोपर्यंत बंगल्याच्या पाठीमागच्या भागात गेलेले साने साहेब पुन्हा पळत पुढच्या भागात आले आणि बंगल्यात शिरले. पंधरा-वीस मिनिटांनी ते खाली आले आणि इकडेतिकडे पाहू लागले. त्यांचं लक्ष परागकडे जाताचं ते त्याच्याजवळ आले आणि म्हणाले, ''मि. पराग, जरा एक मिनिट बाजूला येता?'' पराग त्यांच्याबरोबर गेला. साने साहेबांचं आणि त्याचं काहीतरी बोलणं झालं आणि तो एकदम ''नीलम,'' असं

किंचाळत बंगल्याच्या आत गेला. सगळी पार्टी एकदम कोणीतरी जादू केल्यासारखी स्तब्ध झाली. ऑर्केस्ट्रा बंद झाला. खाणारे हात जागीच थांबले. जो तो काय झालं, काय झालं म्हणून एकमेकांना विचारू लागला. पण नक्की काय झालं आहे ते कोणालाच कळेना. बंगल्याच्या वरच्या भागातून "नीलम, नीलम." असे आवाज येत होते. पोलीस आत पळत गेले.

साने साहेब स्टेजवर गेले. त्यांनी माइक हातात घेत बोलायला सुरुवात केली, "लेडिज अॅण्ड जंटलमन, आय हॅव अ बॅड न्यूज फॉर यू. मिसेस नीलम कारखानीस यांचा खून झाला आहे." त्यांचं वाक्य संपलं आणि त्या पार्टीत एकदम हलकल्लोळ माजला. पळापळ सुरू झाली.

"एक मिनिट, प्लीज कोणीही आपली जागा सोडू नये. या बंगल्याच्या सर्व वाटा पोलिसांनी अडवल्या आहेत. खुनी आपल्यापैकीच कोणीतरी आहे. त्यामुळे कोणीही बाहेर जाऊ नये. प्लीज, लेडिज अॅण्ड जंटलमन कोऑपरेट विथ अस! प्लीज!" साने साहेबांनी आपल्या खास पोलिसी आवाजात विनंती वजा हुकूम सोडला आणि जो तो शांत झाला. शंतनूला काहीच कळेना. तो साने साहेबांच्या दिशेनं सरकायला लागला. त्याला पुढे येताना पाहून साने साहेबांनी त्याला पुन्हा थांबायला सांगितलं आणि ते स्टेजवरून खाली उतरले.

"गोखले, पाटील, राऊत, तुम्ही या सर्वांना दोन लाइनमध्ये बसवून घ्या. सगळे पुरुष एका बाजूला बसवा आणि राऊत मॅडम तुम्ही सर्व बायकांना एका बाजूला बसवून घ्या. बाहेरची मंडळी आपापली पोझिशन जराही बदलू नका. मि. शंतनू, तुम्ही जरा माझ्या बरोबर आत चला." असं म्हणून साने साहेबांनी शंतनूला आपल्या बरोबर घेतलं आणि ते बंगल्याच्या आत गेले.

शंतनू त्यांच्या मागून चालत होता. वरून परागच्या रडण्याचा आवाज येत होता. सर्व नोकर वरती जमले होते. साने साहेब व शंतनू जिन्यावरून वर आले. त्यांना पाहताच सगळेजण बाजूला झाले आणि त्या दोघांना आत जायला वाट करून दिली. ते दोघं परागच्या बेडरूममध्ये गेले. आतील दृश्य बघून शंतनूला काय बोलावं तेच सुचेना.

नीलम बेडरूममधल्या पलंगावर पडली होती. मगाशी एखाद्या हिरॉइनसारखं दिसणारं तिचं शरीर आता विद्रूप दिसायला लागलं होतं. तिचा कोणीतरी गळा दाबून निर्घृणपणे खून केला होता आणि तिच्या सुंदर चेहऱ्यावर काहीतरी खूण केली होती. त्यातून वाहणारं रक्त तिच्या चेहऱ्यावरून गादीवर ओघळत होतं. तिचे विस्फारलेले डोळे भयानक दिसत होते. तोंड उघडं पडलं होतं. पराग तिच्या बाजूला बसून रडत होता. पुन्हापुन्हा तिला छातीला लावत होता. तिच्या रक्ताचे डाग त्याच्या सूटवर पडले होते. शंतनूकडे पाहिलं आणि त्याला अधिकच रडू यायला लागलं. त्यानं हात

पसरून शंतनूला जवळ बोलावलं. शंतनू त्याच्याकडे जायला लागला, पण मध्येच त्याला साने साहेबांनी थांबवलं आणि फक्त डोळ्यांनीच त्याला 'जाऊ नकोस' अशी खूण केली. त्यामुळं तो पुढे जाऊ शकला नाही. तोपर्यंत इन्स्पे. गोखले वर आले. त्यांच्याबरोबर फोटोग्राफर, फिंगर-प्रिंट एक्सपर्ट, इतर लोक आत आले. साने साहेब परागपाशी गेले आणि त्यांनी परागच्या खांद्यावर थोपटलं. "मि. पराग, प्लीज या लोकांना आपलं काम करू द्या. आपण खाली जाऊ या." त्यांनी परागला सांगितलं. तसा पराग आणखी जोरजोरात रडायला लागला. साने साहेबांनी इन्स्पे. गोखल्यांना परागच्या नोकराचाकरांना आणि इतर बघ्यांना खाली घेऊन जायला सांगितलं.

"मि. पराग, प्लीज, कंट्रोल युवरसेल्फ. लेट अस डू अवर ड्यूटी. मि. शंतनू, प्लीज तुम्ही त्यांना खाली घेऊन या." साने साहेब म्हणाले, शंतनू पुढं झाला आणि परागच्या हाताला धरून त्यानं त्याला उठवलं.

"शंतनू, काय झालं रे हे? माझी नीलम मला सोडून गेली. आणि हे बघ रे तिची काय हालत झाली आहे." पराग रडत रडत परागच्या खांद्यावर मान टाकत म्हणाला.

शंतनूची अवस्था फारच अवघड झाली होती. त्यानं साने साहेबांकडं बघितलं. त्यांनी मानेनंच 'त्याला घेऊन जा' अशी खूण केली. शंतनू परागला घेऊन बेडरूमच्या बाहेर आला आणि खाली येऊन त्याला हॉलमधल्या सोफ्यावर बसवलं. त्याला पाहताच जमलेले सर्व पाहुणे एकदम गलका करू लागले. शंतनू सर्वांना शांत रहायला सांगत होता.

एवढ्यात साने साहेब तिथे आले. त्यांनी सर्वांना बाहेर जायला सांगितलं. इन्स्पे. पाटील व इन्स्पे. मिसेस राऊत आत आल्या. "सर, या सर्व लोकांचं काय करायचं आहे?" त्यांनी विचारलं.

"पाटील, या सर्वांना जाऊ द्या." साने साहेबांनी शांतपणे सांगितलं.

"जाऊ द्या?" पराग एकदम रागानं उठत म्हणाला, "व्हॉट डू यू मीन बाय जाऊ द्या! साने साहेब, तुम्ही या पार्टीच्या सिक्युरिटीची पूर्ण जबाबदारी घेतली होतीत. या पार्टीत कोणताही अनुचित प्रकार घडणार नाही, असं तुम्ही तुमच्या सिनिअर्ससमोर कबूल केलं होतंत. तरीसुद्धा माझ्या बायकोचा खून होतो म्हणजे काय? आणि खुन्याचा शोध घेण्याच्या ऐवजी तुम्ही येथे माझ्यासमोर नुसते बसून आहात आणि या सर्वांना जायला सांगताय! या सर्वाचा अर्थ काय?" पराग रागारागानं साने साहेबांच्या समोर उभा राहून बोलत होता. पण साने साहेबांनी यावर काहीच प्रतिक्रिया दिली नाही.

"पाटील, या सर्वांना जाऊ द्या आणि कमिशनर साहेब आले की मला लगेच सांगा." साने साहेब थंड आवाजात म्हणाले.

इन्स्पे. पाटील आणि इन्स्पे. मिसेस राऊत बाहेर गेले आणि सर्वांना जायला सांगू लागले. कोणाला काहीच कळेना. पण उगाच या लफड्यात पडण्यापेक्षा पोलीस सांगत आहेत या पडत्या फळाची आज्ञा घेऊन सर्व जण निघून गेले. तोपर्यंत कमिशनर साहेब तेथे येऊन पोचले. त्यांना पाहताच सर्व पोलीस स्टाफनं त्यांना सॅल्यूट ठोकला. साने साहेब उठून उभे राहिले.

"कमिशनर साहेब, तुम्ही... तुम्ही या पार्टीसाठी मला पोलीस प्रोटेक्शन दिलं होतंत. तुम्ही त्या वेळी या ए.सी.पी. सानेंची विशेष नियुक्ती केली होतीत. पण पहा... पहा इथे काय झालं आहे ते! माझ्या बायकोचा खून झाला आहे. आणि तुमचे हे ए.सी.पी. काही न करता, कोणतीही ॲक्शन न घेता नुसते थंडपणे माझ्यासमोर बसून आहेत. याचा अर्थ काय?'' परागचा आवेग पाहून शंतनूला काळजी वाटायला लागली. त्यानं परागच्या हाताला धरून त्याला पुन्हा सोफ्यावर बसवलं. पराग पुन्हा रडायला लागला. कमिशनर साहेब आणि साने साहेबांनी एकमेकांकडे पाहिले आणि ते दोघे गालातल्या गालात हसले. शंतनूच्या ते लक्षात आलं.

"सॉरी टू से सर, बट आय थिंक यू आर नॉट डूईंग युअर ड्यूटीज ऑनेस्टली. येथे माझ्या मित्राच्या बायकोचा खून झाला आहे आणि तुम्ही दोघं हसताय. धिस इज नॉट फेअर.'' शंतनू म्हणाला आणि साने साहेबांनी त्याच्याकडे एक जळजळीत कटाक्ष टाकला.

"एक मिनिट मि. शंतनू, तुम्ही आम्हाला आमची ड्यूटी कशी करायची आणि ती काय आहे ते शिकवायची गरज नाही. तुम्हाला तुमच्या लाडक्या मित्राच्या बायकोचा खुनी हवाय ना? तो दुसरीकडे कुठेही नाही, याच ठिकाणी आहे.'' साने साहेबांचं वाक्य पूर्ण होताच विंचू चावल्यासारखं झालं सर्वांना. खुनी आणि इथे?

"तुम्ही काय म्हणताय साने साहेब, ते आम्हाला काहीच कळेना झालंय. तो खुनी इथेच आहे म्हणताय; पण आहे कुठे तो?'' शंतनूनं साने साहेबांना विचारलं तसं साने साहेब आपल्या खुर्चीतून उठले आणि हळूहळू चालत, गर्दीवरून आपली पोलिसी नजर फिरवत त्यांनी एका व्यक्तीच्या खांद्यावर हात ठेवला.

"बोला मि. पराग, तो खुनी इथेच आहे ना?''

परागनं ताडकन उठत त्यांच्याकडे पाहिलं. पण साने साहेबांच्या नजरेशी नजर मिळताच, एखाद्या खुंटीवरून ओघळणाऱ्या शर्टासारखा, तो कोचावर कोसळला. शंतनू तर पुतळ्यासारखा नुसता बसून होता. हे वाक्य त्याच्या मेंदूपर्यंत पोचलंच नव्हतं. पराग आणि खुनी? हे कसं शक्य आहे. सगळी पोलीस पार्टी आणि उपस्थित, साप बघितल्यासारखे थंड पडले होते.

"बोला मि. पराग! तो खून तुम्हीच केला आहात ना?'' पुन्हा एकदा साने साहेबांनी विचारलं.

आता मात्र शंतनूचा संयम संपला. ''तुम्ही काय बोलता आहात साने साहेब? अहो, नीलम ही परागची बायको होती आणि आपल्या बायकोचा कोणी खून करेल का? आणि कारणच काय, त्याला खून करण्याचं? अहो, तो मगाशीच मला सांगत होता की, तो आपल्या संसारात फार सुखी आहे म्हणून. आत्ता.... अर्ध्या तासापूर्वी! आणि तोच आपल्या बायकोचा खून करेल? शक्य नाही. तुमचा काहीतरी गैरसमज होतो आहे.''

''गैरसमज माझा नाही मि. शंतनू, गैरसमज तुमचा होतो आहे. मिसेस नीलमचं नव्हे, तर यापूर्वी झालेले चारही खून मि. पराग यांनी केले आहेत. गेल्या पाच महिन्यांत शहरात धुमाकूळ घालणारा सिरिअल किलर दुसरा तिसरा कोणी नसून मि. पराग परांजपे आहेत. काय मि. पराग, बरोबर ना? आता हे सर्व तुम्ही सांगणार आहात की मी सांगू.'' साने साहेबांनी परागच्या खांद्यावर हात ठेवत विचारलं. पण पराग काही न बोलता नुसता बसून होता. ते पाहून साने साहेबांनी जे सांगायला सुरुवात केली, ती अकल्पित अशीच एक सत्यकथा होती.

''परागचं आणि नीलमचं लग्न झाल्यानंतर परागला नीलमच्या बाबतीतलं एक सत्य कळलं होतं. आपल्या शहरात अतिशय सभ्यतेचा बुरखा पांघरून राहणारी ही बाई अत्यंत बाहेरख्याली व पुरुषप्रिय होती. श्रीमंत पुरुषांशी लग्न करून त्यांची इस्टेट घ्यायची, पण त्यांच्या कोणत्याही इतर बंधनात अडकायचं नाही, हा तिचा छंद होता. रेस, जुगार, क्लब यात लाखो रुपये ती उधळायची. पहिल्यांदा जेव्हा मि. कारखानीसांबरोबर तिचं लग्न झालं, त्या वेळी ती अगदी साधी, मध्यमवर्गीय स्त्री होती. पण ह्या श्रीमंतीची तिला चटक लागली. मि. कारखानीस हे लग्नानंतर तिला कोणतंही शारीरिक सुख देण्यास असमर्थ होते. त्यामुळे ती या शहरापासून दूर जाई व दुसऱ्या मोठ्या शहरात जाऊन तेथील जेन्ट्स क्लबमध्ये आपली शारीरिक भूक भागवून घेई. यासाठी लागणारा पैसा ती या बड्या उद्योगपतींच्या बिझनेसमधून उभा करत असे. पहिल्यांदा जेव्हा हे कारखानीसांना समजलं तेव्हा त्यांनी नीलमला अडवायचा खूप प्रयत्न केला. पण दर वेळी त्यांच्या नामर्दपणाचे भांडवल करून, 'तुम्ही जर मला पैसे दिले नाहीत तर मी जगाला ओरडून सांगेन.' असं ब्लॅकमेल करत तिनं पैसे काढून घेतले. तिचं हे वागणं सहन न होऊन मि. कारखानीसांना हार्ट ॲटॅक आला आणि ते गेले. त्यांच्या माघारी त्यांची सर्व इस्टेट नीलमच्या ताब्यात आली आणि तिनं दोन्ही हातांनी ती मुक्तपणे उधळायला सुरुवात केली. जेव्हा तिच्याजवळचा पैसा संपत आला तेव्हा तिनं दुसरा बकरा गाठला. तो म्हणजे मि. सिंघल! या वेळीही तीच खेळी! लग्न करायचं पण संसारात गुंतायचं नाही. पण पहिल्या वेळची चूक तिनं सुधारली होती, ती म्हणजे या वेळी ती पैसे जपून खर्च करायला लागली आणि आपल्या बिझनेसमध्ये लक्ष घालायला लागली.

मि. सिंघल यांनी तिच्याजवळ बरेच वेळा मागणी करूनदेखील तिनं त्यांना कोणतंही सुख देण्यास नकार दिला.

"दरम्यान मि. सिंघल यांना तिच्या या बाहेरख्याली स्वभावाचा तिटकारा आला आणि त्यांनी तिच्यापासून वेगळं होण्याचं ठरवलं. हा निर्णय ज्या वेळी त्यांनी नीलमला ऐकवला, त्या वेळी ती खरं तर जरा घाबरली पण तिनं तसं न दर्शवता वेगळीच चाल खेळली. मि. सिंघल यांनी पैशासाठी माझ्याशी लग्न केलं, असं ती मार्केटमध्ये उठवायला लागली. एक स्त्री असं काही सांगते आहे म्हटल्यावर नॅचरली सोसायटी व बिझनेस वर्ल्डमध्ये चर्चा व्हायला लागली. मि. सिंघल यांचं नाव खराब होऊ लागलं. ते पाहून त्यांनी इंडिया सोडून फॉरिनमध्ये सेटल व्हायचं ठरवलं, पण त्यापूर्वीच त्यांचा विमान अपघात झाला आणि ते मृत्यू पावले. या दोन्हीही केसमध्ये जरी नीलम प्रत्यक्ष इन्व्हॉल्व्ह नसली, तरी अप्रत्यक्षरीत्या ती जबाबदार होती. पण कोणी काहीच बोलू शकत नव्हतं. आता तर के.के. ग्रुपमध्ये सिंघल यांचा बिझनेसही मर्ज झाला होता. त्यामुळे पैशाला काहीच तोटा नव्हता. त्यामुळे पुन्हा एकदा ती आपली सर्व हौस भागवायला मोकळी झाली होती. पण याही गोष्टीचा तिला आता कंटाळा येऊ लागला होता. दर वेळी कोणाला तरी बकरा बनवणं आता वयपरत्वे शक्य होईना. कारण ती ४० वर्षांची झाली होती. त्यामुळे ती शांतपणे एकाकी जीवन जगणार होती. पण त्याचदरम्यान मि. पराग परांजपे तिच्या जीवनात आले आणि तिचा मूळचा स्वभाव... स्वभाव कसला विकृतीच ती, पुन्हा उफाळून आली. आणि तिनं परागशी लग्न केलं. आता यापुढचं आपल्याला मि. पराग परांजपे सांगतील!"

परागनं मान वर करून एकदा सर्वांवर नजर फिरवली. शंतनूच्या नजरेत त्याची नजर मिसळताच पुन्हा त्याच्या डोळ्यांत पाणी आलं. घशातला आवंढा गिळून त्यानं सांगायला सुरुवात केली, "इथे एवढी मोठी समाजसेविका, निरनिराळ्या संस्थांना सढळ हातानं देणगी देणारी आश्रयदाती, एक सभ्य स्त्री अशी वेगवेगळी रूपं घेऊन वावरणाऱ्या नीलमचं खरं रूप मला जेव्हा कळलं तेव्हा मी अक्षरशः हादरलो. तिला परपुरुषांबरोबर शय्यासोबत करताना पाहून मी उद्ध्वस्त झालो. माझ्यात काय कमी आहे, असं मी जेव्हा तिला विचारायचो तेव्हा ती माझा पाणउतारा करायची. तू माझ्या पैशांकडे पाहून लग्न केलं आहेस, तुला एका स्त्रीला सर्व दृष्टीनं सुखी कसं करायचं याचा काहीच अनुभव नाही, असे टोमणे मारायची. नोकरांसमोर मला घरातली कामं करायला सांगायची. कोणी बाहेरचं भेटायला आलं की, ती स्वतः सगळे डिसिजन घ्यायची. माझ्या कारखान्यातलेही निर्णय ती स्वतःच घेऊ लागली. थोडक्यात मला तिच्यालेखी काडीइतकीही किंमत नव्हती.

"एकदा एका कार्यक्रमासाठी मी व ती मुंबईला गेलो होतो. कार्यक्रम संपता संपता मला, भैय्यासाहेबांना खूप बरं नाही, असा फोन आला म्हणून मी तिला गाडी

घेऊन तिकडे जाऊ असं सांगितलं. तेव्हा ती एकदम रागानं म्हणाली, ‘काही कारण नाही त्या म्हाताऱ्याला भेटायला जायचं! आज नाही तर उद्या मरणारच आहे ना? मग त्यासाठी गाडी घेऊन लगेच जाण्याची काही आवशकता नाही. मी माझे इथले प्रोग्रॅम कॅन्सल करणार नाही. तुला जायचं असेल तर जा. पण गाडी वगैरे काही मिळणार नाही.’ मला प्रचंड राग आला. तिनं आत्तापर्यंत माझा अपमान केला होता तो मी सहन केला, पण तिनं माझ्या वडिलांचा केलेला अपमान मला सहन झाला नाही. त्या वेळी आमच्यात बरीच वादावादी झाली आणि सर्वांत कहर म्हणजे तिनं सर्वांसमोर माझ्या थोबाडीत मारली आणि ‘चालता हो माझ्या डोळ्यांसमोरून’ असं सांगितलं. झालेल्या अपमानाचं शल्य घेऊन मी तिथून बाहेर पडलो. डोक्यात आत्महत्या करायचे विचार घोळायला लागले. मी सरळ समुद्रावर आलो. तेव्हा तिथे एके ठिकाणी बरीच गर्दी जमली होती. मी सहज त्यात डोकावून बघितलं तर ते एका स्त्रीचं प्रेत होतं. पोलीस आजूबाजूला चौकशी करत होते, पण कोणाला काहीच माहिती नव्हतं. पण गर्दीतल्या कोणाच्यातरी बोलण्यात आलं की ती एक बाहेरख्याली स्त्री होती आणि कदाचित तिच्या नवऱ्यानंच तिचा खून केला असावा. बस्स! ते वाक्य ऐकलं आणि ठरवलं आपणही असंच करायचं. आत्महत्येचा विचार सोडून दिला आणि खून कसा करावा याचा विचार करत बसलो. तेव्हा असं लक्षात आलं की, नीलमचा खून करणं आणि तो पचवणं एवढं सहज शक्य नाही. यासाठी काहीतरी जबरदस्त योजना केली पाहिजे. बराच वेळ विचार केला आणि एकदम एक आयडिया क्लिक झाली. ‘सिरिअल किलर!’ मी अमेरिकेत असताना तिथल्या न्यूजपेपरमध्ये एकदा त्याविषयी वाचलं होतं. आमच्या मित्रामित्रांच्यात त्याविषयी बरीच चर्चाही झाली होती. तो सिरिअल किलर फक्त बायकांचे खून करायचा. खून करण्यापूर्वी तो बलात्कार करायचा. पुढे तो पकडला गेला आणि त्याला शिक्षा झाली. मी तीच थीम घ्यायची ठरवली. फक्त बलात्कार करायचा नाही. पण कोणाचे खून करायचे याविषयी मी संभ्रमात होतो.

“त्याच वेळी माझ्या कानावर आलं की मिसेस रंगनाथन यांनी नीलमला या नादाला लावलं आहे. तेव्हा ठरवलं की, अशाच बायकांचे खून करायचे की ज्या आपल्या नवऱ्याला फसवतात. पण मी जर अशा बायका शोधायला लागलो आणि त्यांचे खून करायला लागलो तर पोलीस ते ओळखतील. म्हणून मी शहरातल्या एका प्रायव्हेट डिटेक्टिव्ह एजन्सीला हाताशी धरलं. त्यांना शहरातील अशा बायकांची माहिती गोळा करायला सांगितली, की ज्या बाहेरख्याली आहेत, जुगारी आहेत, नवऱ्याच्या पैशावर ऐष करणाऱ्या आहेत. त्या डिटेक्टिव्ह एजन्सीतून मला एकूण आठ नावं मिळाली. त्यातल्या पाच बायका माझ्या ओळखीच्या होत्या आणि पाचही जणी मरायच्याच लायकीच्या होत्या. मिसेस रंगनाथन, मिसेस मीरचंदानी,

श्रीमती चितळे, मिसेस प्रधान आणि पाचवी होती मिसेस नीलम कारखानीस-सिंघल-परांजपे! या पाच जणींची निवड केल्यानंतर मी त्यांच्या एकंदरीत सर्व दिनक्रमाची खबर घ्यायला सुरुवात केली. त्या कुठे जातात, काय काय करतात, त्यांचे कोणाकोणाशी संबंध आहेत! मी एक इंडस्ट्रिअलिस्ट असल्यानं या सर्वांच्या पार्ट्यांमधून मला आरामात प्रवेश मिळत गेला. शिवाय नीलमच्या नावाचं वलय होतंच. पण यांचे खून करताना प्रत्येक वेळी मला त्यांच्या चेहऱ्यात नीलमचा चेहरा दिसत होता. त्यामुळे मी प्रत्येक चेहऱ्यावर नीलमच्या स्पेलिंगमधली लेटर्स कोरायची ठरवली. N I L A M आणि तशी मोल्ड माझ्या कारखान्यातून बनवून घेतली. फक्त ती लायटरनं गरम करायची आणि त्यांच्या चेहऱ्यावर लावायची. पहिले चार खून झाले तेव्हा प्रत्येक वेळी मी तिथे होतो. पण माझा कोणालाच संशय आला नाही. आज जेव्हा नीलमचा खून करायचं ठरवलं, तेव्हाही माझा संशय यायला नको म्हणून मी स्वत: पोलीस स्टेशनला जाऊन, कमिशनर साहेबांना भेटून पोलीस प्रोटेक्शन मागितलं होतं.

"मी आणि शंतनू जेव्हा बोलत होतो तेव्हा जो नोकर मला फोन आला आहे, असं सांगत आला, तो फोनही मीच माझ्या एका माणसाला करायला सांगितला होता. मी फोन घेण्याच्या बहाण्यानं आमच्या बेडरूममध्ये गेलो. थोड्या वेळानं त्याच नोकराला नीलम मॅडमचा मुंबईहून फोन आहे, असं सांगून तिला बोलवायला सांगितलं आणि मी नीलमची वाट पाहू लागलो. एवढ्यात मला ए.सी.पी. साने वरती येताना दिसले. ते जर वरती आले असते, तर माझा प्लॅन फसला असता. म्हणून मी त्यांना माझ्या मोबाइलवरून फोन केला आणि त्यांना, 'एक व्यक्ती नीलकमल बंगल्याच्या पाठीमागच्या भागात रेंगाळत आहे आणि ती भिंतीवरून आत चढण्याचा प्रयत्न करत आहे', असा खोटा फोन केला. साने माझ्या या फोनला फसले आणि ते पुन्हा बंगल्याच्या मागच्या भागात गेले. तोपर्यंत नीलम वर आली होती. मी बेडरूममध्ये दरवाज्याच्या मागे लपून बसलो. नीलम आत आली व फोन घ्यायला जायला लागली. मी तिला मागून पकडलं आणि तिचा गळा दाबून खून केला. पण माझा लायटर मी विसरलो होतो आणि शेवटचा M तर कोरायचा होता; म्हणून मी चाकूनं M तिच्या कपाळावर कोरला आणि काही झालंच नाही अशा आविर्भावात खाली येऊन पार्टीत मिसळलो. साने साहेब पुन्हा वर गेले आणि जेव्हा त्यांनी पाहिलं की नीलमचा खून झाला आहे, तेव्हा त्यांनी मला येऊन सांगितलं. मी वर गेलो आणि नीलमची डेड बॉडी पाहून रडण्याचं, आक्रोश करण्याचं नाटक करू लागलो. मी सर्व प्लॅन व्यवस्थित केला होता. पण पोलिसांना माझा संशय कसा आला ते मला माहीत नाही." परागनं सगळं काही कबूल केलं आणि तो कोचावर मान मागं टाकून बसला.

"मि. पराग, पोलीस आपली ड्यूटी व्यवस्थित करत असतात. तुम्ही हे जे सिरिअल किलरचं नाटक उभं केलं होतंत, ते मिसेस प्रधानांच्या खुनानंतर आमच्या लक्षात आलं होतं. मि. ओबेरॉय यांच्या पार्टी लिस्टमध्ये तुमचं नाव होतं. मी मि. ओबेरॉयना विचारलं की, तुमची घरची पार्टी होती म्हणता मग मि. परांजपे या पार्टीत कसे? तेव्हा त्यांनी सांगितलं की 'भैय्यासाहेब परांजपेंची आणि माझी मैत्री होती आणि या पार्टीची न्यूज जेव्हा मि. पराग यांना कळली, तेव्हा त्यांनी या पार्टीत सामील होण्यासाठी माझ्याकडे खूप आग्रह धरला आणि म्हणून मी त्यांना या पार्टीत सामील करून घेतलं.' त्याच वेळी मला संशय आला आणि मी मि. परांजपे यांना भेटायला त्यांच्या ऑफिसमध्ये गेलो. ते तेव्हा नव्हते. म्हणून त्यांच्या सध्याच्या पी.ए.शी बोलत असताना, मला मि. शंतनू व मि. पराग यांचे भांडण झाल्यापासून ते आजपर्यंतची त्यांची सगळी हकिकत समजली. मी तिथून निघणार एवढ्यात टपालाने, मि. पराग यांनी ज्या डिटेक्टिव्ह एजन्सीशी कॉन्टॅक्ट केला आहे, त्या एजन्सीचं एक एन्व्हलप आलेलं दिसलं. मी ते नाव लक्षात ठेवलं आणि या एजन्सीला जाऊन भेटलो. पहिल्यांदा त्यांनी माहिती देण्याचं टाळलं, पण जेव्हा मी त्यांना या चारही खुनांविषयी सांगितलं तेव्हा त्यांनी मला सर्व माहिती दिली.

याशिवाय या सर्व डेड बॉडींवर यांनी जे मार्क केले आहेत ते कसेही केले असले तरी आमच्या पोलिसी नजरेनं ते शोधून काढले. पहिली तीन अक्षरं होती NIL. त्यानंतर मिसेस प्रधानांच्या कपाळावरचं A! ते पाहून आम्ही आमचं जाळं मि. पराग यांच्याभोवती विणलं. त्यांची सर्व माहिती गोळा केली. त्यांच्या प्रत्येक हालचालीवर आमचं बारीक लक्ष होतं. कारण आम्हाला शंभर टक्के खात्री होती की पुढचा खून मिसेस नीलम यांचा होणार आहे कारण शेवटचा M राहिला आहे. जर मि. पराग यांनी मला खोटा फोन करून माझी दिशाभूल केली नसती, तर कदाचित मी आज मिसेस नीलमना वाचवू शकलो असतो." साने साहेबांनी खुलासा केला.

"नाही...नाही... असं झालं असतं तर माझा न्याय अपूर्ण राहिला असता... अपूर्ण राहिला असता." पराग एकदम तारस्वरात ओरडला आणि हसायला लागला.

"न्याय नाही, मि. पराग, आंधळा न्याय!" साने साहेब त्याच्या खांद्यावर हात टाकत म्हणाले.

सगळीकडे स्मशान शांतता पसरली होती. पराग मधूनच हसत होता, मधूनच रडत होता, आणि तोंडानं बडबडत होता, "आंधळा न्याय... आंधळा न्याय!"

❐

बर्फाची सुरी

भाग एक

सायरन वाजवत पोलिसांची जीप सी-रॉक अपार्टमेंटसमोर थांबली आणि ए.सी.पी. निखिल साने खाली उतरले. त्यांना पाहताच तिथे हजर असणाऱ्या सर्व पोलीस स्टाफने त्यांना कडक सॅल्यूट केला. स्मितहास्य करत त्यांच्या सॅल्यूटला प्रत्युत्तर देत ए.सी.पी. साने अपार्टमेंटच्या लिफ्टकडे गेले. त्या लिफ्टच्या गुरख्यानंदेखील त्यांना सलाम केला आणि लिफ्टचा दरवाजा लावून घेत अकराव्या मजल्याचं बटण दाबलं. कारण त्यांना कुठे जायचं आहे, हे त्याला चांगलं माहित होतं. आज सकाळपासून त्याची ही किमान २६वी वेळ होती पोलिसांना अकराव्या मजल्यावर घेऊन जाण्याची. कारण सुप्रसिद्ध उद्योगपती लालचंद हिराचंद किरोडीमल यांचा खून झाला होता व ते याच मजल्यावर राहत होते.

अकराव्या मजल्यावर लिफ्ट थांबताच गुरख्यानं लिफ्टचा दरवाजा उघडला व परत एकदा साने साहेबांना सलाम केला. साने साहेब बाहेर पडताच तो ग्राउंड फ्लोअरवर लिफ्ट घेऊन गेला. अकराव्या मजल्यावर पोलिसांची वर्दळ होती. त्या मजल्यावरील इतर फ्लॅटधारकांच्या जबान्या घेणं, प्रेताचा पंचनामा करणं ह्या नित्याच्या जबाबदाऱ्या ते पार पाडत होते. इन्स्पे. गोखले त्यांचे इनचार्ज होते. इन्स्पे. पाटील, इन्स्पे. रिसबूड त्यांना असिस्ट करत होते. साने साहेबांना पाहताच त्यांनी एक कडक सॅल्यूट केला.

"गोखले, काय म्हणतात तुमचे शेठ लालचंद?" वातावरणातील ताण दूर करण्यासाठी साने साहेबांनी विचारलं. तसे सर्व जण थोडेसे सैलावले. कारण साने साहेबांचा दरारा असा होता की, गुन्हेगारच काय पण डिपार्टमेंटची माणसंदेखील त्यांना टरकून असायची. अतिशय कडक, शिस्तप्रिय व मुख्य म्हणजे गुन्हेगारांविषयी प्रचंड तिटकारा. त्यामुळे जर एखादा गुन्हेगार साने साहेबांच्या तावडीत सापडला, तर त्याला अक्षरशः पश्चात्ताप व्हायचा, आपण गुन्हा केल्याचा. त्यांच्या कारकिर्दीत एकही केस फाइल झाली नव्हती. त्यांचा पेशन्स इतका होता, की केस हातावेगळी होईपर्यंत ते त्याचा पाठपुरावा करत व खऱ्या गुन्हेगाराला शोधून काढत. त्यांच्या याच गुणांमुळे कमिशनर साहेबांनी मुद्दाम ही केस त्यांना सोपवली होती.

"सर, रात्री साधारण साडेतीनच्या सुमारास मला एका अनोळखी माणसाचा फोन आला की, शेठ लालचंद हिराचंद यांचा खून झाला आहे." गोखले सांगू लागले, "आम्ही लगेच इथे आलो. एखाद्या धारदार शस्त्रानं त्यांच्या पोटावर वार केला गेला आहे. पण मर्डर वेपन मिळालेलं नाही. खून करणाऱ्यानं कोणताही पुरावा मागं ठेवला नाही. ना फिंगर-प्रिंट्स, ना फूटप्रिंट्स. त्यांच्या फ्लॅटची सर्व दारं बंद होती. गुरख्याकडे चौकशी केली तेव्हा रात्री बाराच्या सुमारास शेठ घरी आल्याचं समजलं. आत्ता जो गुरखा ड्यूटीवर आहे तो रात्रपाळी करत होता. त्यामुळे शेठजींना जिवंत पाहणारा तो शेवटचा माणूस आहे. त्याची जबानी आम्ही घेतली आहे."

"जरा बोलवा त्याला, मला बघू दे तरी तो कसा आहे." साने साहेबांनी तिथे हजर असणाऱ्या एका हवालदाराकडे बघत सांगितलं. तसं तो हवालदार चटकन सॅल्यूट करून त्या गुरख्याला बोलवायला गेला.

"चला गोखले, आपण शेठजींना भेटून येऊ." साने म्हणाले. तसं इन्स्पे. गोखले व इन्स्पे. पाटील त्यांच्या बरोबर शेठजींच्या बेडरूमकडे जाऊ लागले. जाता जाता साने साहेब त्या फ्लॅटचं निरीक्षण करत होते. शेठ लालचंद चित्रकलेतील दर्दी असावेत, कारण त्यांच्या फ्लॅटमध्ये बरीच पेंटिंग्ज दिसत होती आणि ती सर्व अतिशय कलात्मक होती.

बेडरूममध्ये आल्यावर साने शेठजींच्या डेड बॉडीचं निरीक्षण करू लागले. गोखले म्हणाले त्याप्रमाणे त्यांच्या पोटावर खोल जखम दिसत होती. फारतर ४० वय असावं त्यांचं. भरपूर पैसा असूनही निर्व्यसनी अशी त्यांची ख्याती होती. जास्तीत जास्त पैसा कमावणं हे एकच त्यांच्या आयुष्याचं ध्येय होतं. दोन केमिकल प्लॅन्टचे ते मालक होते. शिवाय अन्य छोट्यामोठ्या बिझनेसमध्येही त्यांची भागीदारी होती. हे सर्व बिझनेस अतिशय व्यवस्थित चालू होते. पैशाचा प्रश्नच नव्हता. जोडीला प्रतिष्ठाही होती. आश्रमशाळा, अनाथालय, निरनिराळ्या सामाजिक संस्था यांना त्यांनी देणग्याही दिल्या होत्या. अशा निरुपद्रवी माणसाचा एवढा निर्घृण खून का व्हावा, हेच कोडं सर्वांना होतं.

"गोखले, त्यांच्या फॅमिलीचं काय?" साने साहेबांनी विचारलं.

"सर, त्यांनी लग्न केलं नव्हतं. त्यामुळे फॅमिली असण्याचा प्रश्नच येत नाही. त्यांचे आई-वडील तिकडे गुजरातमधील एका छोट्याशा गावात राहतात. शेठजी त्यांना नियमितपणे पैसे पाठवीत असत. त्यांना एक बहीण आहे. पण तिचे लग्न झाले आहे व ती राजस्थानमध्ये असते. आम्ही या सर्वांना फोन केले आहेत. पण बहुतेक त्यांचे शेठजींशी चांगले संबंध नसावेत. कारण आम्ही जेव्हा त्यांना ही बातमी दिली, तेव्हा त्यांच्यापैकी कोणालाच फारसं दुःख झाल्यासारखं वाटलं नाही." गोखले सांगत होते, एवढ्यात तो हवालदार त्या गुरख्याला घेऊन आला.

"नाव काय तुझं?" साने साहेबांनी विचारलं.

तो गुरखा फारच भ्यालेला दिसत होता. अक्षरशः थरथरत होता. "रामसिंग." गुरख्यानं उत्तर दिलं.

साने साहेबांनी त्याला जवळ बोलावलं व अत्यंत प्रेमानं त्याच्या पाठीवर थोपटत त्याला विचारलं, "हे बघ रामसिंग, या शेठजींचा खून व्हायच्या आधी त्यांना जिवंत पाहणारा तू शेवटचा माणूस आहेस. तेव्हा काल रात्री शेठजी आल्यापासून काय काय घडलं ते मला सांग."

साने साहेबांच्या त्या स्पर्शानं त्या गुरख्याला थोडा धीर आला असावा. कारण एक अतिशय वरिष्ठ दर्जाचा पोलीस अधिकारी आपल्याशी एवढ्या प्रेमानं बोलतोय, हे पाहून त्याला बरं वाटलं.

"साहेब, काल रात्री माझी ड्यूटी होती. मी लिफ्टच्या बाहेर बसून होतो. साधारण बारा वाजता शेठजी आले. वॉचमननं गेट उघडून त्यांची गाडी आत घेतल्यावर, मी लिफ्टचा दरवाजा उघडला. नेहमी शेठजी आमच्याशी हसून काहीतरी बोलत असत. पण काल त्यांनी माझ्याकडे पाहिलंही नाही. मी दरवाजा लावून त्यांच्या ११ नंबरचं बटण दाबलं. तसं ते म्हणाले, रामसिंग जरा टेरेसला घे. मग मी टेरेसचं बटण दाबलं व त्यांना टेरेसवर सोडलं. लिफ्टमधून बाहेर पडताना त्यांनी मला जायला सांगितलं व जेव्हा वाटेल तेव्हा मी लिफ्ट कॉल करीन, असं ते म्हणाले. मी खाली येऊन परत वॉचमनशी बोलत राहिलो. पण शेठजींनी लिफ्ट कॉलच केली नाही. मी बराच वेळ वाट पाहिली आणि एक वाजता लिफ्ट लॉक करून झोपायला गेलो. सकाळी उठलो तेव्हा कळलं की शेठजींचा खून झाला आहे. ह्या साहेबांनी थांबायला सांगितलं म्हणून थांबलो आहे." इन्स्पे. पाटलांकडे बोट दाखवत रामसिंग म्हणाला.

"पण शेठजी टेरेसवर गेले हे तू आम्हाला का नाही सांगितलं?" इन्स्पे. पाटलांनी रागात विचारलं.

"तुम्ही कधी विचारलं?" रामसिंग म्हणाला, "तुम्ही विचारलं शेठजी कधी आले, तसं मी सांगितलं रात्री बारा वाजता. बास."

“ठीक आहे, त्यावर चर्चा नको.” साने साहेब म्हणाले. “बरं, मला एक सांग रामसिंग, रोज रात्री शेठजी टेरेसवर जायचे?”

“नाही साहेब, शेठजी वेळेचे एकदम पक्के होते. रात्री दहा, जास्तीत जास्त म्हणजे साडेदहापर्यंत शेठजी घरी यायचे. गेली अनेक वर्षं मी शेठजींची ही सवय पाहतोय. सकाळी सात वाजता शेठजी व्यायामाला जायचे. कारण तेव्हा मीच असायचो. पण सकाळी आठनंतर दुसरा गुरखा येतो. त्यामुळे पुढचं मला कळत नसे.”

साने साहेबांना ही गोष्ट थोडीशी खटकली. नेहमी साडेदहापर्यंत येणारा माणूस खुनाच्या आदल्या रात्री बारापर्यंत काय करत होता?

“ठीक आहे, तू जा. पण पुन्हा गरज लागली तर आम्ही तुला बोलवू. पाटील, त्याला रिलीव्ह करा व तो दुसरा गुरखा आला असेल तर त्याला बोलवा.” साने साहेबांनी सांगितलं, पाटील रामसिंगला घेऊन गेले.

“गोखले, शेठजींच्या ऑफिसमध्ये चौकशी करा. त्यांच्या फोन नंबरवर आलेले कॉल्स बघा. मोबाइल असेल तर त्याचीही चौकशी करा. आजूबाजूच्या लोकांचे जबाब झाले असतील ते सर्व घेऊन माझ्याकडे या. शेठजींचे लीगल ॲडव्हायझर कोण होते, त्यांचे मित्र, ऑफिसमधला स्टाफ या सर्वांची चौकशी करा.” साने साहेबांनी गोखलेंना सूचना देताच गोखले सॅल्यूट करून तेथून निघून गेले.

एवढ्यात शेठजींच्या फ्लॅटमधील टेलिफोनची बेल वाजू लागली. साने टेलिफोन शोधू लागले. त्याच बेडरूममध्ये शेठजींच्या बेडजवळ टेलिफोन होता. अत्यंत ॲंटिक असा तो फोन होता. साने साहेबांनी फोनवर रुमाल टाकत अत्यंत सावधगिरीनं टेलिफोन उचलला.

“हॅलो,” साने साहेब बोलू लागले.

“हॅलो, कसे आहात शेठजी?” पलीकडून एका बाईचा आवाज आला.

“हॅलो, कोण बोलतंय?” साने साहेबांनी विचारलं.

“आपण कोण?” पलीकडच्या बाईनं विचारलं.

“मी साने बोलतोय. शेठजींचा मित्र. आपण?”

“मी राधा बोलतेय. शेठजी आहेत का?”

प्रेसपर्यंत शेठजींच्या खुनाची बातमी गेली नव्हती. त्यामुळे पेपरमध्ये काहीच आलं नव्हतं. याचा फायदा साने घेणार होते.

“आहेत, पण झोपलेत. काय काम आहे तुमचं?” साने अंदाज घेण्यासाठी बोलले.

“झोपलेत?” पलीकडून राधानं विचारलं. “असं कसं शक्य आहे? मी इथे कधीपासून त्यांची वाट पाहात आहे. आम्हाला लगेच निघायचं आहे. तुम्ही एक काम करा, जरा त्यांना उठवा व सांगा, राधा तुमची वाट पाहत आहे.”

"पण तुम्ही कुठून बोलताय? शेठजींकडे तुमचं काय काम आहे?" साने साहेबांना हा क्ल्यू मिळाला होता, त्याचा पुरेपूर फायदा उठवायचा होता.

"अहो, कुठून म्हणजे काय? जिमखान्यातून बोलतेय. आणि तुम्ही असं पोलिसांसारखे प्रश्न काय विचारताय? प्लीज उठवा त्यांना लगेच." राधानं साने साहेबांना ऑर्डर सोडली.

"मॅडम, मी पोलिसासारखे प्रश्न विचारतोय कारण मी पोलीसच आहे. आय ॲम ए.सी.पी. निखिल साने. तुमचे शेठजी आता कधीच उठणार नाहीत. कारण त्यांचा काल रात्री खून झालाय."

"काय म्हणालात? खून?" पलीकडून एक किंकाळी ऐकू आली आणि फोन डिस्कनेक्ट झाला.

"हॅलो, हॅलो," सानेंनी वैतागून फोन आदळला. अजून जरा वेळ बोललो असतो, तर काहीतरी हाताला लागलं असतं. पण एवढं तरी कळलं की कोणी राधा म्हणून बोलत होती व ती जिमखान्यातून बोलत होती. पण कोण ही राधा, कोणता जिमखाना याचा काहीच उलगडा झाला नव्हता.

एवढ्यात पाटील दुसऱ्या गुरख्याला घेऊन आले. पाटलांना पाहताच साने साहेबांनी सांगितलं, "पाटील, आत्ता एक फोन आला होता. तो कुठून होता हे जरा टेलिफोन ऑफिसला विचारा. क्विक."

"यस सर." असं म्हणून पाटील तेथून निघून गेले व साने त्या गुरख्याकडे वळले. तो साधारण २० ते २२ वर्षांचा तरुण होता. "तुला कल्पना आहे का, इथे काय घडलं आहे?" साने साहेबांनी त्याला विचारलं.

"होय साहेब, खाली रामसिंगनं मला सांगितलं सर्व. मी खूप घाबरलो होतो. पळूनच जाणार होतो. एवढ्यात त्या साहेबांनी मला पकडलं व इथे घेऊन आले."

"तू का घाबरला होतास? तुझा काय संबंध पळून जाण्याचा?" साने साहेबांनी त्याला दरडावून विचारताच, तो रडायलाच लागला आणि एकदम खाली बसला.

"हे बघ रडू नकोस, उठ आधी आणि काय ते नीट सांग." साने साहेबांनी पुन्हा एकदा त्याला दरडावलं. तसा तो उठला व डोळे पुसत उभा राहिला.

"हे बघ, रामसिंगनं आम्हाला सांगितलं की, रोज सकाळी शेठजी सात वाजता व्यायामाला जात. त्यानंतर त्याची ड्यूटी संपत असे व तुझी चालू होत असे. तेव्हा तू मला शेठजींचे दिवसभराचे काय रूटीन होतं ते सांग."

"सांगतो साहेब. शेठजी सकाळी साडेआठपर्यंत परत येत असत. नंतर साडेनऊ वाजता ते ऑफिससाठी बाहेर पडत. साडेदहाचे सुमारास सखुबाई त्यांचे घर स्वच्छ करायला यायच्या. अकराव्या मजल्यावरच्या चारही फ्लॅटमध्ये त्याच काम करतात. त्यामुळे शेठजींच्या घरी त्या किती वाजता जातात ते मला माहित

नाही. पण एकदा कोणालातरी सोडायला मी अकराव्या मजल्यावर गेलो होतो, तेव्हा साधारण एक वाजता सखुबाई शेठजींच्या घराचं दार उघडून आत जाताना मी पाहिलं.''

''ठीक आहे. शेठजी पुन्हा घरी परत कधी येत?''

''शेठजी एकदा साडेनऊ वाजता बाहेर गेले की परत येत नसत. त्यामुळे त्यापुढचं मला काहीच माहिती नाही. पण साहेब, गेले काही दिवस एक मुलगी त्यांच्याकडे येत असे. शेठजी व ती मुलगी असे मिळून साडेदहापर्यंत बाहेर पडत. कधीकधी व्यायाम करून परत येतानाच ती मुलगी त्यांच्याबरोबर असायची. पहिल्यांदा ती आली, तेव्हा मीच होतो. मला एकदा वाटलं की, दुसऱ्या कोणाकडे तरी आली असेल. पण तिनं अकरावा मजला सांगितल्यावर मला थोडं आश्चर्य वाटलं. म्हणून तिला सोडल्यावर मी जरा वेळ तिथेच थांबलो. हेच बघण्यासाठी की ती कोणाकडे जाते. तर साहेब, ती मुलगी सरळ शेठजींच्या फ्लॅटमध्ये गेली. तिच्याकडे त्यांच्या फ्लॅटची चावी होती. आपल्याकडील चावीनं तिनं शेठजींच्या घराचा दरवाजा उघडला व ती आत गेली.''

एवढ्यात इन्स्पे. पाटील एका मुलीला घेऊन आत आले. ''हीच ती मुलगी साहेब.'' तिला पाहताच गुरखा ओरडला. त्याच्या त्या ओरडण्यानं ती मुलगी एकदम दचकली.

''सर, या मिस राधा. मी फोन ट्रेस करत होतो तेव्हा त्या लिफ्टपाशी आल्या व रामसिंगला अकराव्या मजल्यावर जाण्याविषयी सांगू लागल्या. मी त्यांना थांबवलं व त्यांची चौकशी चालू केली. पण त्या काहीच सांगायला तयार होईनात. त्यांचं आपलं एकच चालू होतं, शेठजींचे जे मित्र आत्ता माझ्याशी फोनवर बोलले त्यांच्याशीच मला बोलायचं आहे. मला काहीच कळेना. इथे आपल्याशिवाय कोणीच नसताना शेठजींचा मित्र कोण आला, म्हणून मी त्यांना तुमच्याकडे घेऊन आलो.''

पाटील बोलायचं थांबले तसं साने साहेब तिच्याकडे बघत म्हणाले, ''पाटील, मीच तो शेठजींचा मित्र. मीच मगाशी फोन घेतला होता व त्यानंतर तुम्हाला फोन ट्रेस करायला सांगितलं.''

''मीच केला होता तो फोन.'' राधा शांतपणे म्हणाली. साने साहेब एकटक तिच्याकडे पाहत होते. साधारण २५ ते २६ वय असेल तिचं. दिसायला अतिशय साधी होती. पण तिनं जी साडी नेसली होती ती भारीतली वाटत होती. शिवाय हलकासा मेकअप, गळ्यात चेन, हातात बांगड्या यावरून ती सुखवस्तू घरातील वाटत होती.

''ओके. पाटील, तुम्ही गुरख्याला घेऊन जा व गोखलेंचं काम कुठपर्यंत आलं

आहे ते पहा. चला राधाबाई, आपण हॉलमध्ये बसू.'' साने साहेबांनी एकीकडे राधाकडे लक्ष ठेवत पाटलांना सांगितलं.

तोपर्यंत पंचनामा पूर्ण झाला होता व इन्स्पे. रिसबुडांनी बॉडीचे फोटो काढणं, पंचनाम्यावर साक्षीदारांच्या सह्या घेणं इ. सोपस्कार पूर्ण केले होते. हॉस्पिटलच्या कर्मचाऱ्यांनी शेठजींची बॉडी स्ट्रेचरवर ठेवली व ते बाहेर पडले. इन्स्पे. रिसबूडही साने साहेबांना सॅल्यूट करून त्यांच्याबरोबर निघून गेले.

सर्व मंडळी गेल्यावर साने साहेब व राधा बाहेरच्या हॉलमध्ये आले. सोफ्यावर बसत साने साहेबांनी राधाला विचारलं, ''हां बोला, काय बोलायचं आहे तुम्हाला माझ्याशी?''

इतका वेळ मनावर असलेला ताण असह्य झाल्यानं राधा एकदम हमसाहमशी रडायला लागली. साने साहेब शांतपणे बसून होते. कारण नेमकं काय झालं, हे विचारून तिला डिस्टर्ब करण्यात काही पॉइंट नव्हता. शिवाय रडून झाल्यावर ती जास्त मोकळेपणानं सांगू शकणार होती.

थोड्या वेळानं राधाचा रडण्याचा आवेग कमी झाला. ''सॉरी, मी एकदम तुमच्यासमोर असं वेड्यासारखं वागायला नको होतं.'' राधा खाली मान घालूनच म्हणाली.

''नो नो. इट्स ओके. आता तुम्ही नॉर्मल झालात का? तुमच्यासाठी काही कॉफी वगैरे मागवू का?'' साने साहेबांनी विचारलं. कारण या बाईला सांभाळलं तर बरंच काही हाताला लागणार होतं व जर तिनं वकिलांना बोलावणं वगैरे काही केलं तर त्यांना काहीच करता येणार नव्हतं.

''नो थँक्स. मीच तुम्हाला विचारणार होते. तुम्ही कॉफी घेणार आहात का? मी करून आणते.'' राधा म्हणाली.

'करून आणते' या शब्दांनी साने साहेबांना एक गोष्ट क्लिअर झाली की, राधा शेठजींचेकडे वरचेवर येत असणार. कारण घरामध्ये काय काय आहे हे तिला माहिती होते.

''नको.'' साने साहेब म्हणाले, ''त्यापेक्षा आपण इथे बसून बोलूया. जर तुम्हाला कॉफीची गरज असेल तर तुम्ही घ्या.

''नाही, मलाही तशी काही आवश्यकता नाही. मी जिमखान्यावर चहा घेऊन आले आहे.'' राधा म्हणाली.

''ओके. आता बोला.'' साने साहेब सावरून बसत म्हणाले.

''सर, माझं नाव राधा कपूर. मी शेठजींची कम्पॅनियन आहे. माझी आणि शेठजींची जिमखान्यावर ओळख झाली. शेठजींचा स्वभाव फार रॉयल होता. चाळिशीतसुद्धा त्यांचा उत्साह एखाद्या तरुणाला लाजवेल असा होता. लॉन टेनिस

हा त्यांचा आवडता खेळ. तसेच अँटिक कलेक्शन, पेंटिंग्ज याचाही त्यांना छंद होता. बऱ्याच वेळा मी त्यांची ही पेंटिंग्ज, अँटिक्स पाहण्यासाठी येत असे. हळूहळू आम्ही मनानं जवळ आलो व एक दिवशी शेठजींनी मला विचारलं की, माझ्याशी लग्न करशील का?

"खरं तर मला जरा ते विचित्र वाटलं. तशी मी सायन्स ग्रॅज्युएट आहे. पण मी ह्यूमन सायकॉलॉजीचाही अभ्यास केला आहे. त्यामुळे वयाच्या चाळिशीनंतर माणसाला एखाद्या साथीदाराची गरज असते, हे मला माहिती होतं. मी त्यांना ह्या सर्व गोष्टी समजावून सांगितल्या. त्यांची प्रतिष्ठा, त्यांचा समाजातील मान या सर्व गोष्टींची मला चांगली कल्पना होती. या लग्नामुळे कदाचित या सर्व गोष्टींना धक्का बसला असता, म्हणून मी लग्नापेक्षा आपण फक्त एकत्र राहू या, असा त्यांना सल्ला दिला. त्यांना तो पटला व आम्ही दोघं एकत्र राहू लागलो. पण आमच्यात कधीच शारीरिक संबंध आले नाहीत. शेठजींनी कधी त्याविषयी विचारही केला नसावा. कारण बऱ्याच वेळा रात्रीही मी त्यांच्या बरोबर असायची, पण शेठजी त्यांच्या बेडरूममध्ये झोपायचे व मी त्यांच्या गेस्टरूममध्ये. त्यामुळे मला त्यांच्याविषयी पूर्ण विश्वास होता आणि मुख्य म्हणजे हाय सोसायटीमध्ये या गोष्टी काही वेगळ्या नाहीत. त्यामुळे आमच्या ग्रुपमधल्या कोणालाच याचं काही वाटलं नाही. पण आज त्यांचा खून झाल्यावर पुन्हा एकदा मी वाऱ्यावर पडले." राधानं सांगितलं.

"मिस राधा, जनरली खून होण्यामागं तीन कारणं असतात असं मानलं जातं. तीन डब्ल्यू. वेल्थ, वाइन अॅण्ड वुमन. एक वाइन सोडता शेठजींकडे दोन्ही होतं, हे आत्ता तुमच्या बोलण्यावरून समजलं. आता मला दुसरं सांगा, शेठजींचा कुणी शत्रू? बिझनेसमधला, त्यांच्या पैशावर डोळा असलेला किंवा इतर कोणत्याही प्रकरणातून त्यांच्याशी काही मतभेद वा भांडण झालेला असा कोणी तुम्हाला माहित आहे?" साने साहेबांनी आता पोलिसी वाटचालीनं प्रश्न विचारायला सुरुवात केली.

"सर, कोणत्याही धनिक व प्रतिष्ठित माणसाला छुपे शत्रू असतात. उघडपणे कोणी बोलत नसलं तरी मागून त्यांना नावं ठेवणारी काही माणसं होती. त्यात आमच्याच ग्रुपमधले आमच्या जिमखान्याचे सेक्रेटरी मि. राव, त्यांचा बिझनेसमधला प्रतिस्पर्धी मि. टंडन आणि शेठजींचा सावत्र भाऊ लाखन."

"शेठजींना सावत्र भाऊ आहे?" साने साहेबांनी आश्चर्यानं विचारलं. ही माहिती त्यांना नवीन होती. कारण मगाशी इन्स्पे. गोखलेंनी त्यांच्या फॅमिलीविषयी सांगताना हा उल्लेख त्यात आला नव्हता.

"आहे ना." राधा उत्तरली, "सहाच महिन्यांपूर्वी गुजरातमधून तो इकडे आला आहे. तिकडे काही बरे-वाईट धंदे केल्यानं गावातून त्याला हाकलून लावलं होतं. तो येथे आला, तेसुद्धा शेठजींनी त्यांच्या आई-वडिलांना केलेल्या पैशाच्या मनिऑर्डरवर,

त्यांच्या वडिलांची खोटी सही करून, ते पैसे घेऊनच. तेव्हा शेठजींनी लाखनला बोलावून विचारलं, तर निर्लज्जपणे आपण ते पैसे परस्पर घेतल्याचं त्यानं सांगितलं. शेठजी त्यावर त्याला खूप बोलले होते. त्यांनी लगेच दुसरी मनिऑर्डर करून घरी पैसे पाठवले.''

''आता लाखन कुठे आहे?'' साने साहेबांनी विचारलं.

''तो शेठजींच्या ऑफिसमध्येच काम करतो. म्हणजे काम काहीच करत नाही, फक्त दिवसभर टेबल अडवून बसलेला असतो. पण घरातील भानगडी लोकांच्यासमोर यायला नकोत म्हणून त्याला स्टोअर्स सेक्शन दिला आहे. तर तिथंही सप्लायर्सकडून पैसे खातो व ऑर्डरी पास करतो.'' राधानं सांगितलं.

''शेठजींना हे माहित होतं का?''

''होतं की. एकदा एका सप्लायरकडून पैसे घेऊन त्यानं ती ऑर्डर पास केली. पण शेठजींना त्यांचे मटेरियल न आवडल्यानं त्यांनी ती ऑर्डर कॅन्सल केली. तेव्हा तो सप्लायर सरळ शेठजींकडे आला व त्यानं लाखनविरुद्ध तक्रार केली. त्या सप्लायरचे सर्व पैसे शेठजींनी दिले. नंतर लाखनला विचारलं तर त्यानं सरळ कानावर हात ठेवले व तो सप्लायर खोटं बोलतो आहे असं त्यानं सांगितलं. उलट ही ऑर्डर पास करण्यासाठी त्यानंच मला पैसे देण्याची तयारी दाखवली होती, पण मी घेतले नाहीत, असं त्यानं उत्तर दिलं. तेव्हाच शेठजी काय समजायचं ते समजले व त्याच्याकडून स्टोअरचा चार्ज काढून घेतला. तेव्हापासून तो ऑफिसमध्ये यायचादेखील बंद झाला. अडवानी सर पण होतेच तिथं.''

''हे अडवानी कोण?'' सानेंनी विचारलं.

''ॲडव्होकेट अडवानी. शेठजींचे लीगल ॲडव्हायझर आहेत ते.''

''अच्छा. हा लाखन राहतो कुठे?''

''याच बिल्डिंगमध्ये वरच्या मजल्यावर त्याचा फ्लॅट आहे.'' राधानं सांगितलं आणि साने साहेब चटकन उठून उभे राहिले. ''पाटील.'' त्यांनी हाक मारली.

इन्स्पे. पाटील आत आले. ''पाटील, याच बिल्डिंगच्या वरच्या मजल्यावर शेठजींचा एक सावत्र भाऊ राहतो, हे तुम्हाला माहिती आहे का?'' साने साहेबांनी जरा रागातच विचारलं.

''नाही सर, आम्हाला माहित नाही.'' पाटील खाली मान घालून म्हणाले.

''अरे, मग पंचनामा करताना, या लोकांना विचारताना तुमच्या लक्षात आलं नाही का?'' साने साहेबांचा आवाज जरा चढला.

''एक मिनिट सर,'' राधा मध्येच म्हणाली. ''इथं कोणालाच माहित नाही की, हा फ्लॅट शेठजींच्या भावासाठी घेतला आहे व त्या फ्लॅटमध्ये शेठजींचा भाऊ राहतो. कारण ही गोष्ट शेठजींनी कोणालाच सांगितली नव्हती.'' राधानं खुलासा

केला. पाटलांनी मनातल्या मनात तिचे आभार मानले. नाहीतर आत्ता या पोरीसमोर साहेबांनी आपली पार अक्कल काढली असती, याची त्यांना खात्रीच होती.

"ओके. पाटील, जा आणि त्याला ताबडतोब खाली घेऊन या." साने साहेब जरा नरमाईच्या स्वरात म्हणाले. पाटील पटकन तेथून निघून गेले.

"मिस राधा..." साने साहेब पुढचं काही बोलायच्या आत, त्यांना हातानं थांबवण्याचा इशारा करत राधा म्हणाली, "सर, मला मिस राधा वगैरे म्हणू नका. नुसतं राधा म्हणा, प्लीज."

सानेंना हे जरा खटकलं. पण त्याकडे दुर्लक्ष करत ते म्हणाले, "ओके. तर राधा, तूही शेठजींच्या ऑफिसमध्येच काम करतेस?"

"नाही. मी दुसऱ्या एका कंपनीत कामाला आहे. खरं तर तेही शेठजींचे चांगले मित्रच आहेत. कदाचित तुम्ही त्यांचं नाव ऐकलंही असेल. द बिग इंडस्ट्रिअलिस्ट मि. गुप्ता."

"ओ येस येस. आय नो हिम व्हेरी वेल. भेटायची वेळ आली नाही कधी, पण ऐकून आहे त्यांच्याविषयी बरंच काही." सानेंचे वाक्य संपायच्या आत इन्स्पे. पाटील एका पस्तिशीच्या तरुणाला घेऊन आत आले.

प्रथमदर्शनी कोणीही नापसंत करेल असंच ते व्यक्तिमत्त्व होतं. लालभडक डोळे मग ते जागरणामुळे आहेत, की अन्य काही कारणानं ते कळत नव्हतं, दाढी वाढलेली, केस अस्ताव्यस्त पसरलेले. राधानंदेखील त्याच्याकडे पाहून आपली नजर दुसरीकडे वळवली.

"येस इन्स्पेक्टर, काय प्रॉब्लेम आहे? आणि ही राधा इथे सकाळी सकाळी काय करत आहे? काय ग राधे, तुला काय कामधंदा आहे की नाही? की आपलं नेहमी शेठजींच्याच घरात पडून रहायचं?" समोर कोण आहे, आपण काय बोलतोय याचं भान नसल्यागत लाखन बोलला.

"ए, ते इन्स्पेक्टर नाहीत, ते ए.सी.पी. साहेब आहेत. आणि जरा सरळ बोल. नाहीतर तुलाच सरळ करावा लागेल." पाटील आपल्या खास पोलिसी भाषेत बोलले. मगाशी साने साहेबांनी त्यांना झापले होते, त्याचा वचपा त्यांनी लाखनवर काढला.

"पाटील, जरा थांबा. मी त्याच्याशी बोलतो. तुम्ही बाहेर जाऊन गोखल्यांचं काम कुठपर्यंत आलं आहे ते पहा. प्लीज गो."

साने साहेबांची ऑर्डर ऐकून खरं तर पाटलांना भयंकर संताप आला होता. एका फडतूस तरुणासाठी ते बोलले व तेसुद्धा राधासारख्या पोरीसमोर, हेच त्यांना जास्त खटकलं. पण बॉस इज ऑलवेज राइट, या उक्तीप्रमाणे त्यांनी आपला नेहमीप्रमाणे सॅल्यूट केला व चरफडतच ते बाहेर गेले.

"मि. लाखन, आय ॲम ए.सी.पी. निखिल साने." साने साहेबांनी शांतपणे आपली ओळख करून दिली.

"आय ॲम सॉरी सर." लाखन एकदम नरमाईनं बोलला. "पण तुमच्या इन्स्पेक्टरनं मला झोपेत असताना अक्षरश: एखाद्या कैद्याला उठवतात त्या पद्धतीनं उठवलं, त्यामुळे मी अपसेट झालो. प्लीज, फरगिव्ह मी. ॲण्ड बाय द वे, काय भानगड काय आहे? आज सकाळी सकाळी पोलिसांची परेड आमच्या लालूच्या फ्लॅटमध्ये कशी?"

"म्हणजे तुम्हाला काहीच माहीत नाही, मि.लाखन?" साने साहेबांनी आश्चर्यानं विचारलं.

"नाही. का काय झालं? कोणाचा खूनबीन झालाय की काय?" लाखननं मिस्कील स्वरात विचारलं.

"येस, मि. किरोडीमल यांचा काल रात्री कोणी अज्ञात इसमानं निर्घृण खून केला आहे. पंचनामा वगैरे झाला आहे. त्यांच्या घरी गुजरातमध्ये आम्ही फोन केला होता. पण तुम्ही येथे राहता हे माहीत नसल्यानं बॉडी पोस्ट-मॉर्टमसाठी पाठविली आहे." साने साहेबांनी थोडक्यात पण सर्व माहिती दिली आणि ते लाखनची काय प्रतिक्रिया येते ते पाहू लागले.

"व्हॉट? लालूचा खून? इम्पॉसिबल, ॲण्ड हॉरिबल. ओ गॉड, ओ गॉड." असं म्हणत तो एकदम सोफ्यावर धाडकन कोसळला व रडू लागला. साने साहेबांनी सहज राधाकडे पाहिलं तर तिनं कसा नाटक करतोय बघा, अशा अर्थी खूण केली.

"मि. लाखन, प्लीज कंट्रोल युवरसेल्फ. प्लीज. आणि जरा माझ्या प्रश्नांची उत्तरं द्या. मला माहीत आहे आत्ता तुमची मन:स्थिती काय आहे ते. पण इट्स रुटीन प्रोसीजर. प्लीज, कोऑपरेट विथ अस." साने साहेबांनी त्याच्या पाठीवर थोपटत सांगितलं.

का कोणास ठाऊक पण त्याची ही रिॲक्शन त्यांना खरी वाटत होती. त्यात नाटकीपणा असावा असं त्यांना अजिबात वाटत नव्हतं. पण निर्ढावलेले गुन्हेगार काय काय नाटक करू शकतात, याचा त्यांना चांगला अनुभव होता. त्यामुळे प्रथमदर्शनी कोणाबद्दल कसलंच मत ते बनवत नसत.

थोड्या वेळानं लाखन शांत झाला. "प्लीज, मला एक ग्लास पाणी मिळेल का?" त्यानं साने साहेबांना विचारलं. सानेंनी राधाकडे पाहिलं. एक नाखुषीचा कटाक्ष टाकून राधा आत पाणी आणायला गेली.

"सर, आय वॉन्ट टू टेल यू समथिंग अबाउट धिस बिच. आय ॲम सॉरी अगेन फॉर युजिंग सच अ वर्ड, बट शी डिझर्व्हज इट." लाखन रागानं बोलत होता. "बट नॉट हिअर सर, इन सम प्रायव्हेट प्लेस. मे बी इन पोलीस स्टेशन." लाखनचं ते सफाईदार इंग्लिश ऐकून साने साहेबांच्या मगाच्या मताला थोडीशी पुष्टी मिळाली होती.

"ओके, नो प्रॉब्लेम मि. लाखन. आपण तुमच्या फ्लॅटमध्ये बसू." साने साहेब म्हणाले. एवढ्यात राधा पाणी घेऊन आली व तिनं पाण्याचा ग्लास लाखनच्या हातात न देता टिपॉयवर ठेवला व ती दुसरीकडे पाहू लागली.

पाणी पिऊन झाल्यावर इन्स्पे. पाटलांना राधाजवळ बसायला सांगून साने साहेब व लाखन त्याच्या फ्लॅटमध्ये आले. "एक मिनिट साहेब, मी जरा आटपून येतो." करंगळी वर करून दाखवत लाखन आत गेला. त्याही परिस्थितीत त्याची ती ॲक्शन पाहून सानेंना हसू आलं. पण नंतर त्यांनी लाखनच्या फ्लॅटचं निरीक्षण करायला सुरुवात केली. किरोडीमलांच्या सारखाच हाही फ्लॅट अद्ययावत होता. त्या सहा रूमच्या फ्लॅटमध्ये सामान अगदीच तुटपुंजं होतं. म्हणजे जरुरीपुरतं, जेवढं लागतं तेवढंच. पण हॉलमधला बार मात्र छान सजवला होता.

साने साहेब त्या बारकडे बघत असतानाच लाखन आत आला. "सर, डू यू वॉन्ट सम ड्रिंक?" लाखननं विचारलं त्या विचारण्यात ऑफर देण्याचा स्वर नव्हता, एक फॉर्मेलिटी होती.

"नो, थँक्स. मी ड्रिंक्स घेत नाही." साने साहेबांनी स्पष्टपणे सांगून टाकलं. "ओके नाउ टेल मी, मि. लाखन, तुम्ही काय बोलणार होतात?"

"प्लीज बी सीटेड सर ॲण्ड बी कम्फर्टेबल. मी आता जे जे सांगणार आहे, त्यावर विश्वास ठेवायचा की नाही ते तुम्ही ठरवा. पण हे सत्य आहे. सर, शेठ लालचंद आणि मी सावत्र भाऊ आहोत. लालचंद माझ्यापेक्षा सहा वर्षांनी मोठे. ते तीन वर्षांचे होते तेव्हा त्यांची आई वारली. म्हणून आमच्या वडिलांनी दुसरं लग्न केलं. आमच्या आईचं आमच्या दोघांवर फार प्रेम होतं. लहानपणापासून लालू फार हूड होता. शाळेत गेल्यावरदेखील त्याचा हूडपणा कमी झाला नाही. रोज कोणाशी तरी भांडण कर, कोणाला तरी मार हे उद्योग चालायचे. आमचे वडील त्या वेळी गावचे मुखिया होते. त्यामुळे त्याच्याविरुद्ध कोणी बोलत नसे. मी मात्र शाळेत पहिल्यापासून हुशार होतो. कधीही मी पहिला नंबर सोडला नाही. सर, आय ॲम फर्स्ट क्लास एम.बी.ए. विथ गोल्ड मेडल.

"कॉलेजमध्ये असताना लालू एका मुंबईच्या पोरीच्या प्रेमात पडला. आमच्या घरात हा रिश्ता मंजूर नव्हता. ती पोरगी एका श्रीमंत बापाची होती. त्यामुळे ती आमच्या गावात राहणं शक्यच नव्हतं. तिच्या नादानं लालू इतका पागल झाला होता की, रोज आमच्या घरात वादावादी चाले. एके दिवशी आमच्या वडिलांनी लालूला घरातून हाकलून लावलं. लालूला तेच हवं होतं. तो त्या पोरीबरोबर मुंबईला आला. त्यानंतर जवळजवळ दहा वर्षं आमचा आणि त्याचा काहीच संबंध नव्हता.

"एक दिवशी अचानक लालू आमच्या गावी आला. तेव्हा तो शेठ लालचंद झाला होता. मध्यंतरीच्या काळात आमची आर्थिक स्थिती पार बिघडली होती. मी

त्याच गावात राहून काहीतरी छोटीमोठी नोकरी करून आमचा सर्वांचा गुजारा करत होतो. आमच्या बहिणीचंही तेव्हा लग्न झालं होतं. पण तिला आम्ही हुंडा देऊ न शकल्यानं तिच्या सासरी तिचा छळ होई. लालूनं आल्या आल्या आमच्या सर्व आर्थिक समस्या सोडवल्या. बेनच्या सासरच्या लोकांनी जेवढा हुंडा मागितला होता, तेवढा देऊन वर त्यांना जादा पैसे दिले आणि सांगितले की जर माझ्या बहिणीला यापुढे त्रास झाला तर तुमची खैर नाही.

''आमच्या वडिलांनी मात्र लालूला घरी ठेवून घेतलं नाही. यू नो, जनरेशन गॅप. त्यांच्या डोक्यातून लालूनं केलेली चूक कधीच गेली नाही. लालू त्यांना मुंबईला चला म्हणत होता. पण त्यांनी स्पष्टपणे नाही म्हणून सांगितलं. शेवटी जाताना तो मला त्याचं कार्ड देऊन गेला व कधीही गरज लागली तर ये, असं सांगून तो निघून गेला. त्यानंतर नियमित त्याची मनिऑर्डर यायची. पण आमच्या वडिलांनी कधीच त्यावर सही केली नाही. ती नेहमी मलाच घ्यावी लागे. अर्थात ही गोष्ट त्याला कधीच माहिती नव्हती. त्यानं घरी फोन घेऊन दिला. घर बांधून दिलं. माझ्यावर तर त्याचा फार जीव होता.

''एके दिवशी त्यानं मला फोन करून बोलावून घेतलं व त्याच्या फॅक्टरीत काम बघशील का म्हणून विचारलं. माझ्याकडे मुंबईला येण्याइतके देखील पैसे नव्हते. म्हणून नेहमीप्रमाणे त्याची आलेली मनिऑर्डर मी सही करून घेतली व त्याच पैशांतून मी मुंबईला आलो. त्याला खूप आनंद झाला. आल्या आल्या त्यानं विचारलं की, पैशाची काय सोय केलीस म्हणून? मी सांगितलं की तू केलेल्या मनिऑर्डरीतून मी इथे आलो. त्याबरोबर त्यानं दुसरी मनिऑर्डर करून घरी पैसे पाठवले. इथे आल्यावर त्यानं मला पहिल्यांदा काहीच काम दिलं नाही. ऑफिसमध्ये सुद्धा मी त्यांचा भाऊ आहे हे कळू दिलं नाही. फक्त त्याच्या गावाकडचा आहे, एवढंच सर्वांना सांगितलं होतं. इव्हन हा फ्लॅटदेखील त्यानं माझ्या नावानं घेतला व त्याच्या पर्सनल अकौंटमधून त्याचे पैसे दिले.

''सर, पहिले दोन-तीन महिने काहीच प्रॉब्लेम नव्हता. खाओ, पिओ और ऐश करो असंच चाललं होतं. पण मग मलाच या रूटीनचा कंटाळा आला व मी त्याला काही काम दे म्हणून सांगितलं. त्याच दरम्यान आमच्या फॅक्टरीमधली स्टोअर कीपरची पोस्ट व्हेकंट होती. म्हणून त्यानं मला स्टोअरमध्ये काम करण्यास सांगितलं. स्टोअरचा चार्ज घेतल्यावर एक गोष्ट माझ्या लक्षात आली की, कंपनी एकाच सप्लायरकडून माल घेत आहे. त्याचे चार्जेस जादा आहेत, त्याच्या मालाची क्वालिटी बरोबर नाही, तरी सर्व ऑर्डर्स त्यालाच आहेत. मी याविषयी जेव्हा त्याच्याशी बोललो तेव्हा मला समजलं की तो या राधेचा नातेवाईक आहे. राधा हे प्रकरण तोपर्यंत मला माहिती नव्हतं. मी जरा खोलात जाऊन चौकशी केली तेव्हा

मला कळलं की, लालूची आणि राधाची ओळख जिमखान्यावर झाली आहे. ती गुप्ता टेक्सटाईल्समध्ये, मि. गुप्तांची पी.ए. आहे. जिमखान्यावरदेखील ती कमिटीवर आहे. पण जिमखान्याचे सेक्रेटरी मि. राव यांच्याशी तिचं अजिबात पटत नाही. कारण कधीही येणं, कधीही खेळणं, जिमखाना म्हणजे आपली प्रॉपर्टी आहे, असं समजून तिथल्या लोकांना ट्रीट करणे हे नियमाच्या विरुद्ध आहे. पण लालूने जिमखान्याला मोठी देणगी दिली होती व राधा त्याची कम्पॅनियन होती त्यामुळे उघडपणे ते काहीच बोलत नसत, मात्र त्यांनी ही गोष्ट मला सांगितली होती.

"सर, त्या सप्लायरची एक ऑर्डर मी कॅन्सल केली. मी लालूलादेखील हे सांगणार होतो. पण तोपर्यंत या राधेनं आणि त्या सप्लायरने मिळून माझ्याच विरुद्ध लालूचे कान फुंकले आणि मी स्टोअरमध्ये पैसे खातो, असं उठवलं. सर, माझा भाऊ माझ्या सर्व गरजा पुरवत होता. मला हवा तेवढा पैसा द्यायला तो तयार होता. असं असताना त्याच्याच फॅक्टरीमध्ये पैसे खाण्याची मला काय गरज होती? उलट सर, तो मला जो पगार देई, त्यातील नियमितपणे काही रक्कम मी बाजूला टाकत होतो. कारण या फ्लॅटचे पैसे मला त्याला द्यायचे होते. ते त्यानं कधीच मागितले नव्हते व नसते. पण मीच ठरवलं होतं.

"सर, आठ दिवसांपूर्वी लालूनं एक विल केलं होतं. त्यात त्यानं त्याच्या प्रॉपर्टीचे दोन भाग केले होते. एक भाग त्यानं राधाच्या नावानं केला होता व एक भाग एका अनाथाश्रमाच्या नावानं केला होता. ॲडव्होकेट अडवानी हे त्याचे लीगल ॲडव्हायझर होते. ते विल त्यांनी तयार केली होती, पण त्यावर सही करायची बाकी होती. दोन दिवसांत ते विल फायनल होणार होतं व त्यावर तो सही करणार होता."

घड्याळ्यात १२ चा ठोका पडला. लाखन जवळजवळ एक तास बोलत होता. त्या एक तासात साने साहेबांनी त्याला एकदाही डिस्टर्ब केलं नव्हतं. त्याच्या आणि राधाच्या बोलण्यातील काही पॉइंट्स जुळत होते तर काहीत विसंगती होती. पण ते सर्व मुद्दे साने फक्त आपल्या डोक्यामध्ये जुळवून ठेवत होते. सकाळी सात वाजल्यापासून ते बारा वाजेपर्यंत सानेंनी एक कप चहाशिवाय काहीच घेतलं नव्हतं. पण त्याचा शिणवटा किंवा थकवा हा त्यांच्या चेहऱ्यावर कुठेच जाणवत नव्हता. उलट केस रंगायला लागली आहे म्हटल्यावर त्यांना जास्तच उत्साह यायला लागला होता.

"मि. लाखन, काल रात्री तुमची आणि मि. किरोडीमल यांची भेट कधी, कुठे व किती वाजता झाली?" साने साहेबांनी विचारलं.

"सर, काल मी त्याला संध्याकाळी साधारण चारच्या सुमारास फोन केला. तेव्हा तो मला भेटला नाही. पण संध्याकाळी सात वाजता मला लालूनं फोन केला व रात्री टेरेसवर ये असा निरोप दिला. मला हे सर्व विचित्र वाटलं, पण मी काहीच बोललो नाही. नंतर सुमारे नऊ वाजता ॲड. अडवानींनी मला फोन केला व त्यांच्या

ऑफिसवर बोलावून घेतलं व शेठजींना माझ्याशी काहीतरी बोलायचं आहे, असा निरोप दिला. मला पहिल्यांदा आश्चर्य वाटलं. कारण माझा व त्यांचा तसा काहीच संबंध नव्हता. पण मग मी जाण्याचं ठरवलं व त्यांच्या ऑफिसात गेलो. मात्र त्यांच्या ऑफिसला कुलूप होतं. या जाण्या-येण्यात जवळजवळ दीड तास गेला. मग मी सरळ एका बारमध्ये गेलो आणि त्या अडवानीच्या नावानं शिव्या घालत बसलो. साधारण अकरा वाजता मी घरी परत आलो व झोपलो. ते सकाळी तुमच्या पाटील साहेबांच्या भूपाळीनेच जागा झालो.''

लाखनच्या डोक्यातून पाटील साहेबांनी त्याला उठवताना दाखवलेला पोलिसी हिसका काही केल्या जात नव्हता. त्याच्या तिखट शब्दांतून साने साहेबांना ते जाणवलं. पण तिकडे दुर्लक्ष करीत त्यांनी विचारलं, ''मि. लाखन, शेठजींच्या विलबद्दल आणखी कोणाला माहिती आहे? स्पेशली मिस राधा?

''आय रिअली डोंट नो सर. बट कॅन यू इमॅजिन द टोटल कॉस्ट ऑफ हिज प्रॉपर्टी? बँक बॅलन्स, शेअर्स आणि फॅक्टरी धरून अबाउट फिफ्टी टू सिक्सटी क्रोअर.'' लाखननं ही फिगर सांगताच सानेंना फार आश्चर्य वाटलं नाही. पण राधासारखी चालू म्हणता येईल अशी मुलगी आणि तिच्या भाषेत सांगायचं, तर एक गुंड प्रवृत्तीचा सावत्र भाऊ यांच्यासाठी ही रक्कम फारच मोठी होती.

लाखन काहीतरी बोलणार एवढ्यात इन्स्पे. गोखले एका चाळिशीतल्या, टक्कल पडलेल्या माणसाला घेऊन आले.

''या अडवानी साहेब, काल चांगलं फसवलंत मला. ऑफिसमध्ये बोलवायचं आणि स्वत: गायब व्हायचं हा कसला न्याय तुमचा?'' लाखननं आल्या आल्या त्या माणसाचं स्वागत केलं. लाखनच्या बोलण्यावरून गोखलेंबरोबर आलेला माणूस ॲड. अडवानी आहे, हे सानेंनी ओळखलं.

''गुड नून ए.सी.पी. साहेब. मायसेल्फ ॲड. अडवानी. लीगल ॲडव्हायझर टू लालचंद हिराचंद केमिकल्स ॲण्ड सप्लायर्स.'' स्वत:ची लांबच्या लांब ओळख करून देत आणि शेकहँडसाठी हात पुढे करत ॲड. अडवानी म्हणाले.

''गुड नून ॲड. अडवानी.'' त्यांच्या हातात हात मिळवत साने साहेब म्हणाले.

''ओ अडवानी साहेब, जरा आमच्याकडे आधी बघा. काल मला फसवलंत कशाला? काल काय एप्रिल फूल होता की काय?'' लाखन त्यांच्याकडे रागानं पाहत म्हणाला.

''मि.लाखन, मी तुम्हाला कोणताही फोन केलेला नाही. मी तुम्हाला माझ्या ऑफिसमध्ये बोलवण्याचं कारणच काय? तुम्हाला नशेमध्ये कळलं नसेल कोण बोलतंय ते. उगाच माझ्यावर ओरडण्याचं कारण नाही.'' अडवानीनं जरा उंच स्वरात लाखनला उत्तर दिलं.

"ओ, जरा सांभाळून बोला. मी तुमचा क्लायंट नाही कसंही बोलायला. नशेमध्ये असल्यावर मेंदूवरचा ताबा जातो, कानांवरचा नाही. आणि मी तुमच्यासारखी हलकीसलकी पीत नाही. मला फक्त स्कॉच लागते. जी कधी तुम्ही आयुष्यात पाहिली तरी आहे की नाही कोणास ठाऊक. बाकी लालूच्या बरोबर काम करायला लागल्यापासून तुम्ही स्कॉच काय पण शँपेनसुद्धा प्यायला सुरुवात केली असणार. कारण म्हणतात ना आंधळ दळतं आणि कुत्रं पीठ खातं." लाखन तावातावानं बोलायला लागला.

"इनफ. मि. लाखन, एका ॲडव्होकेटला असं बोलणं तुम्हाला शोभत नाही." साने साहेब मध्ये पडले नसते तर दोघांच्यात युद्धच सुरू झाले असतं.

"हा कसला ॲडव्होकेट? लालूनं याला अपॉइण्ट करायच्या आधी, एका फडतूस कामगार युनियनची कामं करायचा. एक क्लायंट नसायचा याच्याकडे. रोज काही ना काही केस घेऊन यायचा लालूकडे. शेवटी लालूनंच याला आपला लीगल ॲडव्हायझर नेमला. नाहीतर रस्त्यावर उभा राहून भीक मागायची पाळी आली असती याला." लाखन रागानं बोलला.

"मि. लाखन, माइंड युअर टंग." अडवानी रागात बोलला. "सर, मला या माणसाच्या घरात थांबायची मुळीच इच्छा नाही. शेठजींचा हा भाऊ नसता, तर मी याच्यावर अब्रूनुकसानीचा खटला केला असता. पण जाऊ दे, याच्या नादाला लागणं म्हणजे चिखलात दगड टाकण्यासारखंच आहे. आपण शेठजींच्या फ्लॅटवर जाऊ या का?"

"ओके. दॅट्स नॉट अ बॅड आयडिया. मि. लाखन, आमच्या परवानगीशिवाय तुम्ही कुठेही जायचं नाही. गोखले, दोन कॉन्स्टेबल यांच्या घराबाहेर ठेवा." साने साहेबांची ऑर्डर ऐकताच लाखन म्हणाला, "साहेब, म्हणजे तुम्ही मला लालूचा खुनी समजताय की काय?"

"मि. लाखन, जोपर्यंत खरा खुनी पकडला जात नाही तोपर्यंत या केसमधील प्रत्येक माणूस आमचा संशयित आहे. सो माइंड इट वेल. " असं म्हणून साने व अडवानी लाखनच्या फ्लॅटमधून बाहेर आले.

शेठजींच्या फ्लॅटपर्यंत ते आले आणि प्रेसवाल्यांनी त्यांना एकदम घेराव घातला. खून कसा झाला, कधी झाला, तपास कुठपर्यंत आला आहे, वगैरे नेहमीच्या प्रश्नांना उत्तरं देऊन साने व अडवानी शेठजींच्या फ्लॅटमध्ये शिरले. राधा तेथेच बसून होती. मधूनच तिला डुलकी लागत होती. कोणाचीतरी चाहूल लागली की ती सावरून बसे. आत्तासुद्धा अडवानी आणि साने साहेबांची चाहूल लागताच ती सावरून बसली. अडवानींना पाहून तिनं मान लवून विश केलं.

सोफ्यावर बसत साने साहेब अडवानींकडे बघत म्हणाले, "बोला ॲड. अडवानी, काय बोलायचं आहे तुम्हाला?

अडवानी मनातल्या मनात शब्दांची जुळवाजुळव करून बोलू लागले, "सर, शेठजी आणि माझी ओळख कोर्टात झाली. एका युनियन मेंबरच्या केससंबंधी मी कोर्टात आर्ग्युमेंट करत होतो. माझी ती स्टाइल पाहून शेठजींनी मला बोलावलं व लीगल ॲडव्हायझरची ऑफर दिली. खरं सांगायचं तर तेव्हा माझ्याकडे फारशा केसेस नव्हत्या पण कोणाची तरी कायम गुलामगिरी करायची माझी तयारी नव्हती. त्यामुळे मी माझा विचार त्यांना कळवलाच नव्हता.

"दरम्यान, त्यांच्याच मिलमधल्या एका युनियनच्या केस संदर्भात त्यांची आणि माझी परत भेट झाली व त्यांनी मला पुन्हा तीच ऑफर दिली. तेव्हा मात्र मी लगेच त्यांना माझा होकार कळवला आणि मी त्यांचा लीगल ॲडव्हायझर म्हणून काम पाहू लागलो."

"मि. अडवानी, शेठजींच्या विलची काय भानगड आहे?" साने साहेबांनी विचारलं.

'भानगड म्हणजे? काय झालं?" अडवानींनीच त्यांना उलट विचारलं.'

"अहो, तेच मी विचारतोय. त्यांनी विल केलं आहे ना? ते काय आहे? सानेंनी जरा चिडून विचारलं.

"हां हां, ते होय. सर, शेठजींनी आपल्या विलमध्ये ही सर्व प्रॉपर्टी दोन हिश्श्यात वाटली आहे. एक हिस्सा त्यांनी आमच्या अनाथाश्रमाला दिला आहे आणि एक हिस्सा मिस राधा कपूर यांच्या नावानं केला आहे. पण त्यासाठी क्लॉज आहे की, जर मिस राधा कपूर यांनी त्यांच्याशी लग्न केलं तरच तो हिस्सा त्यांना मिळणार आहे." अडवानींनी खुलासा केला.

"ओ, आय सी. मि. अडवानी, शेठजींनी काही नवीन विल वगैरे केलं होतं?" सानेंनी अचानक विचारलेल्या प्रश्नामुळे अडवानी जरा गोंधळले. "अं... अं, तसं नाही, ते बोलले होते खरे की त्यांना नवीन विल करायचं आहे, पण त्यांनी केलं नाही. आणि जर केली असेल तर मला माहीत नाही."

"ओके. मि.अडवानी, या केसबाबत तुम्ही अजून काही सांगू इच्छिता?" सानेंनी घड्याळ्याकडे नजर टाकत विचारलं.

"नाही, पण जर काही आठवलं तर मी आपल्याला नक्की सांगेन." अडवानींनीही घड्याळ्याकडे पाहत उत्तर दिलं.

"ठीक आहे. मी आता निघतो. पाटील, फ्लॅट सील करा. आणि पोस्ट-मॉर्टम रिपोर्ट आला की माझ्याकडे घेऊन या." सानेसाहेब निघता निघता म्हणाले.

"चला मिस राधा, मी तुम्हाला घरी सोडतो." अडवानी राधाला म्हणाले.

"नको, मी जाईन टॅक्सीनं." राधानं जरा फटकळपणानंच त्यांना झटकून टाकलं.

“ओके. बाय देन. सी यू अगेन.” अडवानी जाता जाता म्हणाले.
“ओके.”

भाग दोन

साने साहेब आपल्या केबिनमध्ये बसून लालचंद मर्डर केसचा विचार करत होते. दोन दिवसांपासूनच्या सर्व घटना ते डोळ्यांसमोर आणत होते व सर्व गोष्टी भराभर एका कागदावर उतरवत होते. अशानं पुन्हा जर ती केस स्टडी करायची वेळ आली तर कोणताही लूपहोल राहत नाही, अशी त्यांची पद्धत होती. एवढ्यात हवालदारानं त्यांच्यासाठी नाष्टा आणि चहा आणला. “अरे, इन्स्पे. गोखले आले का ते बघ आणि आले नसतील तर त्यांना आल्या आल्या लगेच आत पाठव. आणि इन्स्पे. पाटील आले असतील तर त्यांनाही आत पाठव.”

एकीकडे नाष्टा करत त्यांचं लिखाण चाललं होतं. सर्व गोष्टी आठवून आठवून ते लिहीत होते. लिहून झाल्यावर त्यांनी ते सर्व कागद पुन्हा एकदा वाचले. तोपर्यंत त्यांचा नाष्टाही पूर्ण झाला होता. एवढ्यात दारावर टकटक वाजलं व पाठोपाठ इन्स्पे. गोखले आणि इन्स्पे. पाटील आत आले.

“या.” साने साहेबांनी त्यांचं स्वागत केलं. “काय प्रगती आहे?”

“सर, तुम्ही सांगितल्याप्रमाणे आम्ही ॲड. अडवानी, राधा, लाखन आणि अडवानीचा अनाथाश्रम याची सखोल चौकशी केली आहे.” इन्स्पे. गोखलेंनी सांगितलं.

“गुड.” साने साहेब खुशीत येऊन म्हणाले. “बघू काय म्हणताहेत ही मंडळी?” साने साहेबांनी विचारताच इन्स्पे. पाटलांनी फाइल त्यांच्या पुढे केली. “तुम्ही दोघांनी मात्र फारच फास्ट काम केलं आहे. छान.” साने साहेबांनी दोघांनाही त्यांच्या कामाची पावती दिली. हाही त्यांच्या स्वभावातील एक पैलू होता. हाताखालच्या लोकांनी जर काही चांगलं काम केलं, तर ते त्याचं लगेच कौतुक करत. त्यामुळे त्यांनाही काम करायला उत्साह येत असे.

साने साहेब अत्यंत बारकाईनं फाइल चाळत होते. जवळजवळ अर्धा तास काही न बोलता ते वाचत होते. गोखले आणि पाटील मात्र शांतपणे त्यांच्यासमोर बसून होते. त्यांनी सर्व माहिती तयार केली होती. फाइल वाचून झाल्यावर साने साहेब डोळे मिटून आपल्या खुर्चीत रेलून बसले. बाहेरच्या माणसानं पाहिलं असतं तर त्याला असं वाटलं असतं की साहेब झोपले आहेत आणि दोन इन्स्पेक्टर त्यांच्यासमोर नुसते बसून राहिले आहेत.

"ओके. गुड वर्क. यू हॅव डन व्हेरी वेल, ऑफिसर्स." साधारण पंधरा मिनिटांनी आपली समाधी मोडत साने साहेब म्हणाले आणि ते दोघे एकदम दचकले. पिन ड्रॉप सायलेन्स असलेल्या त्या खोलीत ते एकदम घुमल्यासारखे वाटले.

एवढ्यात हवालदारानं पोस्ट-मॉर्टम रिपोर्ट आणून दिला व सॅल्यूट करून तो जायला लागला. "हे पहा, आता एवढ्यात आत कोणाला सोडू नका आणि कोणाचाही फोन आला तरी आत देऊ नका." साने साहेबांनी त्याला सांगितलं आणि त्या दोघांकडे वळले.

"वेल ऑफिसर्स, आपण आता सर्व गोष्टी पहिल्यापासून तपासून पाहू. शेठजी रात्री बारा वाजता घरी येतात ते सरळ टेरेसवर जातात. का ते माहीत नाही. पण तेथून ते कधी खाली आले तेही माहित नाही. नंतर रात्री त्यांचा खून होतो. सस्पेक्ट म्हणून आत्तापर्यंत कोणीच नजरेसमोर येत नाही. मर्डर वेपन नाही. फिंगर-प्रिंट्स नाहीत. म्हणजे ज्या गोष्टी एखाद्या खुन्याला पकडण्यासाठी अत्यंत महत्त्वाच्या असतात, त्यांपैकी काहीच मिळत नाहीत. सगळ्यात इंटरेस्टिंग गोष्ट म्हणजे पी.एम. रिपोर्ट. डॉ.जोशींनी मला फोन करून सांगितलं की शेठजींच्या रक्तात विषाचं प्रमाण होतं आणि जेथे चाकूचा वार होता तेथील जखमेजवळचं रक्त गोठल्यासारखं वाटत होते. त्यांच्या बेडशीटवरसुद्धा रक्ताबरोबर पाण्याचा काही अंश मिळाला आहे. ती युरिन नाही. शुद्ध पाणी आहे. आता रक्ताबरोबर पाणी हे काय समीकरण आहे तेही कळायला मार्ग नाही.

"दुसरी गोष्ट म्हणजे त्यांचं विल. शेठजींच्या पहिल्या विलप्रमाणे त्यांच्या प्रॉपर्टीमध्ये फक्त दोनच वाटेकरी होते. राधा आणि अडवानीचा अनाथाश्रम. नंतरच्या विलमध्ये तीन हिस्से आहेत. राधा, लाखन आणि अनाथाश्रम. दुसऱ्या विलमधला राधाशी लग्नाचा क्लॉज काढून टाकला आहे आणि महत्त्वाची गोष्ट म्हणजे हे विल अडवानींनी न करता ॲड. पाल यांनी केलं आहे. त्यांच्याकडच्या दोन्ही विलच्या कॉपीज मला मिळाल्या आहेत.

"आता आपण एक एक व्यक्ती डोळ्यासमोर आणू. पहिल्यांदा मिस राधा. गुप्ता टेक्सटाईल्समध्ये पी.ए. पण स्वप्नं मात्र एखाद्या बिग इंडस्ट्रिअलिस्टची बायको बनण्याचं. सुमार रूप, सायन्सची पदवीधर आणि लाघवी बोलणं एवढंच काय ते भांडवल. जिमखान्यावर पहिल्यांदा मि. लालचंदना भेटते. त्यांच्या खेळाची, त्यांच्यातील उत्साहाची तारीफ करते. एक तरुण मुलगी आपल्याकडे आकर्षित झाली आहे ह्या आनंदात शेठ लालचंद तिला आपल्या घरी नेतात. तेथेही त्यांची ॲंटिक कलेक्शन्स, पेंटिग्ज् याची पुन्हा तारीफ. त्यामुळे म्हातारा पाघळतो. थोड्याच दिवसांच्या ओळखीवर तिला लग्नाची मागणी घालतो. पण पोरगी मोठी चालू.

एवढा म्हातारा नवरा पैशासाठी करून घ्यायची तयारी नाही. ह्यूमन सायकॉलॉजीची विद्यार्थिनी ना! शेठजींना काही कारण सांगून, त्यांचं समाजातील स्टेट्स वगैरे सांगून लग्नाचं टाळते. पण त्याचबरोबर राजरोसपणे लग्नाशिवाय राहण्यास कबूल होते. अ‍ॅज अ कम्पॅनियन. हं, कम्पॅनियन कसली, कीपच ती. शेठजींच्या पैशावर हौसमौज करायची आणि आपले सर्व खर्च भागवायची. पण पठ्ठीनं कधी अंगाला हात नाही लावू दिला त्याला. शेठजींच्या मृत्युपत्रातील लग्नाची अट तर तिला मान्यच नव्हती. त्यामुळे दुसरं विल तिला माहीत असण्याचा प्रश्नच नव्हता. तरीपण आहे तोपर्यंत चालवायचं या विचारानं शेठजींबरोबर राहिली. त्यामुळे शेठजी जाण्याचा सर्वांत जास्त तोटा तिला होता. त्यामुळे ती संशयितांच्या यादीतून बाद होते.

"दुसरा लाखन. तो सांगतो त्याप्रमाणे फर्स्ट क्लास एम.बी.ए.. शेठजींनी बोलवल्याप्रमाणे इथे आला. ऑफिसातल्या लोकांच्या जबाबाप्रमाणे एकदम जंटलमन, कामसू आणि प्रामाणिक. तो शेठजींचा भाऊ आहे, हे पेपरमध्ये वाचल्यावर सर्वांना समजलं. तोपर्यंत शेठजींनी सांगितल्याप्रमाणे तो कोणाजवळ काहीच बोलला नव्हता. शेठजी त्याला पैसा पुरवतच होते. त्याचं बँक बॅलन्स रेकॉर्ड आपल्याजवळ आहे. त्यानुसार तो नियमितपणे आपल्या पगारातून काही रक्कम बँकेत डिपॉझिट करत होता. दारू सोडता कसलंच व्यसन नाही. पण सर्वत्र रोखीचा व्यवहार. कुठेही कर्ज नाही. शेठजींच्या पै न पैचा हिशोब पठ्ठ्यानं ठेवला आहे. कौतुक करण्यासारखी गोष्ट आहे. ड्रॉबॅक फक्त एकच. अत्यंत संतापी. एखादी चुकीची गोष्ट झाली तर संतापाच्या भरात शिव्यासुद्धा देणारा. त्यामुळे या अ‍ॅड. अडवानीबरोबर दोन-तीन वेळा भांडण झालेलं. अ‍ॅड. अडवानीबद्दल त्याची मतं फारशी काही चांगली नाहीत. पण आपल्या भावावर मात्र खूप जीव होता. तसं शेठजींच्या जाण्यानं त्याला नुकसान काहीच होणार नाही. उलट प्रॉपर्टीमधील वनथर्ड शेअर त्याला मिळणार आहे. पण खून करूनदेखील काहीच फायदा नाही. उलट त्याला दर महिन्याला मिळणारी रक्कम बंद होणार होती. त्यामुळे त्याचंही नाव कट. "

"आता राहिले अ‍ॅड. अडवानी. अत्यंत धूर्त व लबाड माणूस. स्वतःच्या स्वार्थासाठी कधीही कोणाची मान कापणारा. अत्यंत विश्वासघातकी, व्यसनी असा माणूस. बोलण्यात मात्र एकदम तयार. मनात आणलं तर आग्र्याचा ताजमहाल सुद्धा एखाद्याला विकेल. त्यांचा अनाथाश्रम म्हणजे एक नमुनाच आहे. एकही अनाथ मुलगा तेथे नसताना आजवर जवळजवळ सात ते आठ लाख त्यानं शेठजींच्याकडून या आश्रमाच्या नावावर काढलेले आहेत. शेठजींच्या पैशावर डोळा ठेवूनच तो त्यांना जॉइन झाला होता. शेठजी म्हणजे त्याची सोन्याची अंडी देणारी कोंबडी होती. त्यामुळे त्यांच्या जाण्यानं त्याचं फार मोठं नुकसान झालं आहे. या तिघांव्यतिरिक्त शेठजींच्या जवळ असं कोणीच नव्हतं. मग हा खून केला कोणी?"

"सर," इतक्या वेळात प्रथमच इन्स्पे. गोखलेंनी साने साहेबांना डिस्टर्ब केलं. "एक गोष्ट विसरता आहात. शेठजींच्या पहिल्या विलप्रमाणे त्यांची संपूर्ण इस्टेट फक्त दोन लोकांना मिळणार होती, मिस राधा आणि अनाथाश्रम. पैकी जर मिस राधा शेठजींशी लग्न करायला तयार झाल्या नाहीत, तर ती पूर्ण प्रॉपर्टी अनाथाश्रमला जाणार होती. म्हणजेच पर्यायानं ॲड. अडवानीना जाणार होती. आणि अडवानीला ६० करोड ही रक्कम काही कमी नव्हती. पण जेव्हा शेठजींनी दुसरं विल केलं, तेव्हा त्यात तीन हिस्से ठेवले. लाखन, राधा आणि अनाथाश्रम. पैकी राधाशी लग्नाचा क्लॉज त्यांनी काढला होता. लाखनला तर प्रॉपर्टी मिळणारच होती आणि राहिलेला हिस्सा अनाथाश्रमाला जाणार होता. म्हणजे अडवानीना जेथे ३० करोड मिळणार होते तेथे फक्त २० करोडच्या आसपास रक्कम मिळणार होती. त्यांच्यासारखा माणूस आपले एवढे नुकसान करून घेऊ शकेल, असं मला वाटत नाही."

"राईट सर." इन्स्पे. पाटील म्हणाले. "आणि एक गमतीदार गोष्ट मला कळली आहे. अडवानी साहेब ज्या वेळी आपला वकिलीचा अभ्यास करत होते, तेव्हा ते एका आइस्क्रीम बनवण्याच्या फॅक्टरीत हिशोबाचे वगैरे काम बघायचे. ते रहायचेदेखील त्याच फॅक्टरीत. त्यामुळे तेथील कामगारांशी त्यांचे चांगले संबंध होते. ते त्यांना आइस्क्रीमचे निरनिराळे आकार बनवायला शिकवायचे. त्यासाठी ते एका लोहाराकडून आपल्याला हवा तसा मोल्ड करून घेत. त्यांच्याबरोबर काम करणाऱ्या एका माणसानं मला सांगितलं की, एकदा त्यांनी सुरीसारख्या आकाराचा मोल्ड बनवला होता. पण त्याच्या मालकांनी तो मोल्ड वापरण्याची परवानगी दिली नाही. कारण त्यातून कोणालातरी दुखापत होण्याची शक्यता होती.

"काय सांगताय काय पाटील? ही गोष्ट मला नवीन आहे." साने साहेब खुर्ची एकदम पुढे करत म्हणाले. "गोखले, मी त्या दिवशी लाखनशी बोलत असताना तो असं म्हणाला की त्याला अडवानीनी फोन करून त्यांच्या ऑफिसमध्ये बोलावून घेतलं होतं. पण त्यांच्या ऑफिसला कुलूप होतं. या गोष्टीचा काहीच उलगडा होत नाही. लाखन खोटं बोलत असेल तर मी नुसता कुठेतरी गेलो होतो असं सांगितलं असतं तरी चाललं असतं. त्यानं अडवानीचं नाव का घेतलं असावं? एक काम करा, लाखन त्या दिवशी जर अडवानीच्या ऑफिसवर गेला असेल तर त्याची नोंद त्यांच्या ऑफिसच्या अपार्टमेंटच्या एन्ट्रीरजिस्टरमध्ये असणार. माझा एक मित्र त्याच अपार्टमेंटमध्ये राहतो. त्यामुळे त्यांची ही सिस्टीम मला माहिती आहे. तुम्ही त्याची नोंद आहे का ते चेक करा. आणि पाटील, तुम्ही त्या रात्री अडवानी कुठे होते, याची चौकशी करा. मला जरा या अडवानी साहेबांचं कॅरेक्टर संशयास्पद वाटायला लागलं आहे."

"ओके सर," असं म्हणून ते दोघं केबिनमधून बाहेर पडल्यावर साने साहेब परत एकदा ती फाइल चाळू लागले. तेव्हा आणखी एक गोष्ट त्यांच्या लक्षात

आली, ती म्हणजे राधा आणि अडवानी साधारण एकाच वेळी शेठजींच्या आयुष्यात आले होते. आणि राधा पहिल्यांदा ज्या फॅक्टरीतं कामाला होती त्या फॅक्टरीच्या युनियनची कोर्टाची कामं हे अडवानी पहायचे. ती फॅक्टरी फार मोठी नव्हती. ह्या अँगलनं विचार करायला गेलं, तर राधाची आणि अडवानींची चांगली ओळख असावी. कदाचित हा प्लॅन असावा, अशीही शक्यता नाकारता येणार नव्हती.

त्यांनी अडवानीच्या ऑफिसचा फोन नंबर फिरवला. दोन वेळा तो एंगेज लागला. तिसऱ्यांदा प्रयत्न केल्यावर रिंग वाजली. फोन उचलल्यावर अडवानीच्या पी.ए. चा आवाज ऐकायला मिळाला. "हॅलो, ॲड. अडवानीज् ऑफिस."

"आहेत का अडवानी साहेब?" साने साहेबांनी विचारलं.

"नाहीत, ते बाहेर गेलेत. थोड्या वेळानं येतील. कोण बोलतंय?" त्यांच्या पी.ए. नं विचारलं.

एवढ्यात पलीकडून एका स्त्रीचा आवाज सानेंच्या कानावर आला. "आहेत का अडवानी?" तो आवाज परिचयाचा वाटत होता.

"एक मिनिट होल्ड कराल का प्लीज?" त्यांच्या पी.ए. ने साने साहेबांना विचारलं.

"शुअर." असं म्हणून साने साहेब पलीकडच्या बाजूने येणारे आवाज ऐकण्याचा प्रयत्न करू लागले. "काय काम होत आपलं त्यांच्याकडे?" पी.ए. त्या स्त्रीला विचारत होता.

"थोडंसं पर्सनल काम आहे. कधी येणार आहेत ते?" ती स्त्री विचारीत होती.

"थोड्या वेळात येतील. आपण बसा ना." पी.ए. म्हणाला.

"नको, मी येईन परत."

"कोण आलं होतं म्हणून सांगू?"

"त्यांना सांगा, मिस राधा आल्या होत्या."

साने साहेबांच्या डोक्यात एकदम हजार बल्बचा प्रकाश पडला. हा आवाज राधाचा होता. पण ती त्यांच्या ऑफिसमध्ये काय करत होती?

"हॅलो, बोला सर, आपलं काय काम होतं?" पी.ए.नं साने साहेबांना विचारलं.

"माझं काम झालं, थँक यू व्हेरी मच." साने साहेब फोन डिस्कनेक्ट करत म्हणाले. पी.ए. ला काहीच अर्थबोध झाला नाही. त्यानंही फोन ठेऊन दिला.

साने साहेबांनी डॉ. जोशींना फोन लावला. नशिबानं डॉक्टर आपल्या दवाखान्यातच होते.

"हॅलो, जोशी मी साने बोलतोय."

"कोण साने? नाव वगैरे काही आहे की नाही आपल्याला?" जोशी डॉक्टरांना बहुतेक चेष्टा करण्याची लहर आली असावी.

ते दोघं एकाच वयाचे असल्याने चारचौघांत सुद्धा एकमेकांची खेचायला कमी करत नसत. पण कामाच्या बाबतीत मात्र दोघांचे एकच तत्त्वं असल्याने दोघांचे १०० टक्के एकमेकांशी पटत होतं.

"तुझ्या ओळखीत जेवढे साने आहेत त्या सर्वांचा मी बाप बोलतोय, आता कळलं? नाउ, बी सिरिअस. मला सांग, मि. लालचंद यांच्या खुनाच्या जागी जे पाणी सदृश काही आहे असं तू म्हणतोस, ते काय असावं आणि ते तिथं कसं आलं असावं, याविषयी तू मला काही सांगू शकशील?"

"ओके." साने साहेबांचा सिरिअस आवाज ऐकून डॉ.जोशी म्हणाले, "हे बघ, ते प्युअर वॉटर होतं. कारण पी.एम. रिपोर्ट देताना मी फक्त माझा अंदाज दिला होता. पण ते मलाही थोडंसं खटकलं होतं, म्हणून मी परत त्याची एक्झामिनेशन केली. तेव्हा मला कळलं की ते पाणीच होतं. शिवाय त्यांची जखम पाहता त्या जखमेजवळचं रक्त जरा गोठल्यासारखं झालं होतं. तेथील स्किनपण कडक झाली होती. आपण एखाद्या जखमेवर रक्त वाहताना बर्फ ठेवल्यावर जसं होतं, तसंच थोडंसं असावं, असं मला वाटतं."

बर्फ हा शब्द ऐकताच साने साहेब एकदम ताठ बसले. "जोशी मला एक सांग, जर मी बर्फाच्या सुरीनं कोणाचा खून केला तर ती शेठजींच्या बॉडीवर जखमेची जी खूण आहे तशीच होईल का? आणि त्यानंतरची जी तुझी रीडिंग्ज आहेत ती तशीच असतील का?"

"बर्फाची सुरी? हा काय प्रकार आहे बुवा?" डॉ. जोशींना साने साहेब असं का विचारत आहेत तेच कळेना.

"ते मी तुला नंतर सांगतो. पण मी जे विचारलं त्याचं पहिल्यांदा उत्तर दे." साने साहेबांना ते उत्तर ऐकण्याची घाई झाली होती.

"मे बी येस. बट नॉट शुअर. कारण तू काय म्हणतोस ते मला क्लिअर होत नाही. पण तशीच रीडिंग येण्याची नाइंटीनाईन पर्सेंट पॉसिबिलिटी आहे."

"थँक्स जोशी, मी तुला नंतर फोन करतो." घाईघाईनं फोन बंद करत साने साहेब म्हणाले आणि त्यांनी परत अडवानीच्या ऑफिसचा फोन नंबर फिरवला. या वेळी तो अडवानींनीच उचलला.

"ॲड. अडवानी हिअर." अडवानीचा आवाज ऐकताच साने साहेबांच्या कपाळावर आठ्या पडल्या. कारण ते आता संशयितांच्या यादीतील एकमेव उमेदवार होते.

"ए.सी.पी. निखिल साने हिअर." साने साहेब आपल्या आवाजावर नियंत्रण ठेवत म्हणाले. "ओ, गुड नून सर, आज कशी काय आमची आठवण झाली? आणि शेठजींच्या खुनाचं कुठपर्यंत आलं आहे?" अडवानी आपल्याला या खुनाबद्दल फार इंटरेस्ट आहे असे दर्शवण्यासाठी म्हणाले.

“प्रोग्रेस आहे बरी. पण जरा तुमची मदत हवी आहे. तुम्ही येऊ शकाल का इकडे?” साने साहेबांनी विचारलं.

“ओ शुअर, अॅट युअर सर्व्हिस सर, शेठजींच्या खुन्याला पकडण्यासाठी मी हवी ती मदत करायला तयार आहे.” अडवानी खुषीत येऊन म्हणाले.

“ओके. मग असं करा, आज संध्याकाळी पाच वाजता तुम्ही माझ्या ऑफिसवर या. म्हणजे आपल्याला सविस्तर बोलता येईल.” सानेंनी मुद्दामहून उशिराची वेळ मागून घेतली. कारण तोपर्यंत इन्स्पे. गोखले आणि पाटील यांचे रिपोर्ट्स पण येणार होते. मग मनाशी काहीतरी ठरवून त्यांनी राधा आणि लाखनला पण बोलावून घ्यायचं ठरवलं. त्याप्रमाणे त्यांनी त्या दोघांना फोन केले व पाच वाजता येण्याविषयी सांगितलं.

पुन्हा एकदा सानेंनी आपले कागद व फाइल चाळली, डॉ.जोशींनी दिलेली माहिती त्यात अॅड केली आणि ही सर्व मंडळी आली की, काय काय बोलायचं ते ठरवायला लागले. त्यासाठी त्यांनी जवळजवळ दोन तास विचार केला आणि शेवटी सर्व काही मनाशी ठरवून ते घरी जाण्यासाठी उठले. तेवढ्यात इन्स्पे. गोखले आणि इन्स्पे. पाटील आले.

“तुम्ही दोघं मला काही घरी जाऊ देत नाही, असं वाटतं.” त्यांच्याकडे पाहत परत खुर्चीत बसत साने साहेब म्हणाले. ते ज्या पद्धतीने आत आले त्यावरून त्यांनी काहीतरी महत्त्वाची माहिती गोळा केली आहे, हे त्यांनी ओळखलं.

“सॉरी सर, पण काही इन्फर्मेशन अशी आहे की, कदाचित आजच या केसचा निकाल लागून खरा गुन्हेगार आपल्याला मिळेल अशी आशा वाटायला लागली आहे.” इन्स्पे. पाटील म्हणाले.

“दॅट्स गुड. असं झालं तर आपले सिनिअर्सच काय, पण प्रेसवालेसुद्धा खूष होतील आपल्या कामगिरीवर.” साने साहेब त्यांच्याशी शेकहँड करीत म्हणाले. “काय काय माहिती मिळाली आहे तुम्हाला?”

“सर, तुम्ही सांगितल्याप्रमाणे मी अॅड. अडवानीचं ऑफिस असलेल्या अपार्टमेंटमध्ये गेलो. तिथल्या रजिस्टरमधल्या या आठवड्यामध्ये अडवानींना कोण कोण भेटायला आलं होतं त्याच्या सर्व डिटेल्स घेतले.” गोखले उत्साहानं सांगू लागले.

“गुड, काय आहेत डिटेल्स?” साने साहेबांनी गोखलेंनी दिलेला कागद हातात घेत विचारलं.

“सर, ज्या दिवशी शेठ लालचंद यांचा खून झाला, त्या दिवशी तीन वाजता शेठ लालचंद अडवानींना भेटायला गेले होते. त्याआधी दोन दिवस अॅड. पाल यांच्या ऑफिसमधला एक कारकून त्यांना भेटायला आला होता. त्याच्या दुसऱ्या दिवशी शिवा नावाचा एक माणूस त्यांना भेटायला आला होता. तो त्यांचा क्लायंट

नक्कीच नाही, कारण त्याआधीही त्याच्या नावाची कुठेच एन्ट्री नाही आणि त्यानंतरही नाही. मी सहज या शिवाची चौकशी केली तेव्हा मला कळलं की हा शिवा अडवानी ज्या आइस्क्रीम बनविण्याच्या फॅक्टरीत कामाला होते तिथे कामाला होता.

"सर, ज्या दिवशी शेठजींचा खून झाला, त्या दिवशी रात्री आठ वाजता अडवानी आपल्या ऑफिसमधून गेल्याची नोंद त्यांच्या सहीनिशी आहे. एवढा वेळ रात्रीपर्यंत ते यापूर्वी कधीच थांबले नव्हते, असं त्या गुरख्यानं आम्हाला सांगितलं. शिवाय जाताना ते आपल्या गाडीतून गेले नाहीत तर त्यांनी टॅक्सी मागवली. रात्री दहा वाजता लाखनच्या नावाची नोंद आहे. त्या गुरख्यानं त्याला सांगितलं की अडवानी साहेब गेले आहेत, तर तो त्याच्याशी भांडायला लागला. त्यांची गाडी येथे आहे, त्यांनी मला फोन करून बोलावलं आहे आणि ते असे निघून कसे जातील? म्हणून त्यानं स्वत: जाऊन खात्री करून घेतली. येताना त्यानं अडवानींच्या नावापुढे एक अतिशय घाणेरडी अशी शिवी लिहिली. या सर्व नोंदी या कागदामध्ये केलेल्या आहेत."

गोखले बोलायचं थांबले तसे पाटलांनी सांगायला सुरुवात केली, "सर, मी अडवानींची सर्व चौकशी केली. अडवानींनी टॅक्सी केलेल्या स्टँडवरून, त्या टॅक्सी ड्रायव्हरला शोधून काढायला फार वेळ लागला नाही. कारण तिथे ज्या गाड्या उभ्या असतात त्यांचे नंबर नोंद करून ठेवलेले असतात. डिसोझा नावाच्या टॅक्सी ड्रायव्हरनं त्यांना आपल्या टॅक्सीतून सोडलं होतं.

"सर, पहिल्यांदा अडवानी एका क्रोकरीच्या दुकानाशी थांबले. पंधरा मिनिटांनी ते परत आले त्या वेळी त्यांच्याकडे एक प्रेझेंट पॅक केलेलं पार्सल होतं. तेथून ते नवाझ आइस फॅक्टरीमध्ये गेले. येताना ते पार्सल बरोबर होतं. पण त्यावरचा पॅकिंग पेपर फाडलेला होता. नंतर त्यांनी टॅक्सी ड्रायव्हरला सी-रॉक अपार्टमेंट असा पत्ता सांगितला, पण त्यांनी अपार्टमेंटपाशी टॅक्सी न सोडता जरा पाठीमागं नाक्यावर सोडली. कारण टॅक्सी वळवून जाताना त्या ड्रायव्हरनं त्यांना नाक्यावरच्या एस.टी.डी. बुथपाशी पाहिलं. हे सर्व त्याला आठवण्याचं कारण म्हणजे टॅक्सीमध्ये असताना ते दारू पीत होते. त्या ड्रायव्हरनं त्यांना अडवलं असता मी वकील आहे, मला कायदा शिकवू नकोस, असं उत्तर दिले व टॅक्सी सोडताना झालेल्या बिलापेक्षा जादा शंभर रुपये दिले.

"सर, नाक्यावरच्या एस.टी.डी. बूथवर चौकशी केली असता, त्यांच्याकडून काही नीट माहिती मिळाली नाही. कारण रोज एवढी लोकं तिथे फोन करायला येतात, त्यामुळे त्यांच्या काहीच लक्षात नाही. पण त्यांची एक पद्धत आहे, ती म्हणजे झालेले फोन कॉल्स फोन नंबरसकट लिहिणे. मी ती वही चेक केली तर ८.५६ ला मि. लाखनच्या नंबरवर एक फोन झाल्याचं दिसून आलं. आता तो कोणी

केला हे त्याला सांगता आलं नाही, पण सर्व गोष्टी जुळवून बघितल्या व लाखनचे स्टेटमेंट पाहिलं तर हे काम अडवानींचं असावं असं वाटतं. नंतर अडवानी जवळजवळ अकरापर्यंत कुठे होते ते कळलं नाही. पण साडेअकरा वाजता अडवानी परत आले व आपली गाडी घेऊन गेले.'' इन्स्पे. पाटलांनी आपली माहिती संपवली.

''हं.'' इतका वेळ सर्व शांतपणे ऐकून घेतल्यावर साने साहेबांनी फक्त एवढीच प्रतिक्रिया व्यक्त केलेली पाहून दोघांनीही एकमेकांकडे पाहिलं. त्यांना जरा आपलं काहीतरी चुकल्यासारखं वाटलं. पण ते काहीच बोलले नाहीत. ''आता आणखी एक काम करा. त्या रामसिंगला पुन्हा भेटा आणि त्याला विचारा की रात्री अडवानी आले होते का आणि आले असतील तर किती वाजता आणि कोणाकडे आले होते. जर हे गणित जुळलं तर कदाचित आपण आजच गुन्हेगाराला पकडू शकू.'' साने साहेब म्हणाले. आता हे नेमकं कोणाला सांगितलं, ते गोखले व पाटलांना समजू शकलं नाही. त्यामुळे ते दोघंही जायला निघाले तसं साने साहेबांनी विचारलं, ''कुठे चाललात?''

''सर, तुम्हीच आम्हाला रामसिंगकडे चौकशी करायला सांगितलंत, म्हणून चाललो आहोत.'' इन्स्पे. गोखले म्हणाले.

''अरे, त्याला विचारायला दोघांची काय आवश्यकता? गोखले, तुम्ही त्याच्याकडे जा आणि पाटील, तुम्ही या शिवाला भेटा आणि तो अडवानीकडे का आला होता याची चौकशी करा. सरळ बोलला तर ठीक नाहीतर तुमच्या पद्धतीनं विचारा.'' 'तुमच्या पद्धतीनं' या शब्दांवर जोर देत साने साहेब म्हणाले. ''आणि एक, त्या ॲड. पालांच्या ऑफिसमधून कोण आलं होतं आणि का, याचीही चौकशी तुमच्याच पद्धतीनं करा.''

''यस सर.'' असं म्हणत दोघं सॅल्यूट करून निघून गेले. साने साहेबांनी डिरेक्टरीतून ॲड. पालांचा फोन नंबर शोधून काढला व ते त्यांना फोन करणार, एवढ्यात बाहेरच्या हवालदारानं आत येत कोणी मिस राधा आपल्याला भेटू इच्छितात, असं सांगितलं.

साने साहेबांनी तिला आत पाठवायला सांगितलं. दोनच मिनिटांत राधा आत आली. ''या मिस राधा, ओ सॉरी, राधा, राइट?'' साने साहेबांनी तिचं स्वागत केलं.

पण राधानं काहीच उत्तर दिलं नाही. तिचा चेहरा पार पडला होता. काहीतरी सिरिअस आहे, हे साने साहेबांनी ओळखलं. ''बोला, काय म्हणताय?''

''सर, तुम्हाला मला काही सांगायचं आहे. ते तुमच्यासाठी कितपत महत्त्वाचं आहे ते मला माहित नाही.'' राधानं बोलायला सुरुवात केली.

''तुम्ही बोला जे बोलायचं आहे. ते कितपत महत्त्वाचं आहे ते आम्ही ठरवू. ओके? शूट.'' साने साहेब म्हणाले.

''सर, ज्या दिवशी शेठजींचा खून झाला त्याच्या चार-पाच दिवस आधी शेठजी

मला भेटले होते, तेव्हा ते एकदम गप्प गप्प होते. नेहमी हसत खेळत बोलणारा माणूस एकदम एवढा शांत बसलेला पाहून मी त्यांना काय झालं म्हणून विचारलं. तेव्हा ते मला म्हणाले की, माझा फार मोठा विश्वासघात झाला आहे. माझ्या अगदी जवळच्या माणसानं मला फार मोठा धोका दिला आहे. पहिल्यांदा मला वाटलं की ते लाखनविषयी बोलत असतील. त्यामुळे मी फार लक्ष दिलं नाही. मग त्यांनी मला ॲड. पाल यांच्याविषयी विचारलं. आमच्या गुप्ता साहेबांचे तेच लीगल ॲडव्हायझर आहेत, त्यामुळे मी त्यांना चांगलं ओळखते. म्हणून मी त्यांना त्यांच्याकडे घेऊन गेले. त्यांच्यामध्ये काय काय बोलणी झाली ते मला माहित नाही, कारण मी तेव्हा तिथे नव्हते.

"त्यानंतर म्हणजे खून व्हायच्या आधी एक दिवस, ॲड. अडवानी माझ्याकडे आले आणि मला म्हणाले की, मी शेठजींसाठी एक पेंटिंग खरेदी केलं आहे आणि ते मला त्यांना सरप्राइज प्रेझेंट द्यायचं आहे. तुझ्याजवळ शेठजींच्या फ्लॅटची जी किल्ली आहे ती मला दे. मला ते खरं वाटलं आणि मी त्यांना किल्ली दिली. पण आज पाच-सहा दिवस झाले, त्यांनी किल्ली परत दिली नाही म्हणून मी आज त्यांच्या ऑफिसवर गेले होते. पण ते भेटले नाहीत. नंतर मी त्यांना फोन केला तर मला म्हणाले आता तुला किल्ली काय करायची आहे? मी म्हणाले तो तुमचा प्रश्न नाही. मला माझी किल्ली परत द्या, तर ते म्हणाले की ती माझ्याकडून हरवली आहे.

"मला असंही कळलं आहे की, शेठजींनी आपलं पहिलं विल बदललं आहे आणि त्यात माझ्या, लाखनच्या आणि अडवानीच्या आश्रमाच्या नावानं आपली सर्व इस्टेट केली आहे. आणि एक सांगायचं म्हणजे आज मला शेठजींच्या ऑफिस मधला प्यून भेटला होता. त्यानं मला सांगितलं की, ज्या दिवशी शेठजींचा खून झाला त्या दिवशी अडवानीचं आणि त्यांचं कशावरून तरी भांडण झालं होतं. जवळजवळ दुपारी दोन ते चार शेठजी त्यांना बोलत होते. नंतर अडवानी निघून गेले. पण परत येऊन शेठजींच्या केबिनच्या बाहेरच थांबून काहीतरी ऐकत होते. तेव्हा शेठजी फोनवर कोणाशी तरी बोलत होते. जाताना अडवानी, पाहतो कसा हा आपल्या भावाला भेटतो, असं काहीतरी पुटपुटत गेले." राधा बोलायची थांबली आणि साने साहेबांची काय प्रतिक्रिया होते, हे पाहत राहिली.

"मिस राधा, तुम्ही फार महत्त्वाची इन्फर्मेशन दिली आहेत, फक्त थोडासा उशीर केलात. नाहीतर तुमच्या शेठजींचा खुनी आत्तापर्यंत गजाआड असता." साने साहेबांनी असं म्हणताच, "म्हणजे तुम्हाला कळलं आहे त्यांचा खुनी कोण आहे ते?" राधा एकदम चित्कारून म्हणाली.

"येस, मिस राधा. आता तुम्ही असं करा. आज संध्याकाळी पाच वाजता ऑफिसमध्ये या आणि प्रत्यक्ष पहा तो खुनी कोण आहे ते."

"सर, त्याला अजिबात सोडू नका. कसंही असलं तरी गेले काही दिवस मी शेठजींच्या संगतीत खूप समाधानी होते. जे मला आयुष्यभर कधीच मिळालं नव्हतं, ते सुख शेठजींनी मला दिलं होतं. सर, त्यांच्या खुन्याला अजिबात सोडू नका." राधा एकदम भावविवश होत म्हणाली.

"डोंट वरी मिस राधा, आम्ही असंच करू. आय प्रॉमिस यू." साने साहेब एकदम ठामपणे म्हणाले.

"थँक्यू सर, मी येते." राधा उठत म्हणाली.

साने साहेबांनी तिला निरोप दिला आणि सर्व पिक्चर पुन्हा एकदा आपल्या डोळ्यांसमोर क्लिअर केलं. आता फक्त इन्स्पे. गोखले आणि पाटील यांनी रिपोर्ट आणला की ते आपला निर्णय पक्का करणार होते.

बेल वाजवून त्यांनी हवालदाराला आत बोलावलं. "अरे गोखले आणि पाटील आले का?"

"आलेत सर, तुम्ही बोलवण्याची वाट बघत आहेत." हवालदारानं सांगितलं.

"त्यांना लगेच आत पाठव आणि दुसरं कोणी आलं तर मी बोलवेपर्यंत आत पाठवू नकोस."

साने साहेब आता गोखले आणि पाटील यांची वाट बघू लागले. पण फार वेळ त्यांना वाट बघावी लागली नाही. तिसऱ्या मिनिटाला गोखले आणि पाटील आले आणि साने साहेबांचा उजळलेला चेहरा पाहून त्यांना या केसचा निकाल जवळ आला आहे याची खात्री पटली.

"बोला, काय रिपोर्ट्स?" साने साहेबांनी विचारताच दोघं एकदम बोलायला लागले. तसं किंचित हसून साने साहेबांनी गोखल्यांना हातानंच थांबण्याची खूण केली आणि परत बेल मारून हवालदाराला तीन चहा पाठवायला सांगितलं.

"आता एकेकानं बोला. पाटील, तुमचा काय रिपोर्ट?"

"सर, मी त्या शिवाला भेटलो. पहिल्यांदा तो काहीच बोलायला तयार होईना. कोण अडवानी, मी त्यांना ओळखत नाही वगैरे म्हणायला लागला. तसा सरळ त्याला गाडीत घेतला आणि चौकीवर आणून जरा हिसका दाखवताच पोपटासारखा बोलू लागला. त्यानं सांगितलं की अडवानी साहेबांनी त्याला आपल्या ऑफिसवर बोलावलं होतं. त्याला त्यांनी त्यांच्या नेहमीच्या कारागिराकडून दोन सुरीसारखे मोल्ड बनवायला सांगितले. तो म्हणाला, काय साहेब, परत आइस्क्रीम बनवण्याचा धंदा चालू करताय का? तसं अडवानी त्याला म्हणाले, नाही एक प्रयोग करायचा आहे. सक्सेस झाला तर तुला स्वतःची फॅक्टरी चालू करता येईल एवढे पैसे देईन. फक्त काम लवकर झालं पाहिजे आणि याविषयी कोणाजवळ काहीही बोलायचं नाही. त्याला त्यांनी पाच हजार रुपये दिले.

''त्यांच्या कारागिराकडून त्यांनी सुरीचा मोल्ड तयार केल्यावर अडवानींनी त्यात पाणी आणि पॉयझन घालून ते फॅक्टरीच्या कोल्ड स्टोरेजमध्ये, जिथे आइस्क्रीम तयार होते, तिथे ठेवायला सांगितलं. असे दोन मोल्ड त्यांनी तयार करून घेतले. शेठजींचा खून झाला त्या रात्री अडवानी फॅक्टरीमध्ये गेले व ते दोन्ही मोल्ड त्याच्याकडून घेऊन आइस्क्रीम पॉटमध्ये ठेवले व परत जाताना कोणाला बोलू नकोस असं सांगून गेले.

''सर, ॲड. पाल यांच्या ऑफिसमध्ये सुर्वे म्हणून एक टायपिस्ट आहे. तो ॲड. अडवानीच्या ओळखीनं त्यांच्या ऑफिसमध्ये लागला आहे. तो येऊन गेला होता. त्यानं शेठजींनी जी नवीन विल केलं होतं, त्याची एक झेरॉक्स कॉपी अडवानींना दिली. त्या बदल्यात त्यालाही अडवानींनी पाच हजार रुपये दिले. जेव्हा मी ॲड. पाल यांच्या ऑफिसमध्ये जात होतो तेव्हा हा सुर्वे आणि अडवानी त्यांच्या ऑफिसच्या अपार्टमेंटच्या ग्राउंड फ्लोअरवर जे कार पार्किंग आहे तिथे बोलताना मला दिसले आणि त्यावरूनच मी त्याला पकडलं. अडवानी त्याला या विलबद्दल कोणाला न बोलण्याविषयी सांगत होते. मी जेव्हा त्याला त्यांच्याविषयी विचारलं तेव्हा त्यानंही पहिल्यांदा नखरे केले. पण शिवाची हालत बघून तोही घडाघडा बोलायला लागला. दोघांचीही स्टेटमेंट यात आहेत.'' पाटलांनी आपल्या हातातील स्टेटमेंटची फाइल साने साहेबांकडे दिली आणि ते इन्स्पे. गोखलेंकडे पाहू लागले.

''गोखले, रामसिंगचं काय झालं?''

''सर,'' गोखले सांगू लागले, ''मी रामसिंगला भेटलो. त्याला मी अडवानींचा फोटो दाखवला व त्याला विचारलं की शेठजींचा खून झाला त्या दिवशी हे शेठजींना भेटायला आले होते का? तेव्हा तो हो म्हणाला. साधारण पावणेबाराला ते आले होते. पण त्यांनी अकराव्या मजल्यावर न जाता दहाव्या मजल्यावर मि. जमतानी म्हणून एक इस्टेट एजंट आहेत, त्यांच्याकडे जायचं आहे असं त्याला सांगितलं. मी मि. जमतानींना भेटलो. पण ते अडवानींना ओळखत नाहीत. एवढंच काय ते त्या दिवशी घरी नव्हते. एका पार्टीसाठी गेले होते ते दुसऱ्या दिवशी परत आले. रामसिंगच्या म्हणण्याप्रमाणे साधारण साडेअकरा वाजता अडवानी आले होते.

''सर, तुमची परवानगी नसताना मी एक गोष्ट केली आहे. मी अडवानींच्या पी.ए.ला अडवानींविषयी विचारलं. अर्थात तोही पहिल्यांदा काहीच सांगायला तयार नव्हता. पण मी त्याला थोडक्यात वस्तुस्थिती काय आहे हे सांगितल्यावर त्यानं मला जे सांगितलं ते धक्कादायक आहे. सर, अडवानी आपल्या अनाथाश्रमाच्या नावाखाली लहान मुलांची विक्री करतात. ही गोष्ट शेठ लालचंदना कळली होती. तसंच अडवानी यांनी एका गुंडाकडून काही लाख रक्कम व्याजावर घेतली होती

आणि तो गुंड ती रक्कम परत मिळावी म्हणून त्यांच्यामागे सतत तगादा लावत होता. बऱ्याच वेळा तो प्रत्यक्ष अडवानींच्या ऑफिसमध्ये येई किंवा त्याचा फोन येई. या लहान मुलांच्या विक्रीच्या धंद्यात तो अडवानींचा पार्टनर होता. त्यानं गिऱ्हाईकं शोधायची आणि अडवानींनी पुढचं डील करायचं, असं चालायचं. ही मुलं अडवानी निरनिराळ्या ठिकाणांहून कधी पैसे देऊन तर कधी समाजसेवेच्या नावावर आपल्या अनाथाश्रमात आणत असत. त्यामुळे तिथे मुलांची संख्या दिसत नाही. पण तिथल्या स्टाफला मात्र याविषयी काहीच माहिती नाही. त्यांना वेळेवर पगार दिला जातो. बोनस दिला जातो. आणि काहीच काम न करता जर त्यांना पैसे मिळत असतील तर ते तरी कशाला चौकशी करतील?''

''गोखले, तुम्ही हे जे काम केलं आहे ते नक्कीच प्रशंसनीय आहे. त्यामुळे तुम्ही माझी परवानगी घेतली नाहीत, ही गोष्ट मी विसरून जातो.'' साने साहेब खुशीत येऊन म्हणाले. ''आता फक्त एक करा, या सर्व मंडळींना आपल्या ऑफिसवर बोलवून घ्या. त्यांना दुसऱ्या खोलीत बसवा. वेळ पडली तर त्यांना कॉल करता येईल. लाखन आणि राधापण येणार आहेत. त्यांना अडवानींच्या बरोबरच इथे येऊ दे. आणि त्या वेळी आपला एक रायटर इथे बसवा. म्हणजे जे कोण जे काही बोलेल ते सर्व तो लिहून घेईल. ओके? अॅण्ड, नाउ बी रेडी. आता कोणत्याही क्षणी ही सर्व मंडळी येथे येतील.

''सर, रामसिंग, शिवा, तो कारागीर, अॅड. पालांचा कारकून, टॅक्सी ड्रायव्हर डिसोझा ही सर्व मंडळी आत्ता पोलीस स्टेशनमध्येच आहेत.'' गोखलेंनी सांगताच साने साहेबांच्या चेहऱ्यावर समाधानाचं हसू आलं. ''गुड मूव्ह गोखले.'' साने साहेबांनी लगेच त्यांना त्यांच्या कामाची पावती दिली.

एवढ्यात अॅड. अडवानी आल्याचं हवालदारानं सांगताच साने साहेबांनी दोघांकडे फक्त अर्थपूर्ण नजरेनं पाहिलं. त्यांना तेवढा इशारा पुरे होता. ते दोघे आपआपली पोझिशन घेऊन उभे राहिले. अडवानी आत आले. त्यांच्या पाठोपाठच लाखन व राधा आले. त्या सर्वांना बसायला सांगून साने साहेबांनी एक श्वास घेतला आणि बोलायला सुरुवात केली.

''वेल, लेडीज अॅण्ड जंटलमन, शेठ लालचंद यांच्या खुनाची केस जवळजवळ संपत आली आहे. आम्हाला त्यांचा खून कोणी केला, का केला, कसा केला समजलं आहे. खुनी माणूस हा फार हुशार आहे. त्यानं ज्या पद्धतीनं खून केला आहे, ती पद्धत फक्त सिनेमांमध्येच शोभणारी आहे. ती कशी ते मी आता तुम्हाला सांगतो. तुम्ही आइस्क्रीम खाता तेव्हा ते तुमच्या समोर निरनिराळ्या शेपमध्ये येतं. पण हाच शेप एखाद्या सुरीसारखा करून त्या खुन्यानं ती बर्फाची सुरी खुनी हत्यार म्हणून वापरलं आहे. आता ते त्यानं कुठून आणलं, कसं तयार केलं याची सर्व

माहिती आम्हाला मिळाली आहे. ते कारागीरही आम्ही शोधून काढले आहेत. काय अडवानी, काही कळलं का मला काय म्हणायचं आहे ते?'' साने साहेबांनी अडवानींकडे बघत विचारलं.

अडवानींच्या चेहऱ्याचा रंग उडाला होता. आपण घाबरलो आहोत हे न दाखवण्याचा ते आटोकाट प्रयत्न करत होते. पण शेवटी पोलिसी नजर होती साने साहेबांची.

''अडवानी, आता तुम्ही बोलणार आहात की मीच सांगू सर्व?''

''काय... काय म्हणायचं आहे तुम्हाला?'' अडवानी घाम पुसत म्हणाला.

''अडवानी, ही नाटकं आता बास करा. मि. लाखन, तुमच्या भावाचा खुनी दुसरा तिसरा कोणी नसून हे ॲड. अडवानी आहेत. मी सांगतो हे सर्व कसं झालं ते. अडवानी साहेबांनी शेठजींचं जे पहिलं विल केलं होतं, त्यात त्यांच्या प्रॉपर्टीचे दोन हिस्से होते, एक मिस राधा आणि दुसरा अडवानीचा तो तथाकथित अनाथाश्रम. त्यातही मिस राधानं जर शेठजींशी लग्न केलं तरच त्यांचा हिस्सा त्यांना मिळणार होता. अदरवाइज, सर्व प्रॉपर्टी अनाथाश्रमाच्या नावानं होणार होती. त्यातील काही ठरावीक रक्कम दर महिन्याला शेठजींच्या घरी पोचती व्हावी अशी त्यात कंडिशन होती.

''आता मिस राधा शेठजींशी लग्न करायला कधीच तयार नव्हत्या. एका चाळिशीतल्या माणसाबरोबर पैशासाठी म्हणून कोण लग्न करणार? त्यामुळे प्रॉपर्टीमधला त्यांचा हिस्सा गेल्यासारखाच होता. त्यामुळे जवळजवळ ६० करोड रुपयांची ही प्रॉपर्टी अनाथाश्रमाला म्हणजेच पर्यायानं अडवानींना मिळणार होती. इथपर्यंत सर्व ठीक होतं.

''पण जेव्हा लाखन आला तेव्हापासून सर्व चित्र पालटलं. तो आल्यानंतर त्यानं अत्यंत विश्वासानं शेठजींच्या ऑफिसमध्ये काम करायला सुरुवात केली. पण त्याचं बक्षीस त्याला काय मिळालं? तर स्टोअरमध्ये पैसे खाल्ल्याचा आरोप. त्यानं वस्तुस्थिती काय आहे ते सर्व शेठजींना सांगितलं आणि तेथूनच शेठजींना अडवानींचा संशय यायला लागला. आडून आडून ते अनाथाश्रमाची चौकशी करायला लागले. आणि त्यांना कळलं की, अडवानींचे या अनाथाश्रमाच्या नावाखाली काय धंदे चालतात; पण आता जर काही केलं तर कदाचित आपणही त्यात गोवले जाऊ या भीतीनं त्यांनी काहीच केलं नाही. शेवटी त्यांनी आपलं विल बदलण्याचा निर्णय घेतला आणि नवीन विल केलं. हे विल त्यांनी ॲड. पाल यांच्याकडून करून घेतलं. त्यात त्यांनी राधाशी लग्न करण्याचा क्लॉज काढून टाकला आणि निम्मी प्रॉपर्टी तिच्या नावानं केली. मि. लाखन यांना त्यांनी त्या प्रॉपर्टीचा उरलेला अर्धा भाग दिला आणि उरलेल्या प्रॉपर्टीमधील फक्त अनाथाश्रम चालेल एवढेच पैसे त्यांनी अनाथाश्रमाच्या नावानं ठेवले.

"हे विल केलेलं अडवानींना ॲड. पाल यांच्या ऑफिसमधल्या टायपिस्टकडून कळलं. एवढंच नव्हे तर त्याची कॉपीही त्यांना मिळाली आणि इथेच शेठजींच्या खुनाची मुहूर्तमेढ रोवली गेली. ज्या दिवशी शेठजींचा खून झाला त्या दिवशी या सर्व गोष्टी शेठजींनी अडवानींना सांगितल्या आणि ते गेल्यावर त्यांनी लाखनला फोन करून त्यांच्या अपार्टमेंटच्या टेरेसवर बोलावलं. पण शेठजींना हे माहित नव्हतं की अडवानींनी त्यांचं फोनवरील बोलणं ऐकलं आहे. त्यांना माहिती होतं की जर ही गोष्ट एकदा लाखनला कळली तर काहीच करता येणार नव्हतं. म्हणून त्यांनी लाखनची आणि शेठजींची भेट होऊ द्यायची नाही असं ठरवलं.

"अडवानींनी शिवाकडून सुरीसारखा मोल्ड बनवून त्याची बर्फाची सुरी बनवायला सांगितली. आपल्या ऑफिसमधून आपली गाडी न घेता ते टॅक्सीनं एका क्रोकरीच्या दुकानात गेले. तेथे त्यांनी एक आइस्क्रीम पॉट घेतलं. नंतर त्याच टॅक्सीनं ते आइस फॅक्टरीमध्ये गेले. तेथून त्यांनी ते दोन्ही मोल्ड शिवाकडून घेतले आणि सरळ सी-रॉक अपार्टमेंटपाशी आले. तिथल्या नाक्यावरून त्यांनी लाखनला फोन करून आपल्या ऑफिसवर बोलावलं. त्यांना माहिती होतं की लाखन त्यांच्या ऑफिसवर जाणार. त्यामुळे त्याची आणि शेठजींची काही भेट होणार नाही. राधाकडून त्यांनी शेठजींच्या फ्लॅटची चावी मागून घेतलीच होती. आता अडवानी, तुम्हीच पुढचं काय काय झालं ते सांगा.

साने साहेबांनी एकदम अडवानींनाच पुढचं बोलायला सांगितलं. अडवानींना काहीच बोलता येईना. पण नंतर हळूहळू आवाजात ते सांगू लागले, "शेठजींनी जेव्हा विल बदललं तेव्हा माझं धाबं दणाणलं. मी अनाथाश्रमाच्या नावावर लहान मुलांची विक्री करायचो. मी एका दादाकडून हा व्यवहार करायचो. पण गेल्या काही दिवसांत आमचा कोणताही व्यवहार झाला नव्हता. मला दारू, रेस, मटका याचा नाद होता. यात मी बराच कर्जबाजारी झालो होतो. त्या दादाकडून मी व्याजावर पैसे घेतले. जे त्याला मी वेळेत देऊ शकलो नव्हतो. त्यामुळे तो सतत माझ्यामागे तगादा लाऊन होता. या बदललेल्या विलबद्दल राधा किंवा लाखनला काहीच माहिती नव्हतं. जर ते विल फायनल झालं असतं किंवा कोणाला त्याविषयी कळलं असतं तर मी अक्षरश: रस्त्यावर आलो असतो. या विलविषयी मला ॲड. पालांच्या ऑफिसमधल्या सुर्वेंनी सांगितलं, तेव्हा मी शेठजींकडे गेलो आणि त्यांची माफी मागितली; पण शेठजी मला माफ करायला तयार नव्हते. ते मला म्हणाले की, तुम्ही माझा विश्वासघात केलात, त्याची शिक्षा तुम्हाला व्हायलाच पाहिजे. यापुढे तुम्ही माझे कोणतेही व्यवहार पहायचे नाहीत. जे काही करायचं ते मी आणि लाखन पाहून घेऊ. नंतर त्यांनी लाखनला फोन करून टेरेसवर बोलावलं. ते मी ऐकलं. आता वेळ घालवण्यात अर्थ नव्हता. मी शिवाला सुऱ्याचा मोल्ड तयार करायला

सांगितलाच होता. त्यात पाण्याबरोबर जहाल विष मिसळायला सांगितलं होतं. तो घेऊन मी पावणेबारा वाजता शेठजींच्या फ्लॅटवर गेलो. राधानं दिलेल्या चावीनं त्यांचा फ्लॅट उघडला आणि सुऱ्याचा मोल्ड असलेलं आइस्क्रीम पॉट शेठजींच्या फ्रिजमध्ये ठेवलं. नंतर मी शेठजींची वाट बघत बसलो. शेठजी आल्याचं मला कळताच मी त्यांच्या बेडरूममध्ये जाऊन लपलो.

पण शेठजी घरी न येता पहिल्यांदा टेरेसवर गेले. तेथे टेरेसवर लाखनची वाट पाहून, तो न आल्यानं कंटाळून साधारण एकच्या सुमारास खाली आपल्या घरी आले. त्यांना झोप येत नव्हती, म्हणून त्यांनी झोपेची गोळी घेतली आणि ते तीनच्या सुमारास झोपले. ते गाढ झोपल्याची खात्री पटताच मी माझ्या जागेतून बाहेर आलो. झोपेची गोळी घेतल्यानं शेठजींना कोणतेच आवाज वगैरे ऐकू येत नव्हते. या दरम्यान मी फोनचा रिसिव्हरही काढून ठेवला होता. नंतर मी किचनमध्ये गेलो. फ्रिजमधल्या आइस्क्रीम पॉटमधून बर्फाची सुरी काढली आणि झोपलेल्या शेठजींच्या पोटात सर्व शक्ती एकवटून खुपसली. शेठजी मेल्याची खात्री पटताच मी तेथून निघालो. जाताना पुन्हा एकदा फोनचा रिसिव्हर जागेवर ठेवला. कोठे फिंगर-प्रिंट्स नाहीत याची खात्री करून घेतली आणि बाहेर पडलो. लिफ्टचा वापर न करता मी जिन्यानं खाली आलो आणि घरी येऊन झोपलो.''

''सर, आय कन्फेस माय क्राइम. आय मर्डर्ड मि. लालचंद किरोडीमल.'' अडवानी एखाद्या लहान मुलासारखं रडत म्हणाले.

थोडा वेळ त्या रूममध्ये कोणीच काही बोलत नव्हतं. फक्त अडवानींचे हुंदके ऐकायला येत होते. त्या शांततेचा भंग करत साने साहेबांचा आवाज ऐकायला आला, ''ॲड. अडवानी, आय अरेस्ट यू फॉर द क्राइम ऑफ मर्डर. यू आर अंडर अरेस्ट.''

❒

ती कोण होती?

भाग एक

अनू, प्रियांका, रोहिणी, सदानंद, मनोज आणि टोनी. कॉलेजचे शेवटच्या वर्षाचे विद्यार्थी.

अनू आर्ट्स; प्रियांका, सदानंद आणि मनोज सायन्स, रोहिणी आणि टोनी लॉ.

तीन वेगवेगळ्या साइडचे सहा मित्र. एक अजब रसायन होतं त्यांचं.

एकानं कॉलेज बंक केलं, की बाकीचे पाच कॉलेज कँटीनमध्ये दिसलेच पाहिजेत. एक थिएटरच्या आवारात दिसला की समजावं इतर पाचही सीट्स बुक आहेत.

बरं, आर्थिक स्थितीमुळे एकत्र आलेत असंही नाही. टोनी आणि अनू हायर क्लासमधले. टोनीचे वडील एक बिझनेसमन तर अनूचे वडील एक प्रख्यात अॅडव्होकेट. प्रियांकाचे वडील मंत्रालयात मुख्यमंत्र्यांचे पी.ए. तर रोहिणीचे वडील डिफेन्समधले मोठे ऑफिसर आणि मनोजची आई एका इंटरनॅशनल कंपनीमध्ये पी.आर.ओ.

सदानंद मात्र या साऱ्यांहून वेगळा. तो वाढला अनाथाश्रमात. आई-वडिलांचा पत्ताच नव्हता, तर आर्थिक परिस्थितीची गोष्ट लांबच राहिली. पण बुद्धीनं मात्र सर्वांत हुशार. संपूर्ण शिक्षण स्कॉलरशिपवर झालेलं. आत्ताही कॉलेजकडून मिळणाऱ्या आर्थिक मदतीवरच तो शिक्षण घेत होता. कमवा व शिका Earn & Learn या बेसिसवर तो संध्याकाळी एक पार्ट-टाईम जॉब करायचा. त्यातून त्याचे राहण्याचे,

जेवणाचे व इतर खर्च बाहेर पडायचे. शिवाय जेथे रहायचा त्या घरमालकाच्या मुलांची व त्याच्या दोन मित्रांची शिकवणी घ्यायचा.

तर असे हे सहा वेगवेगळ्या आर्थिक स्तरातले, साइडचे आणि वातावरणातले मित्र! अशा परिस्थितीमध्ये स्वभावही वेगवेगळे असणं स्वाभाविक आहे. अनू, मनोज आणि टोनी एकदम बिनधास्त. कधीही कुठेही राडा करायला तयार. अनू तर मुलगी असूनही एकदम टॉमबॉयप्रमाणे यांच्याबरोबर असायची. अगदी रॅगिंगमध्येसुद्धा! प्रियांका स्वत:ला प्रियांका चोप्रा समजायची. कोणतीही नवीन फॅशन पहिल्यांदा तिच्याकडे पहायला मिळायची. कपडे, मेकअप, पर्स, सँडल्स. रोहिणीही थोडीशी तिच्यासारखीच! पण प्रियांकाएवढी नाही. घरात करडी शिस्त असल्यामुळे बंधनं होती तिच्यावर. त्यात जॉइंट फॅमिली असल्यामुळे नटणं, मुरडणं यावर सर्वांची नजर असायची. त्यामुळे तिचं अक्षरश: भजं व्हायचं. तिला फॅशन आवडायची, पण घरातल्या शिस्तीमुळे करता येत नसे. त्यामुळे तिची सदैव चिडचिड झालेली असायची.

सर्वांत शांत होता सदानंद. विचारी आणि संयमी. एखाद्या गोष्टीचा सर्व बाजूनं विचार करून, मगच त्यावर बोलायचा. पण जे बोलायचा किंवा जो तोडगा काढायचा तो इतका अचूक असायचा की, तो खोडायला एकही मुद्दा समोरच्याकडे शिल्लक राहिलेला नसायचा. अभ्यास असो, खेळ असो किंवा जनरल प्रॉब्लेम असो; या सर्वांवर त्याच्याकडे सोल्यूशन तयार असायचं.

आजसुद्धा ट्रिपला यायला तो तयार नव्हता. परीक्षा जवळ आलेल्या असताना या अशा ट्रिप काढणं त्याला मान्य नव्हतं. पण बाकीचे ऐकायला तयार नव्हते.

"ए सॅडी, चल रे ट्रिपला." टोनी.

"तर काय, साला, एवढा भाव काय खातोस मघापासून?" अनू.

"हे बघा, मला आत्ता तरी जमणार नाही. परीक्षा एवढ्या जवळ आल्यात आणि तुम्हाला ट्रिप सुचते आहे?" सॅडी उर्फ सदानंद.

"अरे यार, परीक्षा को मारो गोली. नाहीतरी पास होऊन काय होणार आहे? आणि आपल्यापाशी पास व्हायला अनेक साधनं आहेत. फिर उसका क्या टेन्शन लेनेका?" मनोज हातातला कोकचा कॅन खाली ठेवत म्हणाला.

"ए सॅडी, हे बघ, ट्रिपला जायचं म्हणून मी नवीन जीन्सपण घेतली आहे. आणि आता तू नाही म्हणतोस म्हणजे काय?" प्रियांका स्वत:ला आरशात न्याहाळत म्हणाली.

"ओ मिस वर्ल्ड, तुम्हाला काय कारणच हवं असतं नवीन कपडे घ्यायला!" रोहिणी फणकाऱ्यानं उद्‌गारली.

"हे बघा, तुम्ही कितीही आग्रह केलात तरी मी येणार नाही, ॲण्ड दॅट्स फायनल!" सदानंद चहा संपवत म्हणाला आणि तो उठून जायला लागला.

एवढ्यात टोनी त्याचा हात पकडून म्हणाला, ''यार सॅडी, हम लोग हर बार तेरी बात मानते हैं। कभी तेरी बात हम लोगों ने टाली है? बोल। फिर इस बार तू मत टाल, यार. देख, हम लोग सुबह जल्दी निकलेंगे। यहीं पास में जाना है. जादा से जादा १००किलोमीटर. दो घंटे मे पहुंच जाएंगे। रात को कँप-फायर करेंगे और फिर सुबह जल्दी वहाँ से निकलकर आ जाएंगे। वैसे भी दो दिन तो कॉलेज बंद है। फिर तेरा प्रॉब्लेम क्या है यार?''

''ए सॅडी, चल ना यार, प्लीऽऽज.'' सर्वांनीच आग्रह करायला सुरुवात केली. तसं सदानंदला नाही म्हणता येईना आणि तो तयार झाला. ''ओके, मी येईन. पण परवा संध्याकाळी मात्र कोणत्याही परिस्थितीत परत यायचं, या एकाच अटीवर येईन. कबूल?'' सदानंदनं सर्वांकडे पाहत विचारलं. तसं सगळे एकदम ओरडले, ''कबूल.''

''ठीक आहे. मग उद्या सगळ्यांनी सकाळी नऊ वाजता कॉलेजपाशी जमायचं.'' मनोजनं मीटिंगचा शेवट केला आणि सगळे उठले. प्रत्येक जण ट्रिपची तयारी करायला लागला.

दुसऱ्या दिवशी बरोबर नऊ वाजता सदानंद कॉलेजपाशी आला तर तिथे कोणीच नव्हतं. त्याला पहिल्यांदा वाटलं की आपणच लवकर आलो की काय. म्हणून त्यानं परत घड्याळात पाहिलं. घड्याळात नऊ वाजून पाच मिनिटं झाली होती. त्यानं कँटीनमध्ये पाहिलं, कट्ट्यावर पाहिलं; पण कोणीच आलं नव्हतं. तो एका मोटर-सायकलवर बसून वाट पाहू लागला.

सर्वांत पहिल्यांदा मनोज आणि रोहिणी आले. ''हाय सॅडी.'' मनोजनं आल्या आल्या त्याच्या खांद्यावर थाप टाकत त्याला विचारलं, ''हे काय, अजून कोणीच आलं नाही?''

''तुला दिसतंय का कोणी इथं?'' सदानंदनं शांतपणे विचारलं.

''दिसतंय ना.'' मनोजनं डोळ्यावरचा गॉगल काढत म्हटलं. तसं रोहिणी इकडेतिकडे बघत म्हणाली, ''तुला दिसतंय? मला तर कोणीच दिसत नाही.''

''ए माठ, मला सॅडी दिसतोय, तू दिसते आहेस. अजून कोणी कशाला दिसायला हवं?'' मनोज शांतपणे म्हणाला. तशी रोहिणी ''यू स्टुपिड.'' असं म्हणत त्याला मारायला धावली. मनोज तिचा मार चुकवायला पळायला लागला. त्यांची ती धावाधाव सदानंद शांतपणे एन्जॉय करत होता. तोपर्यंत टोनी आणि अनू, टोनीच्या जीपमधून आले.

''ये लोग ऐसे दौड क्यों रहे हैं?'' रोहिणी आणि मनोजकडं बघत टोनी म्हणाला.

''तू त्यांचा विचार करू नकोस. ये तो पागल हैं।'' सदानंद मोटारसायकलवरून उतरत म्हणाला.

"आणि आपल्या मिस वर्ल्ड कुठं आहेत?" अनूनं सदानंदला विचारलं. तोपर्यंत मनोज आणि रोहिणी त्यांच्याजवळ आले. "झाली तुमची पळापळी करून?" सदानंदनं विचारलं. दोघंही दमली होती. त्यामुळे त्यांच्या तोंडातून शब्द येत नव्हते. त्यांनी मानेनीच "हो." असं सांगितलं.

"अरे, प्रियांका अजून कशी आली नाही?" अनूनं परत विचारलं.

"तिला आज सकाळी नऊ वाजता जमायचं आहे, असंच सांगितलं आहे ना? नाहीतर आपली ट्रिप आटपून आपण पुन्हा इथे यायचो तेव्हा ती ट्रिपला जायच्या तयारीनं यायची." मनोज आपली सॅक टोनीच्या गाडीत टाकत म्हणाला. तसे सगळेच हसले.

"यार, दस बज रहे हैं। ये मिस वर्ल्ड अभी तक नही आयी।" टोनी वैतागून म्हणाला आणि अनूकडं बघत त्यानं विचारलं, "अनू, तेरे पास उसका मोबाइल नंबर है ना? उसको फोन कर और जल्दी आने को बोल. और अगर वो तैयार नही है, तो हम निकल जाएंगे, ऐसा उसको बोल।"

"आणि तिला म्हणावं, तुझी ती ट्रिपसाठी घेतलेली जीन्स वाया जाईल." रोहिणीनं तेवढ्यात टाँट मारून घेतला. तोपर्यंत अनूनं प्रियांकाला मोबाइल लावला.

"हॅलो प्रियांका, कुठे आहेस तू? आम्ही येथे आलो आहोत... हां हां... लवकर ये. ओके ओके." अनूनं मोबाइल बंद केला आणि इतरांकडे वळून म्हणाली, "ती पाच मिनिटात येत आहे."

"चला, म्हणजे किमान अर्ध्या तासात तरी ती नक्की येईल." मनोज खिशातून सिगरेट पाकीट काढत म्हणाला. तशी पुन्हा एकदा सगळेजण हसले.

"चलो यार, तब तक एक एक बिअर लेते हैं।" टोनी म्हणाला तसं सदानंदच्या कपाळावर आठ्या पडल्या. "टोनी, तुला जे काही प्यायचं आहे, ते मुक्कामाच्या ठिकाणावर पोचल्यावर. ड्रायव्हिंग करताना अजिबात ड्रिंक्स घ्यायची नाहीत." सदानंदने स्पष्ट शब्दांत सुनावल्यावर टोनी एकदम उसळून म्हणाला, "अरे यार, इतना अच्छा ट्रिप का माहौल है, और दारू नही पिनेका? व्हाट इज धिस यार।"

"हे बघ, तू जर दारू पिऊन ड्राइव्ह करणार असशील, तर मी आत्ताच माझं येणं कॅन्सल करतो," सदानंद त्याच्यासमोर उभा राहत म्हणाला.

"यार, एक बिअर से कभी किक बैठती है क्या? और तू बार बार कॅन्सल करने की हूल क्यूं दे रहा है?" टोनी वैतागून म्हणाला. तशी मनोज पुढे येऊन म्हणाला, "रिलॅक्स गाइज, आपण एन्जॉय करण्यासाठी जातो आहेत. भांडण करण्यासाठी नाही. टोनी, तू वहाँ पहुँचने के बाद दारू के बॅरेल में जाके बैठ. सॅडी, तू उगाच लांब चेहरा करून बसू नकोस. चिअर अप मॅन."

" ए, ती बघ मिस वर्ल्ड आली." अनू म्हणाली. तसा हा विषय बाजूला पडला आणि सगळे जण ती येण्याच्या दिशेला बघू लागली.

प्रियांका खरोखरच मिस वर्ल्ड दिसत होती. तिनं तंग जीन्स आणि त्यावर स्लीव्हलेस टी-शर्ट घातला होता. कमरेला उंची लेदर जॅकेट बांधलं होतं. उंच टाचेचे बूट आणि डोळ्याला गॉगल. एकदम सेक्सी दिसत होती. सगळे आपल्याकडेच बघत आहेत हे लक्षात आल्यावर तिनं हात हलवून सर्वांना हाय केलं आणि चालण्याचा स्पीड वाढवला. तिच्या भरभर चालण्यामुळे तिचे उरोज वरखाली उडायला लागले. मनोज आणि टोनी एकटक तिच्याकडे बघत होते. सदानंदचं लक्ष त्या दोघांकडे गेलं. मनातल्या मनात हसत तो अनूकडे पहायला लागला. अनू आपल्या मोबाइलवरून कोणाला तरी एस.एम.एस. करत होती. रोहिणी मात्र अत्यंत जळजळीत नजरेनं प्रियांकाकडे पाहत होती. सदानंदनं तिच्या खांद्यावर हळूच थोपटलं, तशी ती भानावर आली.

"सॉरी गाइज, आय ॲम लेट." आल्या आल्या आपली सॅक गाडीत टाकत प्रियांका म्हणाली.

मनोज आणि टोनीनं एकाचवेळी एकमेकांकडे पाहिलं आणि त्या दोघांनाही कळलं की त्यांच्या मनात काय आलं होतं. तसं ते दोघंही मनापासून हसले. "इट्स ओके. बट नाउ, डोन्ट वेस्ट टाइम. लेट्स गो." टोनी ड्रायव्हिंग सीटवर बसत म्हणाला.

सर्व जण गाडीत बसले. मनोज टोनीबरोबर पुढे बसला. सदानंद, रोहिणी एका सीटवर आणि अनू आणि प्रियांका त्यांच्यासमोरच्या सीटवर बसले आणि गाडी सुरू झाली.

तारुण्याचा जोश, सोबतीला तीन सुंदर मुली आणि वाऱ्याच्या वेगानं धावणारी गाडी! हे सर्व असल्यावर कोण ४० च्या स्पीडनं जाईल? टोनीच्या गाडीच्या स्पीडोमिटरचा काटा १००-१२० च्या दिशेनं सरकत होता आणि तो तिथेच स्थिरावला होता. मंडळी गाण्याच्या भेंड्या खेळायला लागली. अनू, टोनी, मनोज विरुद्ध प्रियांका, रोहिणी आणि सदानंद अशी टीम पडली.

"मला गाणी वगैरे येत नाहीत हं, मी आधीच सांगून ठेवतोय." सदानंदनं टीम पडल्या पडल्या सांगून टाकलं.

"ओ, कमॉन सॅडी, झालं का तुझं पुन्हा सुरू!" अनू सदानंदच्या मांडीवर मारत म्हणाली.

"अगं खरंच, मला सिनेमातली गाणी येत नाहीत." सदानंद म्हणाला.

"का सिनेमा वगैरे पाहत नाहीस की काय? मागच्या आठवड्यात तर आमच्याबरोबर आला होतास सिनेमा बघायला." मनोज त्याच्याकडे बघत म्हणाला.

"अरे, सिनेमा चालू झाल्यावर हा चक्क झोपला होता!" रोहिणीनं गौप्यस्फोट केला, तशी सगळी हसायला लागली.

"ए, झोपलो नव्हतो काही. मला कंटाळा आला होता. तीच मारामारी, तोच रोमान्स, तीच पळापळ! काहीच नवीन नव्हतं या सिनेमात." सॅडी आपली बाजू सावरण्याचा प्रयत्न करत होता.

तेवढ्यात टोनीला वाटेत एक धाबा दिसला आणि त्याच्या डोळ्यांत चमक आली. त्यानं हळूच मनोजकडे पाहिलं आणि डोळ्यांनीच त्याला खूण करून धाबा दाखवला. मनोजच्याही तोंडाला पाणी सुटलं आणि त्यानं नजरेनंच टोनीला होकार दिला. तशी टोनीनं आपली जीप धाब्याकडे वळवली. धाबा बघून इतरांच्या लक्षात आलं, की आता काय होणार ते.

"टोनी, गाडी का थांबवलीस?" रोहिणीनं विचारलं.

"नेचर्स कॉल, बेबी." टोनीनं करंगळी वर करून दाखवली.

"टोनी, तू चुकीचं बोट दाखवतो आहेस. तुला कदाचित हे बोट दाखवायचं असेल." अनूनं आपला अंगठा त्याच्या डोळ्यासमोर नाचवला.

"तो क्या हुआ? ये भी नेचर्स कॉल ही तो है।" टोनी म्हणाला. टोनी जीपमधून खाली उतरला. त्याच्या पाठोपाठ मनोज उतरला. आता सगळ्यांचाच नाईलाज झाला. त्यामुळे त्यांच्या मागून हे चौघंही उतरले. मनोज आणि टोनी धाब्याच्या आत जाऊन फ्रेश होऊन आले आणि बाहेर ठेवलेल्या कॉटवर येऊन बसले. त्यांनी दोन बिअर आणि चकण्याची ऑर्डर दिली.

"चला, यांचं होईपर्यंत आपण जरा फ्रेश होऊन येऊ या." अनू मुलींकडे बघत म्हणाली.

"इथं असेल का सोय बाथरूमची?" रोहिणीनं विचारलं.

"असेल की. विचारू या कुणालातरी." अनू म्हणाली.

"ए सॅडी, त्या धाब्याच्या मॅनेजरला विचार ना, इथे लेडिज टॉयलेट आहे का." रोहिणीनं सदानंदला गळ घातली. तसा तो धाब्याकडं जायला लागला. त्याला येताना पाहून मनोजनं हात हलवून त्याला आपल्या दिशेनं बोलावलं. पण त्यांच्या दिशेनं न जाता तो धाब्याच्या आत जायला लागला.

"यार, मुझे इसपे कभी कभी गुस्सा आता है।" टोनी खिशातून सिगरेट पाकीट काढत म्हणाला.

"क्यूं? उसने क्या किया है?" मनोजनं त्याच्या पाकिटातली सिगरेट शिलगावत विचारलं.

"जब देखो ये बंदा ऑफ मूड रहता है। नो हसना, नो मस्ती! हमेशा फिलॉसॉफी सिखाता है। जब देखो लेक्चर देता है। वैसे तो हम सब फ्रेंड हैं, लेकिन कभी कभी मुझे लगता है की मैं इसको कैसे टॉलरेट करता हूं।" टोनीनं त्याच्या मनातली जळजळ बोलून दाखवली.

गेली अनेक वर्षं टोनी कॉलेजमध्ये कॉपी करून पास होत होता. पण सदानंद मात्र दर वेळी फर्स्ट क्लासनं पास होत होता. त्यामुळे त्याचं नेहमी कौतुक व्हायचं आणि हीच गोष्ट टोनीला खटकत होती. पण ती त्यानं कोणाजवळ बोलून दाखवली नव्हती.

"तसं काही नाही, टोनी. तू त्याचा प्रॉब्लेम लक्षात घे. ना त्याला घर आहे, ना आई-वडील, ना नातेवाईक! फायनान्शियल बाजूनंही तो कमकुवत आहे. कॉलेजमधून त्याला फ्री-शिप मिळते. म्हणजे एक प्रकारचे उपकारच आहेत ना? तो जिथे राहतो त्या घरमालकाच्या मुलांची तो शिकवणी घेतो आणि त्यातून त्याचं घरभाडं ॲडजेस्ट होतं. अशा परिस्थितीत तो एन्जॉयमेंटच्या बाबतीत विचार करूच शकत नाही. म्हणून तो असा गप्प गप्प असतो." मनोज समजावणीच्या स्वरात म्हणाला. मात्र टोनीला ते पटलं नाही.

"बहुत तारीफ कर रहा है उसकी? वो तुम्हारे नोट्स वगैरा कम्प्लीट करता है, तुम्हारे एक्सपरीमेंट्स में तुम्हे हेल्प करता है, इसलिए तुम उसके फेवर में हो।" टोनी बिअर ग्लासात ओतत म्हणाला.

"शट अप यार, ऐसी बात नही है। मैं उसे अच्छी तरह से जानता हूं। मुझे मालूम है उसके बारे में।" मनोज त्याच्यासाठी आणलेली बिअर ग्लासात ओतत म्हणाला.

"फर्गेट इट यार, लेट्स एन्जॉय. चिअर्स." टोनी आपला ग्लास मनोजच्या ग्लासाला लावत म्हणाला.

"ओके, चिअर्स." असं म्हणून दोघं बिअर पिऊ लागले. तोपर्यंत सदानंद धाब्याच्या बाहेर आला आणि परत मुलींच्या दिशेनं जाऊ लागला. मनोजचं त्याच्याकडे लक्ष गेलं. पण पुन्हा टोनी काही म्हणेल म्हणून दुर्लक्ष करून तो टोनीबरोबर इतर गप्पा मारू लागला.

"काय झालं सॅडी? आहे काही सोय?" अनूनं विचारलं.

"नाही. इथं लेडिज टॉयलेट नाही. पण धाब्याच्या मागं शेत आहे. तिथं जायला हरकत नाही." सदानंद शेताकडे बोट दाखवत म्हणाला.

"ईऽऽऽऽ शेतात? म्हणजे ओपनमध्ये? मी नाही बाई येणार!" प्रियांका शहारलेल्या अंगानं म्हणाली.

"मग तुझ्यासाठी काय ए.सी. बाथरूमची सोय हवी आहे का?" रोहिणीनं खुन्नस काढली.

"अगदी ए.सी. नको, पण किमान बंद तरी हवी. हे काय ओपनवर करायचं?" प्रियांकाच्या या बोलण्यावर रोहिणी काहीतरी उत्तर देणार होती, पण तेवढ्यात तिला अनूनं थांबवलं. "लुक फ्रेंड्स, इथून आपला पिकनिक स्पॉट जवळजवळ २ ते २॥ तासांवर आहे. जर इमर्जन्सी असेल तर जाऊन येऊ, नाहीतर तेवढा वेळ थांबायला हवं. काय करायचं?"

"मी तरी इथे नाही जाणार बाई. तुम्हाला जायचं असेल तर जा. मी आणि सॅडी थांबतो." प्रियांका त्या दोघींना म्हणाली मग सदानंदकडे वळून ती म्हणाली, "कमॉन सॅडी, आपण कोल्ड्रिंक्स घेऊ तोपर्यंत." त्याचा हात पकडून ती धाब्याच्या दिशेनं जायला लागली. तिचा तो अविर्भाव पाहून अनू आणि रोहिणीनं 'विचित्रच आहे' अशा अर्थानं खांदे उडवले आणि त्या दोघी शेताकडं जायला लागल्या. सदानंद आणि प्रियांका या जोडीकडे सगळा धाबा विचित्र नजरेनं बघत होता. सगळ्यांच्या मनात सदानंदविषयी जेलसी निर्माण होत होती. ती दोघं धाब्याच्या आत गेली आणि तेवढ्यात टोनीचं लक्ष त्यांच्याकडे गेलं.

"ये देख साला, लंगूर के बगल में अंगूर." टोनी त्या दोघांकडे बघत म्हणाला. मनोजचं तिकडे लक्ष जाताच त्याच्याही मनात हाच विचार आला. "च्यायला, ही येडी त्याच्याबरोबर काय करते आहे?" मनोज पटकन म्हणाला. तसा टोनी चमकून त्याच्याकडं बघायला लागला. "मन्नू, क्या तुम भी वही सोच रहे हो, जो मैं सोच रहा हूं?" टोनीनं त्याला विचारलं. मनोजला त्याचा अर्थ कळला नाही. त्यानं हातानंच खूण करून 'काय' म्हणून विचारलं.

"अबे साले, सुबह देखा नही? क्या हिल रहा था उसका दुकान! आज तक कभी सोचा नही था इसके बारे में। गधे हैं यार हम। खालीपिली इधर उधर भाग रहे थे हम लोग." टोनीला बिअर चढायला लागली होती.

मनोजला टोनीची भाषा अजिबात आवडली नाही. पण तो फार काही बोलला नाही. तो फक्त एवढंच म्हणाला, " ओय, क्या बक रहा है बे? शी इज अवर फ्रेंड यार. हमें उसके बारे में ऐसा नही सोचना चाहिए।"

"क्यों? क्यों नही सोचना चाहिए? ये साला सॅडी उसके साथ उठबैठ सकता है और हम सोच भी नही सकते?" आता टोनीवर बिअरचा अंमल चढला होता. बसल्या जागी त्या दोघांनी २-२ बिअर संपवल्या होत्या आणि आता तिसरी बिअर चालली होती. "देख मनू, ये सॅडी अपने गँग में बैठनेवाला बंदा नही है. फिर भी तुम लोग उसे टॉलरेट करते हो, इसलिए मैं भी करता हूं. लेकिन कभी ये बंदा मुझे अच्छा लगा ही नही."

"लीव्ह इट, टोनी. हमें अब निकलना चाहिए।" मनोज विषय बदलत म्हणाला. तसा टोनी आपली बिअर संपवून उठला. तोपर्यंत प्रियांका आणि सदानंद पण बाहेर आले. रोहिणी आणि अनूही त्यांना जॉइन झाल्या आणि ती सगळी पुन्हा गाडीत जाऊन बसली. आता टोनी आणि अनू पुढे बसले, सदानंद आणि प्रियांका एका बेंचवर आणि मनोज आणि रोहिणी एका बेंचवर पाठीमागे बसले. टोनी आता मघापेक्षा जास्त स्पीडनं गाडी चालवत होता. अनू त्याला प्रोत्साहन देत होती. सदानंद आणि रोहिणी अस्वस्थ व्हायला लागले होते. पण मनोज आणि प्रियांकाला याचं काहीच वाटत नव्हतं. ते दोघं आपआपल्या गप्पात रंगले होते.

"ए, चला गाण्याच्या भेंड्या खेळू या," अनूनं पुन्हा एकदा भेंड्यांची टूम काढली.

"ओके ओके, पण आता तीन पार्ट्या असतील. तू आणि टोनी, मी आणि सॅंडी आणि मनू आणि रोहिणी. चालेल?" प्रियांकानं पुन्हा सदानंदचा हात आपल्या हातात घेत विचारलं. तिचा तो अविर्भाव सगळ्यांनाच धक्का देणारा होता. नशीब, टोनीचं लक्ष नव्हतं. तो आपल्या ड्रायव्हिंगवर कॉन्सन्ट्रेट करून होता.

"चालेल, चालेल!" सगळ्यांना ही आयडिया आवडली आणि त्यांच्या भेंड्या सुरू झाल्या. सुसाट स्पीड, बिअरचा अंमल आणि मोकळा रस्ता यामुळे टोनीही त्यांच्या भेंड्यात सहभागी होऊन गेला होता. घाटातल्या वळणावर ते अक्षरश: एकमेकांच्या अंगावर पडत होते. पण सगळे जण एन्जॉय करत होते.

एवढ्यात कर्रर्रर्रर्रर्रर्रर्रर्रर्र........................

समोरच्या वळणावर एकदम एक गुराखी बाई गाडीच्या आडवी आली. टोनीनं गाडी कंट्रोल करण्याचा खूप प्रयत्न केला पण... गाडी कंट्रोल झाली नाही. गाडी सरळ त्या बाईला उडवून रस्त्याच्या कडेच्या झाडावर जाऊन आपटली. सगळे घाबरले. पटापट उड्या मारून ते गाडी बाहेर आले.

"ओ शिट! ये क्या किया यार तूने?" मनोज त्या बाईजवळ उपडा बसला होता.

"क्या हुआ?" टोनीची पार 'फाटली' होती. तो तिच्याजवळ जायला पण तयार नव्हता.

"ये तो मर गई।" सदानंद तिच्या हाताची नाडी तपासत म्हणाला. तशा मुली एकदम रडायला लागल्या. एकच गोंधळ उडाला.

"अबे, क्या जरूरत थी इतना पीने की साले? मैं बोल रहा था इतना मत पी! तो क्या बोला तू? अबे, इतने से तो गला भी नही गिला हुआ! अब यहाँ अपनी गिली हो गई." मनोज वैतागून म्हणाला.

"मी पुन्हापुन्हा सांगत होतो, गाडी हळू चालव! तेव्हा अगदी मारे मला म्हणाला 'फट्टू, चूप बैठ' आता कोणाची फाटली आहे?" सदानंदनं सकाळपासूनचा राग व्यक्त केला.

"अरे, आता तुम्ही एकमेकांच्यात भांडत बसणार आहात की, यातून काहीतरी मार्ग काढणार आहात?" अनू पुढे येऊन म्हणाली.

"मार्ग काय काढायचा? मार्ग एकच! सरळ पोलीस स्टेशनमध्ये जाऊन सांगू." सदानंद म्हणाला.

"अरे, तू मेरा दोस्त है या दुष्मन? पुलिस को बताया तो मै तो जाऊंगा अंदर खून के केस में।" टोनी अजून लांबच उभा होता. सदानंदच्या या स्टँडवर तो एकदम

त्याच्याजवळ आला आणि म्हणाला, "देख, अगर तुझे मदद नही करनी तो मत कर, लेकीन कम से कम कुछ उल्टी बात तो मत कर। सोचने दे हम लोगों को।"

"इसमें सोचना क्या है बे? ये तो ॲक्सिडेंट है। पुलिस को तो बताना पडेगा।" मनोज म्हणाला.

"देख दोस्त, अगर मै फंसा, तो तुम सब भी फंस जाओगे. क्योंकि हम सब साथ थे. मन्नू तूने भी तो बिअर पी है. प्रॉब्लेम में तो हम सब आ सकते हैं." टोनी सावधगिरीनं मुलींच्याकडं बघत म्हणाला.

"तू कहना क्या चाहता है?" प्रियांका आता त्याच्याजवळ येत म्हणाली. "हम लोगों ने बोला था दारू पी के गाडी चलाने को?"

"अच्छा, टोनी फास्ट, और फास्ट, ये कौन चिल्ला रहा था?" टोनी तिच्यासमोर हात नाचवत म्हणाला.

"एक मिनिट, आपण पहिल्यांदा या राड्याचं काय करायचं ते ठरवू या आणि मग एकमेकांच्या चुका शोधू या!" मनोज म्हणाला.

सगळे त्या बाईच्या डेड बॉडीजवळ आले. रोहिणी व प्रियांकानं एकदा त्या डेड बॉडीकडे बघितलं, आणि त्या पुन्हा गाडीजवळ जाऊन बसल्या. आता तिथं अनू, टोनी, सदानंद आणि मनोज राहिले होते. काय करावं, कुणालाच सुचत नव्हतं. पोलिसांत गेलं तर सगळे अडकणार हे स्पष्ट होतं. आता काय करायचं याचा विचार होणं गरजेचं होतं.

"सॅडी, मला एक कल्पना सुचली आहे." मनोज सदानंदच्या जवळ येऊन म्हणाला. त्याला खात्री होती की, तो जे बोलणार आहे ते सदानंदला कधीच मान्य होणार नव्हतं आणि जर त्याला मान्य झालं असतं तर कुणीच ऑब्जेक्शन घेणार नव्हतं. पण सदानंदला पटवणं गरजेचं होतं.

"कोणती कल्पना?" सदानंदनं त्याच्याकडं पाहत विचारलं.

"हे बघ, जे झालं ते वाईटच झालं. पण जर यात आपण सगळे अडकलो तर सगळ्यांचंच आयुष्य उद्ध्वस्त होईल. पोलीस केस, कॉलेजमधून रस्टिकेट, घरात बोंबाबोंब, एवढंच काय, कदाचित जेलसुद्धा होईल." त्याच्या खांद्यावर हात ठेवत मनोज म्हणाला.

सदानंद त्याच्या खांद्यावरचा हात काढत म्हणाला, "अरे, पण हे आपल्याला का होईल? ॲक्सिडेंट तर टोनीनं केलाय. त्यानं दारू पिऊन रॅश गाडी चालवल्यामुळे ही बाई मेली आहे. त्यात आपली काय चूक आहे?"

"तुझ्या लक्षात येत नाही सॅडी, आपण सर्व या ॲक्सिडेंटमध्ये सहभागी आहोत. जरी तो टोनीच्या हातून झाला असला तरी आपण सगळे एकत्र आहोत. भले आपल्याला शिक्षा होणारही नाही. पण कॉलेज आणि सोसायटीचं काय? ती

आपला हा स्टँड थोडीच समजून घेणार आहे? आणि मी म्हणतो आमचं एक ठीक आहे, आम्ही एकवेळ कसेबसे सुटू, तुझं काय? तू कॉलेजच्या स्कॉलरशिपवर शिकतो आहेस. तुझा अजून रिसर्च कम्प्लीट व्हायचा आहे. जर कॉलेजमधून आपल्याला काढून टाकलं, तर तुझ्या रिसर्चचं काय? तुला मिळणाऱ्या स्कॉलरशिपचं काय? तुझ्या सायंटिस्ट होण्याच्या ॲम्बिशनचं काय? या पोरी काय उद्या लग्न होऊन जातील. टोनीला जरी शिक्षा झाली, तरी त्याचा बाप समर्थ आहे केस ढिली करण्यात आणि अनूचे डॅडी आहेत त्याला या केसमधून सहीसलामत बाहेर काढायला! आपल्या मोहिते कार्पोरेटरच्या पोराची केस त्यांनी अशीच निकालात काढली होती. त्यामुळे आमचा काहीच प्रश्न नाही, प्रश्न आहे तो तुझा! तेव्हा मी जो पर्याय सांगतो तो जर तुला मान्य असेल, तर आपण सर्व या प्रॉब्लेममधून बाहेर येऊ शकतो.'' एवढं म्हणून मनोज थांबला. सदानंदची काय प्रतिक्रिया आहे, याचा तो अंदाज बांधू लागला. त्याला खात्री होती की त्याच्या इमोशन्सला हात घातल्यामुळे सदानंद काही बोलणार नाही.

सदानंद मनोजच्या या बोलण्यानं विचारात पडला. 'मनोज म्हणतो त्यात तथ्य आहे. जर आपण आत्ता बोललो तर आपलं भविष्य अंधकारमय होणार आहे आणि नाही बोललो तर आयुष्यभर या अपराधाचा बोजा आपल्या मनावर राहणार आहे. पण जो गुन्हा आपण केलाच नाही, त्याचा बोजा आपण का घ्यावा? आणि जर उद्या आपण आपल्या रिसर्चमध्ये यशस्वी झालो, तर कशाला या टोनीचं तोंड पुन्हा बघायला लागणार आहे! तेव्हा आता जर शांत राहिलं तर उद्या आपल्याला प्रॉब्लेम नाही आणि आत्ता जर बोललो तर आजही प्रॉब्लेम आहे आणि उद्याही!' सदानंद मनातल्या मनात म्हणाला.

'' ठीक आहे मनोज, सांग तुझा पर्याय.'' सदानंद मनोजकडं न बघता म्हणाला. तसे सगळे पुन्हा त्या बॉडीजवळ आले आणि मनोज काय सांगतो ते ऐकू लागले.

''फ्रेंड्स, मी कुणाला वाचवण्याचा प्रयत्न करतो आहे, असा प्लीज कुणीही गैरसमज करून घेऊ नका. पण या प्रॉब्लेममधून सुटण्याचा एकच मार्ग आहे. आणि तो म्हणजे आपण ही बॉडी उचलून घाटात खाली फेकून देऊ. ॲक्सिडेंटच्या खुणा मिटवून टाकू आणि काही झालंच नाही असं समजून आपल्या प्रोग्रॅमला जाऊ. या क्षणापर्यंत तरी आपल्याला कुणीच पाहिलेलं नाही. कुणीतरी येऊन पाहण्याआधी आपण ही बॉडी डिस्पोज करू. पुढे कुठे गॅरेज असेल तर तिथे गाडी रिपेअर करू आणि उद्या पुन्हा आपआपल्या घरी जाऊ. बोला, काय म्हणताय?'' मनोज बोलायचा थांबला आणि सगळ्यांकडे बघायला लागला.

कोणाला काय बोलावं तेच सुचत नव्हतं. हा पर्याय आहे की पळपुटेपणा? याचाच विचार ते करत होते, फक्त टोनी सोडून! त्याला तर हा पर्याय एकदम पसंत

होता. येऊन जाऊन गाडीचं रिपेअरिंग एवढाच काय तो प्रॉब्लेम होता, पण तो सहज सुटणारा होता. त्याचे डॅड काय झालं हेसुद्धा न विचारता, गाडीच्या रिपेअरिंगचे पैसे देतील याची त्याला खात्री होती. प्रश्न होता तो या सगळ्यांनी हे बॉडी डिस्पोजचं प्रपोजल मान्य करण्याचा!

"मन्नू, आम्हाला तुझा पर्याय मान्य आहे." अनू तिघींच्याकडं बघत शांतपणे म्हणाली. तिला खात्री होती की तिच्या या संमतीवर कोणी काहीच बोलणार नाही. कारण तिघींच्याही मनात तेच होतं, फक्त कुणीतरी बोलायला हवं होतं.

"रोहिणी, प्रियांका, तुम्हाला काही बोलायचं आहे?" मनोजनं 'खुंटा' घट्ट केला. दोघींनीही 'नाही' अशा अर्थानं मान हलवली. तसं मनोज आणि अनू एकमेकांकडे बघून हलकेच हसले आणि सदानंदकडे पाहू लागले.

सदानंद या सर्वांच्या चेहऱ्याकडे बघत होता. प्रत्येकाच्या मनात काय चाललं आहे, हे त्यांच्या चेहऱ्यावरून दिसत होतं. जाणारा वेळ प्रत्येकाच्या हृदयाचे ठोके वाढवत होता. टोनी अस्वस्थपणे सिगरेटवर सिगरेट ओढत होता. रोहिणी तिच्या पर्सशी चाळा करीत होती. प्रियांका टी-शर्टच्या बटणांशी खेळत होती आणि अनू मनातल्या मनात सॅडीला शिव्या घालत होती. शांत होता तो फक्त मनोज! कारण त्याला खात्री होती की सदानंद काही बोलणार नाही.

"ओके." सदानंद एकदम म्हणाला तशी प्रियांका दचकली. सगळ्यांनी एकदम निःश्वास टाकला. "मला मान्य आहे तुझा पर्याय. पण एक गोष्ट सांगतो, मी बॉडीला हात लावणार नाही की ॲक्सिडेंटच्या खुणा मिटवण्यासाठी मदत करणार नाही. मी सरळ लांब जाऊन थांबीन. तुम्हाला काय करायचं आहे ते करा आणि दुसरं म्हणजे हे सगळं झालं की मी परत जाणार. मी यापुढे तुमच्याबरोबर पिकनिकला येऊ शकणार नाही." सदानंदनं एका दमात सगळं सांगून टाकलं आणि खरोखरच तो लांब जाऊन दगडावर बसला. एक मिनिट तो काय बोलला हे कुणालाच समजलं नाही. सगळे पुतळ्यासारखे स्तब्ध झाले होते. पहिला भानावर आला तो मनोज.

"ओके, फर्गेट इट. ॲण्ड बॅक टू वर्क फ्रेंड्स. चलो टोनी, तुम उस औरत का सिर पकडो। मैं पैर पकडता हूं। अनू, तू बीच में से उसको सपोर्ट दे। प्रियांका, रोहिणी, तुम्ही गाडीतून पाण्याचा कॅन काढा आणि हे रक्त पडलं आहे त्यावर पाणी टाका. कमॉन, फास्ट." मनोज लीड घेत म्हणाला.

सगळे कामाला लागले. प्रियांका आणि रोहिणीनं पाण्याचा कॅन, पाण्याच्या बॉटल्स, असं जेवढं म्हणून पाणी होतं ते सगळं बाहेर काढलं. टोनीनं त्या बाईची बॉडी टर्न केली आणि त्याला एकदम ढवळलं. तिची कवटी फुटली होती आणि संपूर्ण मेंदू बाहेर आला होता. बहुतेक गाडीच्या बंपरवर तिचं डोकं आपटलं असणार. अनूनं डोळे घट्ट मिटून घेतले आणि तिनं डेड बॉडीच्या कमरेखाली हात घातला.

एवढ्यात रोहिणी आली आणि तिनंही अनूला मदत करण्यासाठी त्या बाईच्या कमरेखाली हात घातला. मनोजनं बॉडीचे पाय पकडले आणि ते दरीच्या कडेला आले. त्यांनी वाकून दरीत बघितलं आणि ते तिघं सरळ एका रेषेत आले. तिघांनी एकमेकांना खूण करून बॉडी हवेत फेकली. बॉडी वेडीवाकडी होत दरीत पडली आणि झाडीत दिसेनाशी झाली. तिघांचे कपडे आणि हात रक्तानं बरबटले होते. ते गाडीपाशी आले. टोनी गाडीचं किती नुकसान झालं आहे ते बघायला लागला. मनोज आणि अनूनं उरलेल्या पाण्याच्या बॉटल्सनं आपले हात धुतले त्यातली एक बॉटल घेऊन मनोज टोनीजवळ आला.

''क्या हुआ है, टोनी? हम आगे जा सकते हैं ना?'' मनोजनं त्याच्यापुढं पाण्याची बॉटल करत विचारलं.

''हां, जा सकते हैं। ये देख, हेड लाइट का कांच टूट गया है। इंडिकेटर टूट गया है। ये बंपर बेंड हो गया है। ये तो सब रिपेअर हो सकता है। लेकिन थँक्स यार, तूने तो आज मेरी जान बचा ली. नही तो मैं तो जाता बारा के भाव में।'' टोनी रक्ताचे हात धुवत म्हणाला.

''इट्स ऑल राइट यार. वी आर फ्रेंड्स. अ‍ॅण्ड नो थँक्स इन फ्रेंडशिप, ओके?'' त्याच्या पाठीवर थाप टाकत मनोज म्हणाला आणि पुन्हा एकदा तो अ‍ॅक्सिडेंट स्पॉटच्या जवळ आला. प्रियांका आणि रोहिणीनं तिथं सांडलेलं सगळं रक्त पाण्यानं धुऊन टाकलं होतं.

''गुड जॉब, गर्ल्स'' मनोज रोहिणी आणि प्रियांकाला शेकहँड करत म्हणाला. ''अनू कुठं आहे?'' त्यानं इकडेतिकडे बघत विचारलं.

''ती त्या झाडामागं कपडे बदलते आहे.'' एक मोठ्या झुडपाकडं बोट दाखवत रोहिणी म्हणाली. तसं मनोजच्या लक्षात आलं की आपल्या कपड्यांना पण रक्त लागलं आहे.

''अनू, ते कपडे फेकून देऊ नकोस. इकडे घेऊन ये.'' आपला शर्ट काढत मनोज म्हणाला.

''ते कशाला? फेकून दे ना इथेच.'' प्रियांका त्याच्या पाठोपाठ येत म्हणाली.

''वा! हुशारच आहेस. म्हणजे जेव्हा कधी हे कपडे कोणाला मिळतील तेव्हा आमची नावं त्यांना कळतील आणि मग सगळा प्रकार आपोआप उघडकीस येईल.'' अनू झाडामागून येत प्रियांकाला म्हणाली. आपल्या हातातील कपडे एका कॅरी बॅगमध्ये कोंबत ती मनोजला म्हणाली. ''मन्नू, तुझे कपडेही याच बॅगेत घाल आणि टोनीला पण सांग.''

मनोजनं अनूच्या हातातील बॅग घेतली आणि तो कपडे बदलायला लागला. टोनीनंपण कपडे बदलले आणि ते दोघे गाडीकडे आले. आता पुढच्या प्रवासाला

लागायचं, असं त्या दोघांनी ठरवलं होतं. त्याप्रमाणे टोनीनं गाडी स्टार्ट केली आणि तो इतरांची वाट बघू लागला. मनोज, प्रियांका, रोहिणी आणि अनू गाडीत येऊन बसल्या. मनोजचं लक्ष सदानंदकडे गेलं आणि त्यानं सदानंदला हाक मारली. ''सॅडी, चल! आपल्याला निघायला हवं. कोणीतरी येथे येण्याच्या आधी आपण येथून निघून जाऊ.''

पण सदानंद आपल्या जागेवरून हलला नाही. मनोजला वाटलं त्याला हाक ऐकू गेली नसावी. म्हणून त्यानं परत मोठ्यानं हाक मारली. सदानंदनं एकवेळ त्यांच्याकडं पाहिलं आणि पुन्हा तो तिथेच बसून राहिला.

''अब यार इसको क्या हुआ?'' टोनी आपली गाडी त्याच्याजवळ घेत म्हणाला, ''ओ सॅडी, चलना है की नही?''

''नाही, मी आता तुमच्याबरोबर येणार नाही. मी इथून परत जाणार आहे.'' सदानंद उठून चालायला लागला. तसे सर्व आश्चर्यानं एकमेकांकडे पहायला लागले. कोणाला काय बोलावं तेच सुचेना. मनोज गाडीतून उतरला आणि सदानंद चालला होता त्याच्या मागे मागे जाऊन त्याला म्हणाला, ''हे काय सॅडी, आता काय झालं?''

''कुठे काय झालं? काहीच नाही झालेलं. इथे एक बाई मेली, आपण तिच्या प्रेताची विल्हेवाट लावली आणि पळपुट्यासारखे पळून चाललो आहोत आणि चाललो आहोत तेही कुठे? तर पिकनिकला! मजा करायला! सॉरी मनोज, आता माझं लक्ष नाही लागणार पिकनिकमध्ये. मी परत जातो. तुम्ही या मजा करून.'' सदानंद निग्रहानं म्हणाला आणि परत चालायला लागला. मनोजला खात्री पटली की तो आता ऐकणार नाही.

''पण तू जाणार कसा?'' मनोजनं शेवटचा प्रयत्न करायचं ठरवलं. ''हे बघ, तुला आमच्याबरोबर यायचं नसेल, तर ठीक आहे. पण तू काय असा पदयात्रा करत जाणार आहेस घरी? तुला माहित आहे का आपण घरापासून किती लांब आलोय ते? जवळजवळ १०० किलोमीटर! आणि इथून परत जायला आता कोणतंही वाहन नाही. त्यापेक्षा तू एक काम कर. आमच्याबरोबर चल. पुढे कुठेही एखादा बस-स्टँड दिसला तर तू उतर. आम्ही तुला अडवणार नाही. पण आत्ता माझं ऐक. प्लीज.'' मनोज त्याच्या खांद्यावर हात ठेवून म्हणाला.

''मनोज, तू मला आता फसवू शकत नाहीस.'' त्याच्या खांद्यावरचा हात झटकत सदानंद म्हणाला, ''मगाशी तू मला इमोशनल ब्लॅकमेल केलंस. माझ्या परिस्थितीची जाणीव करून दिलीस. आजपर्यंत आपल्यामध्ये हा विषय कधीच आला नव्हता. तुमच्याशी मैत्री करताना मी माझ्या परिस्थितीची पूर्ण कल्पना दिली होती. त्या वेळी तुम्ही 'आपल्या मैत्रीमध्ये कधी तुझी परिस्थिती येणार नाही' असा शब्द

दिला होतात. पण आज तू तो शब्द मोडलास आणि तोही या नालायक टोनीमुळे. काहीच गरज नव्हती त्याला वाचवण्याची. गेला असता तुरुंगात. काय फरक पडला असता? त्याचा बाप समर्थ आहे त्याला बाहेर काढायला; पण निव्वळ तुझ्यामुळे आज मी माझ्याच नजरेतून उतरलो. आज आयुष्यात मी पहिल्यांदा खोटं वागलो. प्रॉब्लेमपासून पळून आलो. पण आता नाही. आता मला तुमच्या कोणाचीही गरज नाही. मी पदयात्रा करीत जाईन किंवा कुणाचीतरी लिफ्ट घेऊन जाईन. दॅट इज नॉट युअर प्रॉब्लेम. बट लेट मी गो. प्लीज.'' असं म्हणत सदानंद चालायला लागला. मनोजला यावर काय बोलावं तेच सुचेना. तोपर्यंत टोनी सोडून सगळे त्याच्याजवळ आले.

''काय झालं मन्नू? काय म्हणतोय सॅंडी?'' अनूनं विचारलं.

''तो आता ऐकणार नाही, अनू. त्याला जाऊ दे. तो आपल्याबरोबर आला तरी आपल्यात मिक्स होऊ शकणार नाही आणि आपलाही मूड खराब करील. चला, आपण जाऊ या.'' मनोज गाडीकडं वळून म्हणाला.

त्याला खरं तर वाईट वाटत होतं. पण त्याचाही नाईलाज होता. जर टोनीनं अडकवलं असतं, तर सगळ्यांनाच प्रॉब्लेम आला असता. जरी त्यांचं कॉलेजचं शेवटचं वर्ष होतं तरी आत्तापर्यंत त्या सर्वांचं रेकॉर्ड क्लिअर होतं; फक्त टोनी सोडून. बाकी सगळे सिन्सीअरली अभ्यास करून पास व्हायचे आणि सदानंद तर दरवर्षी टॉप करायचा; पण आज त्यानं स्वत:ची कातडी वाचवली होती.

''क्या हुआ? सॅंडी नही आ रहा है?'' आपल्या ड्रायव्हिंग सीटवरून मान बाहेर काढत त्यानं मनोजला विचारलं.

''नाही. तो आपल्याबरोबर येणार नाही म्हणतोय.'' अनूनं परस्पर उत्तर दिलं. तसा टोनी हसला आणि म्हणाला, ''छोड यार, वैसे भी वहाँ आ के वो करता भी क्या? ना दारू पिता है, ना सिगरेट। वहाँ आ के वो ऐसी ही सूरत करके बैठता. ना हमें एंजॉय करने देता, ना खुद करता। जाने दो उसे।''

तसे सगळ्यांनी तो विषय बंद केला आणि इतर विषयांवर गप्पा मारू लागले. पण खरं तर कोणाच्याच मनातून ॲक्सिडेंट जात नव्हता.

''यार मनू, तूने उस औरत का चेहरा देखा?'' टोनीनं मनोजला एकदम विचारलं आणि सगळे एकदम गप्प झाले.

''कौनसी औरत का?'' टोनीनं एकदम विचारल्यामुळं मनोजला त्याचा प्रश्नच कळला नाही.

''अरे यार, उस मरी हुई औरत का देखा था तूने?'' टोनीनं विचारलं.

''नही, मैंने नही देखा. क्यूं? क्या हुआ? और तुमने कब देखा? तुम तो दूर खडे थे.'' मनोज म्हणाला.

"जब मैंने उसका सिर पकडा था तो मैंने देखा था. पता है वो बिल्कुल अपनी सॅडी की जुडवा बहन लगती थी। सेम फेसिंग यार, सेम फेसिंग।" टोनी हसत म्हणाला.

"ये क्या फालतू बात कर रहा है तू?" अनू त्याला म्हणाली, "मरे हुए लोगों के बारे में ऐसे नही बोलते. और सॅडी तो अपना दोस्त है।"

"मैं फालतू बात नही कर रहा हूं, अनू। मैंने बहुत अच्छे तरह से देखा था। वो सेम सॅडी की तरह दिखती थी। भला उसका थोबडा फुट गया था, लेकीन फिर भी फिचर्स तो दिख रहे थे ना। सिर्फ थोडी काली थी। अगर हमने सॅडी को साडी पेहनाकर और थोडा काला रंग लगाकर उनके गांव मे छोड दिया, तो कोई नही पहचानेगा की वो औरत है या अपना सॅडी।" टोनी म्हणाला.

"आणि एक गोष्ट, तिच्या हातावर एक चित्र गोंदवलं होतं. कालिया मर्दन करणाऱ्या कृष्णाचं!" रोहिणी म्हणाली.

"अरे यार, प्लीज हा टॉपिक बदला ना! टोनी, अजून किती लांब आहे आपला पिकनिक स्पॉट?" प्रियांकानं विचारलं. आणि रोहिणीच्या लक्षात आलं, मगाशी प्रियांका फ्रेश झालेली नव्हती. त्यामुळं तिला आता जोराची बाथरूम लागली असणार.

"का? काय झालं? तुला बाथरूमला जायचं आहे की काय?" अनूनं डायरेक्ट विचारलं. तिच्याही लक्षात प्रियांकाची अडचण आली.

"हां, जायचं आहे. म्हणून तर विचारते आहे ना." प्रियांकानं परत टोनीकडे बघत विचारलं, "टोनी, बता ना कितना दूर है हमारा पिकनिक स्पॉट?"

"बस, आ ही गया समझो वो। बोर्ड देख रही हो ना। वहाँ से लेफ्ट टर्न लेने के बाद सिर्फ दो किलोमीटर पर है फार्म हाऊस।" टोनी साधारण ४०-५० फुटांवर दिसणारा बोर्ड दाखवत म्हणाला.

"फार्म हाऊस! किसका है ये फार्म हाऊस?" अनूनं विचारलं.

"किसका मतलब? हमारा है यार! पिछले महिने डॅडने खरीदा था मेरे नाम पे। उसकी डिलिंग हुआी थी, तब मैं आया था यहाँ। तभी से मैंने डिसाइड किया था की एक बार तो यहाँ पिकनिक मनाने आना है।" टोनीनं शांतपणे सांगितलं. तसे सगळे एकदम उत्साही झाले.

"अबे साले, तूने बताया नही।" मनोज त्याला गुद्दा मारत म्हणाला.

"बताता तो ये मजा थोडी ना आता। बीच में का प्रॉब्लेम नही होता तो अबतक हम वहाँ बैठ के दारू पी रहे होते।" टोनी म्हणाला.

त्या बोर्डपासून लेफ्ट टर्न घेताना सहज अनूचं लक्ष त्या बोर्डकडे गेलं. त्या बोर्डवर लिहिलं होतं 'भरणगाव - ५ कि.मी.' अनू ते नाव वाचून हसली. ती का हसली ते कोणाच्याच लक्षात आलं नाही.

"का हसलीस?" रोहिणीनं विचारलं.

"काही नाही. त्या बोर्डवर काय लिहिलं आहे, ते वाचून हसू आलं."

"का? असं काय लिहिलं आहे त्यावर?" प्रियांका म्हणाली.

अनूनं एकदा तिच्याकडं पाहिलं आणि ती म्हणाली, "मरणगाव!"

"काय? मरणगाव? हे काय नाव झालं गावाचं?" रोहिणी म्हणाली.

"मरणगाव नही यार, भरणगाव।" टोनी म्हणाला.

गाडी आता कच्च्या रस्त्याला लागली होती. धक्क्यावर धक्के बसत होते. प्रियांकाची अवस्था तर फारच वाईट होती. प्रत्येक धक्क्याला तिच्या पोटातून कळा येत होत्या. त्यामुळे तिचा चेहरा वेडावाकडा होत होता. रोहिणीला तिच्या या अवस्थेचं हसू येत होतं; पण ती ते दाबून ठेवत होती. शेवटी एकदा ते फार्म हाऊस दिसायला लागलं, तशी प्रियांकाच्या चेहऱ्यावरची अस्वस्थता कमी व्हायला लागली.

गाडी फार्म हाऊसच्या पोर्चमध्ये थांबवून टोनीनं गाडीचा हॉर्न वाजवला. तसा फार्म हाऊसच्या मागून एक नोकर धावत आला आणि त्यानं टोनीला नमस्कार केला.

"रामू, हमारा सामान बाहर निकालो।" टोनी त्याला म्हणाला. बाकीच्यांकडे वळून तो म्हणाला, "वेलकम टू टोनीज फार्म हाऊस." गाडीतून पहिला मनोज बाहेर आला. मागून अनू, रोहिणी आणि प्रियांका. सगळ्यांची एकच रिॲक्शन होती, "इट्स ब्यूटीफुल यार."

"ए बाबा, ते सगळं आपण नंतर पाहू. पहिल्यांदा सांग बाथरूम कुठे आहे?" प्रियांका म्हणाली, तशी सगळी जोरजोरात हसायला लागली.

"अंदर जा के हॉल से जो कॉरिडॉर जाता है उसके एंड में है।" टोनीनं हॉलमधूनच हातानं डायरेक्शन दिली. तशी प्रियांका अक्षरशः पळत त्या दिशेला गेली.

"थोडा वेळ गेला असता तर बहुतेक तिने पँटमध्येच केली असती." मनोज म्हणाला तशी पुन्हा एकदा सगळी हसायला लागली. तेवढ्यात रामू आला आणि म्हणाला, "सायेब, सम्दं सामान आतमंदी ठीवलंय. तुमचं जेवायचं कसं काय?"

"अभी चिकन मिलेगा क्या?" टोनीनं रामूला विचारलं.

"मिळेल तर काय. पन त्यासाठी गावात जायाला हवं. गावात सारं काही मिळंल." रामू म्हणाला.

"ठीक है. तुम लोग फ्रेश हो जाओ, थोडा आराम कर लो. तब तक मैं रामू के साथ गांव में जाकर आता हूं और कुछ खाने के लिए भी लेके आता हूं।" टोनी त्या तिघांकडं बघत म्हणाला.

"ए टोनी, मी येऊ तुमच्याबरोबर?" अनूनं विचारलं.

"हां चलो. मनू, तू, रोहिणी और मिस वर्ल्ड रुक जाओ यहाँ पे। मैं, अनू और रामू जा के आते हैं. चलेगा ना?" टोनीनं मनोजला विचारलं.

"मुझे कोई प्रॉब्लेम नही है। तुम लोग जाने के बाद मैं थोडा सो लेता हूं। चाहे तो इन दोनों को भी लेके जाओ।" मनोज हॉलमधल्या कोचावर आडवा होत म्हणाला. त्यानं रामूला विचारलं, "आमच्या खोल्या कोणत्या?"

"जिन्यानं वर जाऊन डाव्या हाताला हाय जी." रामूनं खोलीकडं बोट दाखवत सांगितलं. मनोजनं मान वर करून त्या खोलीकडं पाहिलं आणि कोचावरून उठत तो म्हणाला, "चला, मी वर जाऊन जरा पडतो." असं म्हणत तो जिना चढायला लागला. तोपर्यंत प्रियांका हॉलमध्ये आली.

"सो, हाउ इज द फिलींग नाउ?" अनूनं विचारलं.

"सो कम्फर्टेबल अॅण्ड हॅपी." प्रियांका मान डोलावत म्हणाली.

"हे बघ, मी आणि टोनी गावात चाललो आहे. मनू आणि रोहिणी इथे थांबणार आहेत. तू काय करणार आहेस?" अनूनं तिला विचारलं.

"मी पण थांबते इथे. मलाही जाम कंटाळा आलाय." प्रियांका कोचात बसत म्हणाली.

"ठीक आहे, मग आम्ही जाऊन येतो. चल टोनी, हम निकलते हैं." अनू टोनीला म्हणाली. ते तिघं जायला वळले. रोहिणी आणि प्रियांका त्यांना दिलेल्या खोलीकडे जायला निघाल्या.

एवढ्यात दोन-तीन गावकरी पळत पळत फार्म हाऊसच्या दिशेनं येताना दिसले. त्यांना बघून रामू गडबडीनं बाहेर गेला. पोर्चमध्ये त्यांच्यात काहीतरी चर्चा झाली आणि रामू एकदम जोरानं किंचाळला, "नाय, नाय, माझी पार्वती मला सोडून जाणार नाय." असं म्हणून तो एकदम जमिनीवर पडला आणि रडायला लागला. त्यातील काही गावकरी त्याला सांभाळायला लागले. टोनी आणि अनू एकदम पळत बाहेर आले, प्रियांका आणि रोहिणी खोलीकडे न जाता बाहेर आल्या. मनोजही रामूचा आवाज ऐकून खोलीतून पळत बाहेर आला. सगळे पोर्चमध्ये जमा झाले आणि काय झालं, काय झालं म्हणून विचारायला लागले. पण कोणाला काहीच कळलं नाही. शेवटी मनोजनं त्या गावकऱ्यांपैकी एकाला विचारलं, "काय झालं?"

"आवो सायेब, हेची बायकू मेली. समदी म्हनत्यात तिनं जीव दिला असावा." तोपर्यंत ही चौघं त्या गावकऱ्यांपाशी आली.

"कुठं जीव दिलान तिनं?" अनूनं विचारलं.

"बोरघाटात." गावकरी.

"बोरघाट? हा कुठे आहे?" मनोजनं विचारलं.

"हे शहराकडनं येताना लागत्यो त्यो. हिथनं १० किलोमीटरवर हाय त्यो घाट.

आज सकाळीच ती आपल्या म्हायेरला चालली हुती हेच्यासंगट भांडून. पर घाटातच तिनं जीव दिला. खाली गुराखी पोरं आपल्या म्हशी चरवत हुते. त्यांना गावलं तिचं प्रेत.''

गावकऱ्यानं दिलेली माहिती ऐकून त्या पाच जणांनी एकमेकांकडं पाहिलं. त्यांच्या लक्षात आलं काय झालं आहे ते. प्रियांका तर मटकन खालीच बसली. रोहिणी एकदम रडायला लागली. अनू त्या दोघींना सांभाळायला लागली.

टोनीला एवढं ग्रामीण मराठी अजिबात कळलं नाही. त्यानं मनोजचा हात धरून त्याला बाजूला घेतलं. ''अरे यार, ये सब क्या बोल रहे हैं? और ये दोनो क्यूं रो रही हैं?''

''अबे, हमने जिस औरत को खाई में फेंक दिया था ये रामू की औरत है। और ये लोग समझ रहे हैं की उसने सुसाईड कर लिया है.'' मनोजनं हलक्या आवाजात त्याला सांगितलं. तसा टोनी एकदम घाबरला आणि दचकून मागे सरकला. मनोजनं पुन्हा त्याला आपल्या जवळ खेचलं आणि म्हणाला, ''अब सुन मैं क्या बोल रहा हूं, हम लोग यहाँ से निकलते हैं। उसको बोल देंगे की ये सुनने के बाद हमारा भी मुड ऑफ हो गया है। अगर यहाँ रुके और इन लडकियोंने कुछ उल्टा सीधा बक दिया, तो हम सब फंस जाएंगे।''

टोनीला काय बोलावं तेच सुचत नव्हतं. त्यानं मान हलवून फक्त होकार दिला. मनोजनं त्याला 'स्वत:ला सावर' अशा अर्थानं थोपटलं आणि तो गावकऱ्यांच्या दिशेनं गेला. तोपर्यंत आणखी चार-पाच गावकरी तिथे जमले होते. मनोजला येताना बघून त्यातील काही गावकरी उठून त्याच्याकडे बघायला लागले.

मनोज मगाशी ज्या गावकऱ्यानं माहिती दिली होती त्याच्याकडे गेला आणि म्हणाला, ''हे बघा, झाली ही गोष्ट अतिशय वाईट झाली. पण ईश्वरी इच्छेपुढे आपण तरी काय करणार? तुम्ही रामूला सांभाळा. आम्ही पण आता निघतो. काही लागलं तर आम्हाला कळवा.'' असं म्हणून त्यानं खिशातून पाच हजार रुपये काढले व ते त्याच्या हातात देत म्हणाला, ''रामूच्या बायकोचे सगळे विधी वगैरे व्यवस्थित करा आणि सगळं झालं, की रामूला आम्हाला कळवायला सांगा. आता तुम्ही निघा. आम्ही घर बंद करतो.''

तो गावकरी ते पैसे घेऊन रामूजवळ गेला व त्याच्या खिशात ते पैसे ठेवून त्याला घेऊन ते सगळे निघून गेले. ते नजरेआड होताच मनोजनं अनूला खूण करून रोहिणी आणि प्रियांकाला आत जायला सांगितलं आणि तो टोनीकडं वळला.

टोनी अजून झालेल्या प्रसंगातून सावरला नव्हता. आता घरी जाऊन काय सांगायचं याचाच त्याला प्रश्न पडला होता. कारण नाही म्हटलं तरी त्याच्या हातून खून झाला होता आणि तो दुसऱ्या तिसऱ्या कोणाचा नसून त्यांच्याच फार्म

हाऊसच्या नोकराच्या बायकोचा झाला होता. घरी गेल्यावर त्याच्या डॅडी-मम्मीला ही गोष्ट सांगावी तर लागणार होतीच. गाडीची झालेली मोडतोड आणि ही बातमी हे सर्व बघितल्यावर कदाचित त्याच्या डॅडींना संशय आला असता. त्यामुळे घरी काय सांगावं याच चिंतेत तो होता. मनोज त्याच्या जवळ आला आणि त्यानं त्याच्या खांद्यावर हात ठेवला. पण टोनी आपल्याच विचारात होता, त्यामुळे मनोजच्या स्पर्शानं तो एकदम दचकला.

"क्या हुआ? व्हाय आर यू सो स्केअर्ड?" मनोजनं विचारलं. तसा टोनी एकदम लहान मुलासारखा रडायला लागला आणि त्यानं मनोजला एकदम मिठी मारली. मनोजला काय करावं तेच कळेना. तो नुसताच त्याला थोपटत होता. थोड्या वेळानं टोनीनं स्वत:ला सावरलं आणि तो डोळे पुसत मनोजकडं बघायला लागला.

"आर यू ऑल राइट?" मनोजनं त्याला विचारलं.

"येस. थँक्स." टोनी नॉर्मल होत म्हणाला आणि त्यानं मनोजला विचारलं, "अब आगे क्या?"

"कुछ नही, बॅक टू पॅव्हेलियन. घर वापस जाएंगे." मनोज घराच्या पायऱ्या चढत म्हणाला.

ते दोघे हॉलमध्ये आले. तोपर्यंत प्रियांका आणि रोहिणीपण सावरल्या होत्या. अनू त्यांच्या जवळ बसून त्यांना समजावत होती. टोनीला बघताच प्रियांकाचा संयम सुटला आणि ती त्याला म्हणाली, "सी, व्हॉट यू डिड, यू रास्कल. यू आर मर्डरर. तूने एक औरत का मर्डर करके उसकी लाश को खाई में फेक दिया. यू ड्रंकर."

तिचा तो अवतार पाहून टोनीपण भडकला. "शट अप यू बिच. डोन्ट ब्लेम मी. तुम लोग भी तो जोरजोरसे गा बजा रहे थे, इसलिये मेरा ध्यान ड्रायव्हिंग से हट गया. और याद रखो अगर मैंने मर्डर किया है, तो तुम लोग भी इसमें शामील हो."

प्रियांका यावर काहीतरी बोलणार होती. पण मधेच मनोज एकदम ओरडला, "ओ स्टॉप धिस नॉनसेन्स! ही वेळ एकमेकांच्या चुका काढण्याची नाही. या सिच्युएशनमधून बाहेर कसं पडायचं, ते बघा! आणि तुम्ही असं एकमेकांच्या अंगावर ओरडत राहिलात आणि कोणी ऐकलं तर इथून बाहेर पडणं मुश्किल होईल. पॅक अप युवर लगेज अॅण्ड लेट्स मूव्ह फर्स्ट!" तशी सर्व जण एकदम गप्प झाली.

मनोजनं खिशातून सिगरेट काढली आणि तावातावानं पेटवली. अनू त्या दोघींना घेऊन उठली आणि सामान घेऊन यायला निघाली. टोनीनं मनोजच्या पाकिटातली एक सिगरेट घेतली आणि तोही सिगरेट शिलगवायला लागला.

भाग दोन

'सुप्रसिद्ध सिने अभिनेत्री प्रियांकाची आपल्या राहत्या घरी आत्महत्या'

'आत्महत्या की खून?'

'सुप्रसिद्ध सिने अभिनेत्री प्रियांका हिने आज पहाटे आपल्या राहत्या घरी आत्महत्या केली. तिचा मृतदेह पोलिसांना बाथरूममधल्या बाथटबमध्ये सापडले. अतिमद्यपान करून अंघोळ करीत असताना तिचा बाथटबमध्ये बुडून मृत्यू झाल्याचा प्राथमिक अंदाज असला तरी ती हत्या आहे, की आत्महत्या याविषयी पोलीस तपास करीत आहेत.' वरील प्रकारच्या बातम्यांनी आजचा पेपर भरला होता. तिच्या चाहत्यांनी तिच्या घरासमोर प्रचंड गर्दी केली होती. पोलिसांना त्यांना आवरताना नाकी नऊ येत होते.

गेल्या तीन-चार वर्षांत प्रियांकानं आपल्या सौंदर्याबरोबर अभिनयानंही सिनेसृष्टी गाजवली होती. तिचे सहा-सात पिक्चर रिलीज झाले होते. त्यातील तिच्या पहिल्याच चित्रपटातील अभियनयाला फिल्म फेअर पुरस्कारही मिळाला होता. आता सिनेसृष्टी म्हटली की लफडी ही आलीच. अनेक लोकांनी तिला सुरेशकुमार या फिल्मस्टारबरोबर फिरताना पाहिलं होतं. सी. चंद्रराव या डायरेक्टरशी तिचा संबंध होता, अशीही अफवा होती. ती मात्र या दोन्ही नात्यांचा साफ इन्कार करत होती. सुरेशकुमार हा तिच्या पहिल्या पिक्चरचा हिरो होता. तो सिनेसृष्टीतला एक नामवंत कलाकार होता. त्या वेळी प्रियांका नवीन होती; पण या दोघांची जोडी रसिकांनी अगदी डोक्यावर घेतली होती. सी. चंद्रराव हेही एक जानेमाने डायरेक्टर होते. अनेक नवोदित कलाकारांना त्यांनी रातोरात स्टार बनवले होते. पण त्यांचं नाव कोणाबरोबरही जोडलं गेलं नव्हतं.

पण या वेळी मात्र ते स्वत: प्रियांकात गुंतले होते. तिच्या साध्या सौंदर्यानं ते मोहित झाले होते. एका फिल्मी मासिकामध्ये मुलाखत देताना त्यांनी तिच्या अभिनयापेक्षा सौंदर्याची तोंड भरून तारीफ केली होती. तेव्हाच लोकांच्या भुवया वर झाल्या होत्या. कारण कोणत्याही नटीबद्दल ते इतके भरभरून बोलले नव्हते.

तिच्या आत्महत्येनं संपूर्ण सिनेसृष्टी हळहळली होती. पोलिसांवर सर्व बाजूनं दबाव येत होता. तिच्या अंत्ययात्रेला स्वत: सांस्कृतिक खात्याचे मंत्री, गृहमंत्री उपस्थित होते. त्यामुळे पोलिसांवरची जबाबदारी वाढली होती आणि म्हणूनच ही केस ए.सी.पी. निखिल सानेंसारख्या कर्तव्यदक्ष पोलीस अधिकाऱ्याकडे सोपवण्याचं कमिशनर साहेबांनी ठरवलं होतं; पण साने सध्या एका मोठ्या आंतरराष्ट्रीय स्मगलरच्या केसमध्ये गुंतले होते आणि ती केस आता अगदी संपण्याच्या मार्गावर

होती. त्यामुळे काय करावं याचा त्यांच्यापुढे प्रश्न पडला होता. शेवटी विचार करून त्यांनी आपल्या पी.ए.ला साने साहेबांशी संपर्क साधण्याविषयी सांगितलं आणि ते आजचे पेपर वाचू लागले.

एवढ्यात त्यांच्या इंटरकॉमची बेल वाजली. पलीकडून त्यांचा पी.ए. बोलत होता. ए.सी.पी. साने थोड्याच वेळात भेटायला येत आहेत, असं सांगितलं. त्याचं बोलणं झाल्यावर कमिशनर साहेबांनी फोन खाली ठेवला आणि ते पुन्हा पेपर वाचायला लागले.

साधारण दहा मिनिटं गेली असतील तोपर्यंत त्यांच्या केबिनच्या दारावर टकटक करून ए.सी.पी. साने आत आले आणि त्यांनी सॅल्यूट केला.

''गुड मॉर्निंग सर.'' साने म्हणाले.

''मॉर्निंग साने, बैस.'' कमिशनर साहेबांनी आल्या आल्या साने यांचा एकेरी नावाचा उल्लेख करताच सानेंनी ओळखलं की काहीतरी गंभीर बाब आहे. ''साने, ही बातमी वाचलीस?'' साने यांच्या समोर पेपर टाकत कमिशनर साहेबांनी विचारलं.

''येस सर, वाचली; पण मी आत्ता शेट्टी केसमध्ये गुंतलो होतो. त्यामुळे मला याविषयी फारशी माहिती नाही.'' साने म्हणाले.

''साने, मला माहीत आहे की तू सध्या ज्या केसमध्ये आहेस ती केस फारच गुंतागुंतीची आहे आणि ती आता संपत पण आली आहे. पण ही केसही तशीच महत्त्वाची आहे. स्वतः कल्चरल मिनिस्टरनी याविषयी तुझ्या नावाची शिफारस केली आहे. त्यामुळे ही केसही तुलाच हॅंडल करावी लागणार आहे. एका मोठ्या फिल्म ॲक्ट्रेसचा खून होणं, ही काही साधी बाब नाही. जरी ती नवीन असली तरी तिनं फिल्म फेअर ॲवॉर्ड घेतलं आहे. शिवाय तिचा फॅन क्लबही मोठा आहे आणि या फॅन क्लबमध्ये आपल्या डिपार्टमेंटचे बरेच मोठमोठे ऑफिसर्सही आहेत. त्यामुळे तू ही केस हॅंडल करावीस असं सगळ्यांनाच वाटतं.''

कमिशनर साहेबांनी सांगितल्यावर साने विचारात पडले. नाही म्हणावं तरी पंचाईत आणि आत्ता शेट्टी प्रकरणातून लक्ष काढून या प्रकरणात लक्ष घालणं अशक्य होतं.

त्यांना विचार करताना पाहून त्यांच्या मनात काय चाललंय हे कमिशनर साहेबांच्या लक्षात आलं. ''साने, तुला आत्ता शक्य नसेल तर सांग. मी ही केस राणेकडे सोपवतो.''

''नको सर, मी पाहीन ही केस. फक्त मला थोड्या दिवसांचा अवधी द्या. शेट्टी केस आता संपल्यातच जमा आहे. त्याची सगळी प्रोसिजर झाली की मी लगेच या केसची डिटेल्स घेतो आणि तुम्हाला येऊन भेटतो.'' सानेंनी सांगितलं. तसं

कमिशनर साहेब खूष झाले. कारण इतर केसप्रमाणेच साने या केसचाही व्यवस्थित निकाल लावतील याची त्यांना खात्री होती.

"ठीक आहे साने, मी एक आठवडा तुझी वाट पाहतो. तोपर्यंत मी वरच्या लोकांना थांबवून ठेवतो. तू शेट्टी केस संपवून मला येऊन भेट. मग मी ही फाइल तुझ्याकडे देतो." आपल्या समोरील फाइल टेबलाच्या खणात ठेवत ते म्हणाले. साने उठून उभे राहिले आणि पुन्हा सॅल्यूट करून ते कमिशनर साहेबांच्या केबिनमधून बाहेर आले.

बाहेर इन्स्पे. पाटील त्यांची वाट बघत थांबले होते. बाहेर येताच त्यांनी साने साहेबांना सॅल्यूट केला. पण साने साहेबांचा चेहरा पाहून त्यांना कळलं काही तरी बिनसलं आहे. साने साहेब तरातरा चालत आपल्या केबिनमध्ये आले आणि आल्या आल्या त्यांनी डोक्यावरची कॅप काढून टेबलावर ठेवली आणि ते आपल्या खुर्चीत बसून राहिले. इन्स्पे. पाटीलही त्यांच्या पाठोपाठ केबिनमध्ये आले. पण त्यांची ती पोझ बघून ते परत बाहेर आले आणि आपल्या टेबलावर जाऊन काम करू लागले.

साधारण पंधरा ते वीस मिनिटांनी हवालदार यादव त्यांना बोलवायला आला. तसं इन्स्पे. पाटील उठले आणि एक फाइल घेऊन साने साहेबांच्या केबिनमध्ये आले. साने साहेबांनी त्यांना बसायला सांगितलं.

"पाटील, आपल्यावर एक नवीन केस सोपवण्यात आली आहे." साने साहेबांनी सुरुवात केली.

इन्स्पे. पाटलांनी आपल्या हातातील फाइल त्यांच्या टेबलावर ठेवली आणि म्हणाले, "मला माहीत आहे सर."

"तुम्हाला माहित आहे? कसं काय? मला तर आत्ताच कमिशनर साहेबांनी याबद्दल सांगितलं!" साने साहेबांनी आश्चर्यानं विचारलं.

"सर, मी आज जेव्हा सकाळी ही बातमी वाचली, तेव्हाच मला वाटलं होतं की ही केसही तुमच्याचकडे येणार. माझा अंदाज खरा ठरला आणि म्हणूनच कोणीही न सांगता मी या केसची काही डिटेल्स आणली आहेत." टेबलावरची फाइल साने साहेबांच्या समोर सरकावत इन्स्पे. पाटील म्हणाले.

साने साहेबांनी त्यांच्याकडं हसून बघितलं आणि ती फाईल उघडत म्हणाले, "वा पाटील! तुम्हाला काय भविष्य वगैरे कळतं की काय?"

"थोडंसं! आणि कधीकधी ते खरंही ठरतं!" पाटलांच्या या वाक्यावर साने साहेब अगदी मनमुराद हसले. त्यांच्या मनावरचा ताण जरा हलका झाला.

"ओके पाटील, काय म्हणते आहे तुमची प्रियांका?" फाइलमधले कागद वाचत साने साहेबांनी विचारलं.

"सर, ही प्रियांका फिल्म इंडस्ट्रीमध्ये येऊन फारतर दोन-तीन वर्षं झाली असतील. तिचा पहिलाच पिक्चर फिल्म फेअर ॲवॉर्डसाठी सिलेक्ट झाला होता आणि तिला बेस्ट ॲक्ट्रेसचं ॲवॉर्डही मिळालं होतं. एका मराठी नटीनं फार मोठं काम केलं होतं. त्यानंतर तिनं मागं वळून पाहिलं नाही. तिचे जवळजवळ सहा ते सात पिक्चर प्रदर्शित झाले आहेत आणि या सर्व पिक्चर्समधून तिनं अतिशय सुंदर ॲक्टिंग केलं आहे. अजून तिचे तीन ते चार पिक्चर रिलीज व्हायचे आहेत. काही कम्प्लीट आहेत, काही इनकम्प्लीट आहेत. यातल्या निम्म्याहून अधिक पिक्चर्समधून तिनं सुरेशकुमार या नटाबरोबर काम केलं आहे. काही लोक त्यांचे प्रेमसंबंध होते वगैरे बोलतात; पण ही इंडस्ट्रीच अशी आहे सर, की जिथे या अशा अफवा उठायला वेळ लागत नाही. त्यामुळे यात काही तथ्य असावं, असं वाटत नाही. शिवाय सी. चंद्रराव या डायरेक्टरशीही तिचे मैत्रीपूर्ण संबंध होते, असंही बोललं जातं. कारण त्यांच्या दोन पिक्चरमधून तिनं काम केलं होतं. या दोघांबरोबर तिचं नाव जोडलं जायचं. पण तिनं या नात्याविषयी बोलण्याबाबत साफ नकार दिला होता. कारण तिचं म्हणणं होतं की त्या दोघांनी तिचं करिअर घडवायला मदत केली आहे; त्यामुळे ते तिचे गॉडफादर आहेत; पण दोघांच्याही मनांत तिच्याविषयी स्पेशल फिलींग्ज असाव्यात." एवढं बोलून इन्स्पे. पाटील बोलायचं थांबले.

"काय पाटील, तुम्ही बरीच माहिती मिळवलेली दिसते आणि तीही इतक्या कमी वेळात? कमाल आहे तुमची!" साने साहेबांनी हे वाक्य कौतुकानं म्हटलं की हेटाळणीनं ते पाटलांना कळलं नाही. त्यामुळे ते गोंधळात पडले.

"सर तुम्ही हे कोणत्या हेतूनं म्हणताय ते माझ्या लक्षात आलं नाही." त्यांनी स्पष्टपणे विचारलं.

"त्यात कसला आला आहे हेतू?" साने साहेब खुर्चीवर पाठीमागं रेलत म्हणाले, "अहो, इतक्या कमी वेळात तुम्हाला एवढी माहिती कशी मिळाली, याचंच मला आश्चर्य वाटतंय!"

"नाही म्हणजे त्याचं काय आहे सर, मीही तिचा एक फॅन आहे. म्हणजे होतो. त्यामुळे मला तिच्याविषयी एवढी माहिती आहे. आणि नाहीतरी ही केस तुमच्याकडेच येणार, याची मला कल्पना होती. म्हणून मी ही माहिती गोळा केली. बस्स!" पाटील जरा शरमेनं म्हणाले तसे साने साहेब परत हसले आणि म्हणाले, "व्वा! म्हणजे पोलिसांतदेखील रसिक लोक आहेत तर! मला माहिती नव्हतं हे! ओके. नो प्रॉब्लेम. तुमच्या या रसिकतेमुळेच तुम्ही एवढी माहिती मिळवू शकलात. बरं आणखी काही माहिती मिळाली आहे का?"

"सध्या तरी नाही सर, पण मिळाली तर मी लगेच आपल्याला देतो." इन्स्पे. पाटील साने साहेबांच्या पावतीमुळे खूष होऊन म्हणाले आणि ते जायला

निघाले. तसं साने साहेब त्यांना म्हणाले, "पाटील, या नटीच्या भूतकाळाविषयी काही माहिती मिळते का ते पहा. तिचा मृत्यू झाला त्या वेळी तिथे कोण कोण होतं, कोणत्या पोलीस स्टेशनमध्ये ही केस आहे, कोण इनचार्ज आहे, याची माहिती घ्या आणि मला भेटा."

"ओके सर. मी आत्ताच त्या कामगिरीवर निघतो." असं म्हणत पाटील उठले आणि केबिनच्या बाहेर गेले. साने साहेब पुन्हा पाटलांनी आणलेली फाइल बघायला लागले. पाटलांनी जे तोंडी सांगितलं होतं त्या व्यतिरिक्त त्या फाइलमध्ये काहीच नव्हतं. त्यामुळे साने साहेबांचा त्या फाइलमधला इंटरेस्ट संपला. त्यांनी बेल वाजवून हवालदाराला चहा आणायला सांगितला आणि ते पुन्हा शेट्टी केसचा विचार करायला लागले.

एवढ्यात त्यांच्या इंटरकॉमची बेल वाजली. त्यांनी फोन उचलला. "साहेब, मंत्रालयातून फोन आहे." हवालदारानं सांगितलं. "ओके. कनेक्ट मी." साने साहेबांनी सांगितलं आणि त्यांच्या कपाळावर आठ्या पडल्या. त्यांना कळेना आत्ता मंत्रालयातून कोणाचा फोन आला असेल. जर शेट्टी केस संदर्भात असेल तर काय उत्तर द्यायचं याचा ते विचार करायला लागले. त्यांच्या कानावर पलीकडून आवाज आला, "हॅलो, ए.सी.पी. साने?"

"येस स्पीकिंग." साने साहेबांनी उत्तर दिलं.

"मी पुराणिक बोलतोय. मुख्यमंत्र्यांचा पी.ए. मला प्रियांका केस संबंधी बोलायचं आहे."

पलीकडून बोलणाऱ्या माणसाचा आवाज फार हळवा येत होता. या केसशी त्यांचा नक्की जवळून संबंध असावा, असं साने साहेबांना वाटलं. कारण त्याशिवाय मुख्यमंत्र्यांचा पी.ए. एवढ्या हळव्या स्वरात नक्कीच बोलला नसता. साने साहेबांनीसुद्धा आपला बोलण्याचा टोन बदलला आणि ते म्हणाले, "हां बोला, काय बोलायचं आहे?"

"साने साहेब, प्रियांका केसची इन्क्वायरी आपल्याकडे आहे, असं मला कमिशनर साहेबांनी सांगितलं, म्हणून मी आपल्याला फोन केला. पेपरमध्ये बरंच काही उलटंसुलटं छापलं असेल, त्याच्याशी मला काही घेणं देणं नाही. पण माझी पियु दारू पिऊन आत्महत्या करण्याएवढी भावनाप्रधान नव्हती.

"माझी पियु? माझ्या लक्षात आलं नाही, तुम्हाला काय म्हणायचं आहे ते?" साने साहेब जरा गोंधळात पडले.

"सर, प्रियांका माझी मुलगी होती." मि. पुराणिकांचा खुलासा ऐकून साने साहेब आश्चर्यचकीत झाले. प्रियांकाच्या फॅमिलीबद्दल आपण काहीच कसा विचार केला नाही, याचाच ते विचार करायला लागले.

"आय ॲम सो सॉरी, मि. पुराणिक! मी जरा वेगळ्या केसचा विचार करत होतो. त्यामुळे पटकन माझ्या लक्षात नाही आलं. प्लीज, एक्सक्यूज मी. मी तुम्हाला भेटायला आलो तर चालेल का? म्हणजे तुम्ही आत्ता फ्री आहात का?" एखाद्या तरुण मुलाच्या किंवा मुलीच्या अचानक मृत्यूमुळे पालकांची मानसिक अवस्था काय असते याची साने साहेबांना पूर्ण जाणीव होती. अशा वेळी त्यांच्या कलानं घेतलं तरच ते सहकार्य करतात, नाहीतर कोणतीही माहिती देण्यास ते तयार होत नाहीत, हा त्यांचा आजवरचा अनुभव होता. त्यात पुराणिक म्हणजे मुख्यमंत्र्यांचे पी.ए. होते. त्यामुळे त्यांच्याशी वागताना थोडं नरमाईनंच घ्यावं लागणार होतं, याची साने साहेबांना पूर्ण कल्पना होती.

"शुअर, मी सध्या लीव्हवर आहे. या घटनेनं आमची संपूर्ण फॅमिली डिस्टर्ब झाली आहे. तिचं पोस्ट-मॉर्टम झाल्यावर बॉडी आमच्या ताब्यात मिळणार आहे; पण तोपर्यंत मी सिव्हिल हॉस्पिटलमध्ये पोचतो आहे. आपण तिथं आलात तरी चालेल. म्हणजे आपल्याला सविस्तर बोलता येईल." पुराणिक साहेबांचा सूर सहकार्याचा होता.

"ओ के. मी लगेच निघतो. आपण तेथे पोचलात की बोलू." साने साहेबांनी सांगितलं आणि ते फोन ठेऊन लगेच उठले.

बाहेर येऊन त्यांनी गाडी काढायला सांगितली आणि हवालदार यादवला इन्स्पे. पाटील आले की ताबडतोब सिव्हिल हॉस्पिटलला पाठव, असा निरोप देऊन ते सिव्हिल हॉस्पिटलच्या दिशेनं निघाले. जाताना इन्स्पे. पाटलांनी आणलेल्या फाइलमधल्या नोट्स ते परत एकदा वाचायला लागले. पण त्यात विशेष असं काहीच नव्हतं. त्यामुळे त्यांनी ती फाइल बंद केली आणि गाडीच्या सीटवर डोकं टेकून ते विचार करायला लागले.

साधारण अर्धा तास लागला असेल त्यांना सिव्हिल हॉस्पिटलला पोचायला. गाडी पोर्चमध्ये पोचताच ड्रायव्हरनं साहेबांना हॉस्पिटल आल्याचं सांगितलं. साने साहेबांनी डोळे उघडले आणि फाइल घेऊन ते गाडीतून उतरले.

हॉस्पिटलच्या बाहेर पोलिसांचं एक कोंडाळं गप्पा मारत उभं होतं. ए.सी.पी. साहेबांना बघून त्यांनी आपल्या गप्पा थांबवल्या आणि कडक सॅल्यूट केला. "प्रियांका केसचे इनचार्ज कोण आहेत?" सानेंनी विचारलं. त्यातला एक पोलीस पुढे आला आणि म्हणाला, "साहेब, इन्स्पे. जाधव या केसचे इनचार्ज आहेत."

"आहेत का ते आत?" त्यांनी हॉस्पिटलच्या कॉरिडॉरकडे बघत विचारलं.

"हां, आहेत की. चला साहेब, मी तुम्हाला तिची रूम दाखवतो." पोलिसानं त्यांना अत्यंत अदबीनं तिच्या रूमची दिशा दाखवत सांगितलं. तसं दाखवत पोलीस साने साहेबांच्या मागोमाग त्या रूमकडे निघाले. रूमपाशी येताच साने साहेबांनी बघितलं

की एक इन्स्पेक्टर तिथल्या काही लोकांचे जबाब घेत आहे आणि दोन हवालदार ते लिहून घेत आहेत. साने साहेबांना पाहताच इन्स्पेक्टरनं कडक सॅल्यूट केला.

"गुड नून सर, मी इन्स्पे. संदिप जाधव. या केसचा इनचार्ज. आपण मला ओळखलंत सर?" त्याच्या शब्दातला आनंद त्याच्या चेहऱ्यावरूनही दिसत होता. पण साने साहेबांना काही लक्षात येईना.

"सॉरी, यंग मॅन, माझ्या लक्षात येत नाही आपण कोठे भेटलो होतो." साने साहेब म्हणाले.

"सर, काही वर्षांपूर्वी तुम्ही सेंट पॉल स्कूलमध्ये एन.सी.सी. च्या परेडच्यावेळी काही कॅडेट्सना बेस्ट कॅडेटचे मेडल दिले होते. त्या वेळी त्या कॅडेटमधला मी एक कॅडेट होतो सर. तेव्हा तुम्ही म्हणाला होतात की जर तू पोलीस फोर्स जॉइन केलास तर नक्की मला भेट. तेव्हापासून मी आपल्याला भेटायला फार उत्सुक होतो." इन्स्पे. जाधवांनी करून दिलेली आठवण फारच रोमांचक होती. कारण असे अनेक स्टुडंट्स साने साहेबांचे फॅन होते.

"ओ, येस येस! नाउ आय रिमेंबर यू. गुड टू सी यू अगेन." साने साहेबांनी त्याच्याशी हस्तांदोलन करत म्हटलं. तो प्रसंग इन्स्पे. जाधवांच्या आयुष्यात सुवर्णाक्षरांनी लिहून ठेवावा असा होता.

"पण सर तुम्ही इकडे कसे? म्हणजे आय मीन, मला तशी कुणी कल्पना दिली नव्हती की तुम्ही येणार आहात म्हणून." इन्स्पे. जाधव अजून या प्रसंगातून बाहेर आले नव्हते.

"इन्स्पे. जाधव, मी प्रियांका केससंबंधी आलो आहे. तुम्ही जर याबाबत काही चौकशी केली असेल तर मला त्याचे डिटेल्स हवे आहेत." साने साहेबांनी त्यांना येण्याचं प्रयोजन सांगितलं.

"शुअर सर, मी ही फाइल तयार केली आहे. त्यात सर्व डिटेल्स लिहिले आहेत. शिवाय प्रियांकाच्या कॉलेज लाइफमधले काही फ्रेंड्स आले आहेत, त्यांचे जबाब घेण्याचं काम सुरू आहे." इन्स्पे. जाधवांनी आपल्या हातातील फाइल साने साहेबांच्या हातात देत सांगितले.

"हं, मला त्यांना भेटायचं आहे." साने साहेबांनी फाइल वाचत जाधवांना सांगितले.

"शुअर सर, हे पहा ते इथेच आहेत."

इन्स्पे. जाधवांनी त्या ग्रुपकडे बोट दाखवलं. साने साहेबांच्या लक्षात आलं की तिचं फ्रेंड सर्कल तसं फार मोठं नव्हतं. तिच्या फॅन्सची संख्या भरपूर होती. म्हणजे ही बाई आपले मित्र निवडण्याच्या बाबतीत खूप चूजी असावी, असा त्यांनी अंदाज केला.

"एक्सक्यूज मी, मला ए.सी.पी. सानेंना भेटायचे आहे." पाठीमागून आवाज आला. साने साहेब वळले आणि आलेल्या व्यक्तीला बघून म्हणाले, "येस, मायसेल्फ ए.सी.पी. साने."

"मी पुराणिक. प्रियांका माझी मुलगी. मी तुम्हाला मगाशी फोन केला होता." पुराणिकांनी आपली ओळख करून दिली. साने साहेब चटकन पुढे आले आणि म्हणाले, "ओ येस मि. पुराणिक, आय एम व्हेरी सॉरी फॉर धिस इन्सिडन्स; पण मला याविषयी तुम्हाला काही विचारायचं आहे. इफ यू डोन्ट माइन्ड."

तोपर्यंत तो घोळका पुराणिकांच्या जवळ आला. त्यातील प्रत्येकाच्या चेहऱ्यावर दुःख होतं. एकूण दोन मुलं आणि दोन मुली होत्या. मुलींची लग्न झाली होती. त्यामुळे प्रथमदर्शनी तरी साने साहेबांचं त्यांच्याविषयी चांगलं मत झालं होतं. त्यातल्या एका मुलानं पुराणिक साहेबांच्या खांद्यावर हात ठेवला आणि म्हणाला, "काका, हे काय झालं हो? मागच्या महिन्यात आम्ही भेटलो होतो, तेव्हा असं काही होईल याची कल्पनादेखील नव्हती. किती आनंदात होती प्रियांका तेव्हा. नवीन पिक्चरची थीम सांगितली आम्हाला आणि आज सकाळी आम्हाला ही बातमी समजली. खरंच सगळं भयानक आहे."

"येस अंकल, तिचा हा पिक्चर कम्प्लीट झाला की आम्ही पुन्हा एकदा भेटणार होतो. त्या वेळी आमचं फॉरिन ट्रिपचं प्लॅनिंग होतं. कारण या पिक्चरचं शूटिंग फॉरिनला होणार होतं. त्या वेळी ती तिथले सगळे स्पॉट बघून येणार होती आणि आल्यावर पुन्हा आमच्या बरोबर येणार होती. पण असं काही होईल याची तेव्हा जराही आयडिया नव्हती." असं म्हणत एक मुलगी पुढं आली आणि पुराणिक साहेबांच्या गळ्यात पडून रडू लागली. पुराणिक साहेबांच्याही डोळ्यांतून पाणी आलं. एकंदरीत परिस्थिती फारच चमत्कारिक झाली होती.

एवढ्यात बाहेर गलका ऐकू आला. साने साहेबांनी इन्स्पे. जाधवांना खूण केली आणि काय गडबड आहे, ते बघून यायला सांगितलं. इन्स्पे. जाधव बाहेर गेले आणि थोड्या वेळानं एका रुबाबदार तरुणाला घेऊन आले. "सर, हे मि. सुरेशकुमार, फिल्म ॲक्टर." त्यांची ओळख करून देताच सुरेशकुमार साने साहेबांशी हस्तांदोलन करीत म्हणाला, "सर, मुझे सुबह प्रियांका के पी.ए. का फोन आया था। लेकीन मैं तब आऊट ऑफ टाऊन था। अभी सीधा एअरपोर्ट से यहाँ आया हूँ। ॲक्च्युअली क्या हुआ है?"

"सी मि. सुरेशकुमार, वी आर इन्व्हेस्टिंग धिस केस. सो द रिझल्ट्स आर नॉट रेडी नाउ. बट वन थिंग आय वॉंट टू टेल यू, दॅट धिस इज अ सुसाइड केस. मिस प्रियांका आज पहाटे त्यांच्या घरात बाथटबमध्ये मृतावस्थेत सापडल्या. पी.एम. रिपोर्ट अजून यायचा आहे; पण प्राथमिक अंदाज अति-मद्यपानामुळे मृत्यू असा आहे."

साने साहेब त्याला सांगत होते एवढ्यात पुराणिक पुन्हा म्हणाले, ''एक्सक्यूज मी, सर, बट आय टोल्ड यू दॅट धिस इज नॉट अ सुसाईड केस. प्रियांका सुसाईड करणं शक्यच नाही. ती एवढ्या कमकुवत हृदयाची नव्हती. हा नक्की खून आहे आणि तो ज्यानं कोणी केला आहे, त्याला फासावर लटकवल्याशिवाय मी गप्प बसणार नाही. गरज लागली तर मी ही केस सी.बी.आय. कडे देण्याची व्यवस्था करीन; पण माझ्या मुलीला न्याय मिळालाच पाहिजे.'' एवढं म्हणून पुराणिक साहेब पुन्हा रडू लागले. सुरेशकुमार त्यांच्या जवळ गेला आणि त्यांच्या खांद्यावर हात ठेऊन म्हणाला, ''येस, मि. पुराणिक, प्रियांका को जस्टिस मिलना ही चाहिए। मैं आपके साथ हूँ।''

पुराणिक साहेबांनी त्याचा हात खांद्यावरून झटकला आणि त्याच्याकडे रागानं बघत ते म्हणाले, ''लुक मिस्टर, आय डोन्ट वॉंट युवर हेल्प. मी समर्थ आहे माझ्या पोरीचा न्याय करायला.''

त्यांच्या अशा वागण्यानं सुरेशकुमार एकदम नर्व्हस झाला आणि खांदे उडवून त्यांच्यापासून दूर झाला. एवढ्यात त्याचा मोबाईल वाजला. तो घेऊन सुरेशकुमार जरा लांब गेलेला पाहून पुराणिक, साने साहेबांच्या जवळ आले आणि म्हणाले, ''साने साहेब, प्लीज या माणसाला या केसमध्ये अजिबात इन्व्हॉल्व्ह करून घेऊ नका. याच्यामुळेच माझी प्रियांका या घाणेरड्या इंडस्ट्रित यायला तयार झाली. आम्ही तिला किती समजावत होतो की, बाई फॅशन शो वगैरे इथपर्यंत ठीक आहे; पण सिने इंडस्ट्रित तू जाऊ नको. भल्या भल्या पोरींची इथं डाळ शिजली नाही. पण नाही! कुठल्यातरी फॅशन शोमध्ये या सुरेशकुमारनं हिला पाहिली आणि डायरेक्ट सिनेमात काम करशील का म्हणून विचारलं. झालं! तेव्हापासून ती याच्या नादाला लागली. भले तिला चांगली पब्लिसिटी मिळाली. पण तिनं या फिल्म इंडस्ट्रीमध्ये यावं अशी आमची कोणाचीच इच्छा नव्हती. साने साहेब, मी तुम्हाला रिक्वेस्ट करतो! काहीही करा पण माझ्या मुलीच्या खुन्याला फासावर लटकवा.

साने साहेबांनी त्यांच्या खांद्यावर थोपटलं आणि म्हणाले, ''कंट्रोल युवरसेल्फ मि. पुराणिक! आमचं कामच आहे ते. मला कल्पना आहे तुमची मानसिक अवस्था काय असेल ते. पण तुम्ही काळजी करू नका. मी स्वतः या केसमध्ये लक्ष घालणार आहे. सो यू डोन्ट वरी.''

एवढं सांगून ते इन्स्पे. जाधवांना म्हणाले, ''जाधव, या सगळ्यांना घेऊन एखाद्या रूममध्ये या. मला त्यांच्याशी बोलायचं आहे.'' इन्स्पे. जाधवांनी लगेच एका रूमची व्यवस्था केली आणि या सर्वांना घेऊन ते त्या रूममध्ये जाऊन बसले.

साने साहेब डॉक्टरांना भेटले आणि त्यांनी चौकशी केली. डॉक्टर केतकरांनी आपला रिपोर्ट त्यांच्याकडे दिला आणि ते म्हणाले, ''साने साहेब, मला जरा तुमच्याशी बोलायचं आहे. आपण जरा माझ्या केबिनमध्ये येता का?''

“शुअर. व्हाय नॉट! पण मला फक्त सांगा तुम्हाला काही वेगळं जाणवलं का या डेड बॉडीमध्ये?” त्यांच्या केबिनच्या दिशेनं जात साने साहेबांनी डॉक्टरांना विचारलं.

“येस सर. पण आपण केबिनमध्ये बसूनच सगळं बोलू, म्हणजे सविस्तर बोलता येईल.” असं म्हणून त्यांनी आपल्या केबिनचा दरवाजा उघडला. साने साहेब आत आले आणि डॉक्टरांच्या समोरच्या खुर्चीवर बसले. “एक मिनिट हं, मी फ्रेश होऊन येतो. तोपर्यंत तुम्ही हे रिपोर्ट्‌स बघा.” डॉक्टरांनी रिपोर्ट्‌सची फाइल त्यांच्या हातात दिली आणि ते बाथरूममध्ये गेले. साने साहेबांनी मग इन्स्पे. जाधवांनी दिलेली फाइल आणि डॉक्टरांनी दिलेली फाइल चाळायला सुरुवात केली. तोपर्यंत डॉक्टर केतकर बाहेर आले आणि आपल्या खुर्चीत बसत साने साहेबांना म्हणाले, “रिपोर्ट वाचलात?”

“नाही, फक्त आत्ता चाळलाय. पण डॉक्टर तुम्हाला काय वेगळं वाटलं?” साने साहेबांनी हातातील फाइल बाजूला ठेवत विचारलं.

“वेल, सी सर, मी जेव्हा बॉडीचं पोस्ट-मॉर्टम केलं तेव्हा एक गोष्ट अशी लक्षात आली की, प्रियांका जेवढी दारू प्यायली होती तेवढ्या दारूनं कोणी आपली शुद्ध घालवून बसणार नाही. पण तिच्या संपूर्ण शरीराला दारूचा वास येत होता. दुसरी गोष्ट अशी की, तिच्या हातावर आणि मानेवर कोणीतरी जबरदस्तीनं दाबल्याच्या खुणा होत्या. हे सर्व पाहता माझा अंदाज असा आहे की, ती पहिल्यांदा दारू प्यायली, मग ती बाथटबमध्ये गेली पण तिथे तिला जबरदस्तीनं कोणीतरी पाण्याखाली दाबून ठेवलं असावं आणि त्यात तिचा मृत्यू झाला असावा. अर्थात हा माझा अंदाज आहे. या रिपोर्टमध्ये मी तसं लिहिलेलं नाही. कारण यात फक्त मी कॉज ऑफ डेथ ‘पाण्यात गुदमरून’ असं लिहिलं आहे. पण हा क्ल्यू तुम्हाला उपयोगी पडेल असे मला वाटलं म्हणून मी तुम्हाला दिला.” एवढं बोलून डॉक्टर केतकर साने साहेबांच्याकडं पहायला लागले. साने साहेब त्यांचं वाक्य न् वाक्य आपल्या मेमरीत साठवून ठेवत होते.

डॉक्टर बोलायचे थांबल्यावर त्यांनी त्यांच्याकडं पाहिलं आणि ते म्हणाले,

“डॉक्टर, हा खूप चांगला क्ल्यू दिलात. थँक्यू व्हेरी मच. मी बाकी फाइल वाचून बघतो आणि जर काही वाटलं तर तुम्हाला परत भेटतो.” साने खुर्चीतून उठले आणि केबिनच्या बाहेर आले.

बाहेर इन्स्पे. जाधव त्यांची वाट बघत होते. साने साहेबांना पाहताच त्यांनी सांगितलं, “ती सर्व मंडळी थांबली आहेत. तुम्ही त्यांना काही विचारणार आहात ना?”

“ओ येस, कुठं आहेत ती सगळी?” साने साहेबांनी इन्स्पे. जाधवांना विचारलं.

“धिस वे सर, प्लीज.” हातानं खोलीची दिशा दाखवीत ते म्हणाले. साने

साहेब त्या खोलीत आले. त्यांना पाहताच सगळे उठून उभे राहिले. त्यांना बसायला सांगून साने साहेब तिथल्याच एका खुर्चीत बसले. त्यांनी इन्स्पे. जाधवांनाही बसायला सांगितलं आणि त्या सर्वांकडे वळून ते म्हणाले, "वेल लेडिज ॲण्ड जंटलमन, मायसेल्फ ए.सी.पी. निखिल साने, ॲण्ड ही इज माय कुलीग इन्स्पे. जाधव. मला तुमच्याशी बोलायचं आहे. पहिल्यांदा आपली ओळख करून द्याल?" साने साहेबांच्या मित्रत्वाच्या बोलण्यानं त्या सर्वांना धीर आला आणि त्यातील जो पुराणिक साहेबांशी बोलला होता तो पुढे आला आणि म्हणाला, "सर, माझे नाव मनोज, हा टोनी, ही अनू, ही रोहिणी. मी एका फार्मास्युटिकल कंपनीमध्ये मार्केटिंग मॅनेजर आहे. टोनी 'जे.जे. केमिकल्स'चा प्रोप्रायटर आहे. बाकी इतरही बिझनेस आहेत त्याच्या वडिलांचे. रोहिणीचे वडील रिटायर्ड मेजर आहेत आणि तिचे मिस्टर विंग कमांडर आहेत. अनू सोशल वर्कर आहे आणि तिचे मिस्टर म्हणजे सुप्रसिद्ध पब्लिक प्रॉसिक्युटर के.के. सहाय. आम्ही सगळे प्रियांकाचे कॉलेजपासूनचे मित्र आहोत. मागच्याच महिन्यात आम्ही माझ्या बर्थ डेच्या पार्टीत भेटलो होतो. त्या वेळी प्रियांका खूप खूष होती. त्या वेळी किती भरभरून ती आपल्या करिअरविषयी बोलली होती. किती प्लॅन्स आम्ही आखले होते. पण आता सगळंच संपलं आहे." मनोज म्हणाला.

"येस सर, मला पण हेच कळेना झालंय की पियुनं अचानक असं का करावं? ती खरंच एवढ्या कमकुवत मनाची नव्हती. आणि ड्रिंक्सचं म्हणाल तर ती काही फार प्यायची नाही. कारण याआधी आम्ही दोन तीन वेळा वेगवेगळ्या पार्ट्यांमधून भेटलो आहे. पण तिचा पिण्यावर जबरदस्त कंट्रोल होता. एक किंवा दोन पेग घ्यायची ती फक्त. त्यावर कुणीही कितीही आग्रह केला तरी प्यायची नाही. पण या वेळी कशी काय एवढी लास झाली कुणास ठाऊक?" अनू म्हणाली.

"एक मिनिट, मी तुम्हाला एक न्यूज देऊ इच्छितो. प्रियांकाचा मृत्यू अति मद्य-पानामुळे झालेला नाही तर तिचा कुणीतरी खून केला आहे." साने साहेबांनी एक एक शब्द हळूहळू उच्चारला. "आणखी एक गोष्ट सांगतो, प्रियांकाला भेटलेली शेवटची व्यक्ती एक बाई होती. कोणत्यातरी फिल्म मॅगझिनची रिपोर्टर म्हणून ती घरात घुसली होती. ती बराच वेळ तिची वाट बघत बसली होती. तिच्या घरातल्या नोकरांनी तसं सांगितलं आहे. प्रियांका रात्री बाराच्या सुमारास घरी आली. त्या वेळी ती बाई तिची वाट बघत बसली होती. नंतर प्रियांका आणि ती बाई काही वेळ बोलत बसल्या. नंतर ती बाई निघून गेली. पण ती किती वाजता गेली ते कळलं नाही. पहाटे जेव्हा प्रियांकाच्या नोकरांनी बाथरूममधून पाणी येताना बघितलं तेव्हा त्यांना कळलं की प्रियांका बाथटबमध्ये बुडून मेली आहे. आता मला सांगा, याविषयी प्रियांका तुमच्याशी काही बोलली होती का?"

साने साहेब बोलायचं थांबले आणि त्यांची काय रिॲक्शन होते ते बघायला लागले. अनू आणि रोहिणी जवळजवळ किंचाळल्याच होत्या. मनोज आपल्या खुर्चीत डोक्याला हात लावून बसला होता आणि टोनी प्रचंड अस्वस्थ झाला होता. तो मनोजकडे बघायला लागला. मनोजनं त्याला नजरेनं काहीतरी खुणावलं आणि पुन्हा तो इकडेतिकडे बघायला लागला. साने साहेबांनी ती खूण पाहिली आणि त्यांनी मनोजला विचारलं, "मि. मनोज, तुम्हाला काही सांगायचं आहे का?"

साने साहेबांनी एकदम त्याचं नाव घेतल्यानं तो दचकला. "अं... अं... नाही. नाही. मला काहीच सांगायचं नाही. काही नाही... काही नाही."

"टोनी, मग तुम्हाला काही सांगायचं आहे का?" साने साहेबांनी आता आपला मोर्चा टोनीकडे वळवला. पण या वेळी त्यांनी आवाज जरा चढवला होता. कारण टोनी त्यांना जरा कच्चा दुवा वाटला.

"नो सर, मुझे कुछ नही कहना।" तोही काहीच बोलायला तयार नव्हता. साने साहेब उठले आणि त्याच्या खांद्यावर हात ठेवत म्हणाले, "मि. टोनी, आप लोगों के दोस्त का खून हुआ है, खून! क्या आप लोग नही चाहते की खुनी को सजा मिले? अगर आपने कुछ नही बताया तो हम लोगों को कैसे पता चलेगा? हं? इसलिए आप बताओ... बताओ, क्या बात है?"

"एक मिनिट सर, मी सांगते." रोहिणी पुढं येऊन म्हणाली. तशी अनूनं तिचा हात धरला आणि म्हणाली, "रोहिणी, स्टॉप इट." आणि साने साहेबांच्याकडे बघत म्हणाली, "नो सर, तिला काही सांगायचं नाही."

"नाही कसं, मला सांगायचं आहे, सोड माझा हात. किती दिवस... किती दिवस लपवणार आहोत आपण हे सगळं? मी तेव्हाच सांगितलं होतं की आपण पोलिसांना सांगू या. पण नाही... माझं कुणीच ऐकलं नाही. आता एक बळी गेलाच आहे, बाकीचे पण एक एक करून जातील." असं म्हणून ती एकदम रडायला लागली.

साने साहेब उठले आणि तिच्याजवळ जाऊन तिला थोपटत म्हणाले, "कूल डाऊन, मिसेस रोहिणी! कूल डाऊन. तुम्हाला काय सांगायचं आहे ते शांतपणे सांगा. पण आधी रडायचं थांबा. ओके?"

रोहिणीला त्यांच्या बोलण्यानं धीर आला. ती रडायची थांबली. आपला चेहरा रुमालानं पुसत ती म्हणाली, "सॉरी सर, पण मला आता भीती वाटायला लागली आहे. म्हणून मला एकदम रडायला आलं. प्लीज, आम्हाला वाचवा. नाहीतर ती आमचा जीव घेईल."

"ती? कोण ती?" साने साहेबांनी परत बाईचा उल्लेख ऐकून आश्चर्यानं विचारलं.

“सर, मी पहिल्यापासून सगळं सांगते. आम्ही त्या वेळी कॉलेजमध्ये होतो. एक दिवस आम्ही सगळे ट्रिपला चाललो होतो. पण वाटेत एक ॲक्सिडेंट झाला आणि त्यात एक बाई मेली. पोलिसांच्या भीतीनं आम्ही तिचं प्रेत दरीत फेकून दिलं. या गोष्टीला जवळजवळ तीन ते चार वर्षं उलटून गेली आहेत. पण सहा महिन्यांपूर्वी अचानक पहिल्यांदा मला एक पत्र आलं. ज्या बाईला, आम्ही ती मेली म्हणून दरीत फेकून दिली होती, ती जिवंत होती आणि तिनंच ते पत्र लिहिलं होतं. त्यात तिनं लिहिलं होतं की ‘ज्याप्रमाणं तुम्ही मला मारून फेकून दिलं, त्याचप्रमाणे मीही तुम्हाला मारणार आहे.’

“मला पहिल्यांदा वाटलं की ही कोणीतरी चेष्टा केली असेल. म्हणून मी प्रियांकाला फोन केला. तर तिलाही असंच पत्र आलं होतं. अनूही तिथंच होती तेव्हा. तिलाही असंच पत्र आलं होतं. थोडक्यात आम्ही जे जे त्या वेळी होतो, त्या सर्वांना पत्र आलं आहे. म्हणून आम्ही एकत्र आलो आणि याविषयी विचार केला. मी त्या वेळी पोलिसांचा पर्याय सुचवला. पण जर पोलिसांकडे गेलो असतो तर ॲक्सिडेंटविषयी कळलं असतं. म्हणून आम्ही काहीच केलं नाही. आणि आज हे सगळं घडलं आहे. सर, ती बाई आम्हा सर्वांना मारून टाकेल. आम्हाला वाचवा. प्लीज.” रोहिणी बोलायची थांबली.

साने साहेबांना काय बोलावं तेच सुचेना. या लोकांनी एक खून करून ते प्रेत लपवलं आणि आता ज्या बाईचा खून केला होता ती बाईच यांचा खून करणार आहे, म्हणून यांना वाचवायचं. पण एक गोष्ट नक्की झाली की प्रियांकानं आत्महत्या केलेली नाही. तिचा खूनच झाला आहे.

“ओके, ही कधीची घटना आहे? आणि कुठं घडली?” त्यांनी रोहिणीला विचारलं.

“साधारण तीन ते चार वर्षं झाली असतील. आम्ही कॉलेजमधून भरणगांव म्हणून एक गाव आहे, तेथे ट्रिपला चाललो होतो. वाटेत बोरघाट नावाचा एक घाट लागतो. त्या घाटात झाला होता ॲक्सिडेंट!” अनूनं उत्तर दिलं.

“बोरघाटात? साधारण तीन-चार वर्षांपूर्वी?” साने साहेब डोळे मिटून आठवायचा प्रयत्न करू लागले.

एवढ्यात इन्स्पे. पाटील तिथे आले. त्यांनी ती वाक्यं ऐकली आणि ते म्हणाले, “काय झालं साहेब? बोरघाटाचं काय?”

पाटलांचा आवाज ऐकून साने साहेबांनी डोळे उघडले आणि ते म्हणाले, “पाटील, तीन-चार वर्षांपूर्वी बोरघाटात एक ॲक्सिडेंट झाला होता. तुम्हाला काही आठवतं आहे का याबद्दल?”

“अं... तीन-चार वर्षांपूर्वी?” इन्स्पे. पाटीलपण आठवण्याचा प्रयत्न करू

लागले. "हां सर, आठवलं. भरणगांवच्या एका फार्म हाऊसच्या रखवालदारानं एक कम्प्लेन्ट नोंदवली होती. सर, तुम्हाला आठवत असेल, त्या वेळी या शेट्टी टोळीच्या एका खबऱ्याचा खून झाला होता म्हणून आपण त्या तालुक्याच्या पोलीस स्टेशनला गेलो असताना तो आला होता. तिथले पी.एस.आय. कदम यांनी ती कम्प्लेंट नोंदवून घेतली होती. त्या वेळी आपली थोडीशी चर्चाही झाली होती की यानं तर खून केला नसेल ना? कारण पंचनाम्यामध्ये त्या रखवालदाराचं आणि त्याच्या बायकोचं भांडण झालं होतं आणि त्याच रागात ती घर सोडून माहेरी जायला निघाली होती, असा उल्लेख होता. आणि हो सर, त्या वेळी त्या फार्म हाऊसवर काही मुलं आली होती पिकनिकसाठी, असा पंचनाम्यात उल्लेख होता. त्यावर आपण म्हटलंही होतं की याचा काय संबंध म्हणून! आठवलं सर?" इन्स्पे. पाटलांनी साने साहेबांच्या डोळ्यासमोर तो संपूर्ण प्रसंगच उभा केला.

"ओ, येस पाटील, नाउ आय रिमेंबर! करेक्ट. एकदम करेक्ट. पाटील, तुमची स्मरणशक्ती फारच तल्लख आहे बुवा. ग्रेट! सिंपली ग्रेट!" साने साहेबांनी इन्स्पे. पाटलांची केलेली स्तुती ऐकून इन्स्पे. पाटलांना अक्षरशः धन्य धन्य वाटलं. "पाटील, तेव्हा आपल्याला प्रश्न पडला होता ना की त्या पोरांच्या पिकनिकचा पंचनाम्यात कशासाठी उल्लेख केला आहे? तो रेफरन्स आत्ता लागला. तीच ही पोरं होती. आता चांगली जंटलमन आणि जंटलवुमन झाली आहेत. पण तेव्हा यांनीच तो ॲक्सिडेंट केला होता. आणि आता यांचं म्हणणं आहे की ती बाई जिवंत आहे आणि ती यांना पत्र लिहून त्या ॲक्सिडेंटचा बदला घेत आहे. बघा पाटील, आजकाल भुतंपण बदला घ्यायला लागली आहेत! आपल्याला जपून रहायला हवं हं. नाहीतर एखाद्या गँगस्टरचं भूत उद्या आपला खून करायचं!" साने साहेब म्हणाले तसा सगळा पोलीस स्टाफ हसायला लागला.

"स्टॉप इट सर, प्लीज स्टॉप इट! यहाँ हमारी जान जोखम में है और आप लोगों को मजाक सूझ रहा है?" टोनी एकदम तडकून म्हणाला. साने साहेब गरर्कन त्याच्याकडे वळले आणि म्हणाले, "अब डर रहा है? उस बेगुनाह औरत को मारकर उसकी लाश को खाई में फेंकते हुए डर नही लगा? तुम लोगों ने एक मर्डर किया है मर्डर! तुम लोग कानून के गुनहगार हो। और कोई भी गुनहगार कानून की नजर से जादा दिन बच नही सकता। जी करता है तुम लोगों को पहले जेल में बंद कर दूँ। लेकीन अभी तो कोई सबूत नही है मेरे पास! अब मुझे सब बताओ, कौन कौन था तुम लोगों के साथ?" साने साहेबांचा तो रुद्रावतार पाहून सगळ्यांची बोबडीच वळली. कोणाच्याच तोंडातून आवाज येत नव्हता. अक्षरशः पिन ड्रॉप सायलेन्स पसरला होता त्या खोलीत!

साने साहेब टोनीजवळ आले आणि म्हणाले, "मि. टोनी, क्या आप अभी हम

लोगों को बताएंगे उस वक्त क्या क्या हुआ था? हम लोगों को अपना तरीका यूज करने को मत उकसाओ.''

टोनीची आता चांगलीच तंतरली होती. काय बोलावं त्याला सुचेनासं झालं. त्यानं एक वेळा मनोजकडं पाहिलं आणि म्हणाला, ''सर, लाश को खाई में फेंकने की आयडिया इस मनोज का था। उसने ही हम लोगों को बताया की लाश फेंककर हम लोग निकल जाते हैं। किसीको कुछ पता नही चलेगा।''

टोनीचं वाक्य ऐकून मनोज जाम भडकला. तो एकदम टोनीजवळ आला आणि त्याची कॉलर पकडून म्हणाला, ''यू बास्टर्ड! तुम लोगों को बचाने के लिए मैंने ये सब किया और आज तुम मुझे ही फसाँ रहे हो! उस वक्त तो डर के मारे तेरी पँट गिली हो गई थी. हाथ जोड रहा था मेरे सामने, की मुझे इस मुसीबत से निकालो. और आज उस एहसान का बदला मेरी गर्दन फसाँके चुका रहा है? साले, अगर मैं फसाँ, तो तुम सब फस जाओगे।''

साने साहेबांनी इन्स्पे. पाटील आणि इन्स्पे. जाधवांना खूण केली. तसे ते दोघे पुढे आले आणि त्यांनी त्या दोघांना एकमेकांपासून दूर केलं. पण अजून मनोजच्या मनात टोनीविषयी राग खदखदत होता.

''कोण कोण होतं तेव्हा तुमच्या बरोबर?'' साने साहेबांनी मनोजला विचारलं.

''सर, मी खरं सांगतो, त्या वेळी हा टोनी म्हणाला की मी जर या केसमध्ये अडकलो तर मी सगळ्यांना अडकवीन. म्हणून मी त्याला मदत केली, सर. एकतर हा त्या वेळी दारू प्याला होता. त्यात रॅश ड्रायव्हिंग. आम्ही सगळे त्याला गाडी सावकाश चालव म्हणून परोपरीनं सांगत होतो. पण त्या वेळी त्यानं आमचं ऐकलं नाही. आणि हा ॲक्सिडेंट झाला.'' मनोज काकुळतीला येऊन साने साहेबांना म्हणाला. साने साहेब उठून उभे राहिले आणि त्याच्यासमोर येऊन म्हणाले, ''मी विचारलं, कोण कोण होतं तेव्हा तुमच्याबरोबर? तर ते सोडून तू बाकीचा फाफटपसाराच सांगत बसलास. मला नावं हवी आहेत. चल, बोल लवकर!''

''सर, मी सांगते.'' रोहिणी म्हणाली, ''सर, त्या वेळी मी, अनू, प्रियांका, टोनी, मन्नू आणि सॅडी. आय मीन सदानंद असे सहा जण होतो.''

''मग हा सॅडी उर्फ सदानंद कुठे आहे?'' साने साहेबांनी विचारलं आणि सगळी जण एकमेकांच्या तोंडाकडं बघायला लागली. आत्तापर्यंत कुणालाच सदानंदची आठवण आली नव्हती. सगळे विचार करायला लागले, खरंच! आपण सॅडीला कसं काय विसरलो? कॉलेजमध्ये असताना एक मिनिटसुद्धा आपण एकमेकांच्या शिवाय राहत नव्हतो आणि आज कॉलेज संपल्यानंतर गेल्या तीन-चार वर्षांत आपल्याला एकदाही सदानंदची आठवण आली नाही.

कोणी काहीच बोलत नाही हे पाहून साने साहेबांनी परत तोच प्रश्न अनूला

विचारला. "सर, तुम्हाला खरं सांगते, कॉलेजमध्ये असताना आमचा सहा जणांचा ग्रुप होता. आमच्या ग्रुपला गोल्डन गँग म्हणत, सर. काहीही झालं तरी आम्ही सहा जण एकत्र असायचो. पिक्चर असो किंवा पार्टी असो; आम्ही सहा जण असणार म्हणजे असणारच. पण सर, कॉलेज संपल्यानंतर पुढं सदानंदचं काय झालं, हे कुणालाच माहित नाही. कधी त्याचा विषयही आला नाही आमच्या बोलण्यात. कसं काय आम्ही त्याला विसरलो, तेच कळत नाही. तुम्हाला काही माहिती आहे का त्याच्याविषयी?" शेवटचं वाक्य अनूनं इतरांच्याकडे बघत विचारलं. यावर रोहिणीनं फक्त मान हलवून नकार दिला. टोनी मात्र एकदम म्हणाला, "हां, एकबार सॅडी आया था मेरे पास। मैं फॅक्टरी के ऑफिस में था उस वक्त। वो आकर मुझे बोलने लगा की उसे नौकरी की बहुत जरूरत है. तब शायद उसके मकान मालिकने भी उसे घर खाली करने के लिए बोला था। तो मैंने उसे बोला की अभी तो मेरे पास कोई व्हेकन्सी नही है। जैसे ही जरुरत पडेगी मैं तुम्हे बुलाऊँगा। तो उसने पता छोडा था मेरे पास। फिर कभी वो आया ही नही और मैं भी भूल गया। बस्स। उसके बाद में मिला नही।"

"अरे हां, मला पण एकदा भेटला होता सॅडी." मनोज आपल्या खुर्चीत एकदम ताठ होत म्हणाला, "साधारणपणे एक ते दीड वर्षं झालं असेल! एकदम वाईट अवस्था होती बिचाऱ्याची. मी आमच्या कंपनीच्या कामासाठी चाललो होतो तेव्हा तो मला कंपनीच्या गेटवर उभा असलेला दिसला. मला म्हणाला, मी या कंपनीत नोकरीसाठी अर्ज केला आहे. मी त्याला म्हणालो, की मला का नाही आधी भेटलास म्हणून. तर म्हणाला मला काय माहित तू याच कंपनीत आहेस ते. मी त्याला घेऊन आमच्या एम.डी. कडे गेलो. त्यांची ओळख करून दिली. पण पुढं काय झालं, ते मला माहित नाही. पण त्यानंतर मात्र पुन्हा काही भेटला नाही."

"अच्छा, म्हणजे आता तो कुठे आहे, काय करतो, याची तुमच्यापैकी कोणालाच इन्फर्मेशन नाही. ओके! बरं, मला जरा ती पत्रं दाखवाल का?" साने साहेब परत आपल्या खुर्चीत बसत म्हणाले. पुन्हा सगळे एकमेकांकडे बघायला लागले. बराच वेळ कोणी काहीच बोलेना म्हटल्यावर परत साने साहेबांनी विचारलं, "काय झालं? तुम्हाला आलेली पत्रं मला बघायची आहेत. आहेत ना ती तुमच्याकडे?"

तसा मनोज खजील स्वरात म्हणाला, "सर, आम्ही ती पत्रं फाडून टाकली."

"फाडून टाकलीत? पण का?"

"सर, आम्हाला वाटलं कोणीतरी आमची चेष्टा करतो आहे." आता अनूचा स्वरही खूपच खजील झाला होता. "म्हणून आम्ही सगळ्यांनी मिळून ठरवलं, की ते पत्र फाडून टाकायचं. कारण जर ते आमच्या घरच्यांच्या हाती पडलं असतं तर मोठा गोंधळ झाला असता."

"ओ डॅम इट! तुम्ही एक महत्त्वाचा दुवा नष्ट केलात. काय म्हणायचं

तुम्हाला?'' साने साहेब वैतागून म्हणाले आणि खुर्चीवरून उठून खोलीतल्या खोलीत फेऱ्या मारू लागले. थोड्या वेळानं ते या सर्वांकडे वळून म्हणाले, ''ठीक आहे, आता मी काय सांगतो ते नीट ऐका. पुन्हा जर तुमच्यापैकी कोणालाही असं पत्र आलं तर सरळ मला येऊन भेटा आणि ते पत्र दाखवा आणि दुसरं महत्त्वाचं, सध्या तरी हा विषय कोणाजवळ बोलू नका. आपण याविषयी वेळ आली की चर्चा करू. ओके? यू मे गो नाउ!'' असं म्हणून ते खोलीच्या बाहेर पडले. त्यांच्या मागोमाग इन्स्पे. पाटील आणि इन्स्पे. जाधव बाहेर आले. बाहेर आल्या आल्या साने साहेबांनी इन्स्पे. पाटलांना सांगितलं, ''पाटील, तुम्ही या सर्वांवर लक्ष ठेवा. कारण मला या सर्वांचाच संशय येतोय. सध्या तरी मी काहीच कन्क्लुजन काढू शकत नाही, पण काहीतरी कुठंतरी खटकतंय.'' इन्स्पे. पाटलांना एवढं सांगणं पुरेसं होतं. त्यांना सॅल्यूट करून ते परत आत गेले.

''सर, माझ्यासाठी काय ऑर्डर्स आहेत?'' इन्स्पे. जाधवांनी त्यांना विचारलं तसं साने साहेब आपल्या विचारातून बाहेर आले.

''हं! जाधव, तुम्ही एक काम करा. या प्रियांकाची डेड बॉडी पुराणिक साहेब ताब्यात घेतील. तिथपासून ते तिचे पुढचे विधी होईपर्यंत तुम्ही त्यांच्याबरोबर रहा आणि काय नवीन डेव्हलपमेंट्स होतात ते मला कळवा. मी माझ्या ऑफिसमध्ये जातो आणि कमिशनर साहेबांना या सगळ्या गोष्टी सांगतो. ओके?'' त्यांनी दारात थांबून इन्स्ट्रक्शन्स दिल्या आणि ते आपल्या गाडीत जाऊन बसले. ड्रायव्हरला कमिशनर साहेबांच्या ऑफिसला जायचं आहे, असं सांगून ते सीटवर डोकं मागं टेकवून बसले.

गाडी गेल्यावर इन्स्पे. जाधव आत गेले. प्रियांकाची बॉडी ताब्यात घेण्याच्या सर्व फॉर्मलिटीज पूर्ण झाल्या होत्या. तिची बॉडी स्ट्रेचरवरून आणली गेली आणि पुराणिक साहेबांनी तिच्या चेहऱ्यावरची चादर बाजूला केली. तिचा निरागस चेहरा पाहून पुन्हा त्यांना दुःखाचा उमाळा आला. तोपर्यंत मनोज, टोनी, रोहिणी आणि अनू तेथे आल्या. रोहिणी आणि अनूला पण रडू आलं. मनोज त्या दोघींना सांभाळायला लागला आणि टोनीनं पुराणिक साहेबांच्या खांद्यावर थोपटत त्यांना धीर दिला. पुराणिक साहेबांनी आपलं दुःख आवरलं आणि ते त्या स्ट्रेचरबरोबर बाहेर पडले. इन्स्पे. जाधव त्यांच्याबरोबर होतेच.

प्रियांकाच्या चाहत्यांनी हॉस्पिटलच्या बाहेर तोबा गर्दी केली होती. पोलीस त्यांना आवरत होते. पुराणिक साहेब प्रियांकाच्या डेड बॉडीबरोबर ॲम्ब्युलन्समध्ये बसले आणि इन्स्पे. जाधवांनी त्यांच्या बाजूला बसत दार लावून घेतलं. पुढे-मागे पोलीस गाड्या आणि मध्ये ॲम्ब्युलन्स आणि त्यामागे तिच्या चाहत्यांच्या, सिने सृष्टीतील अनेक मान्यवर कलावंत, दिग्दर्शक, फायनान्सर्स यांच्या गाड्या होत्या. हा संपूर्ण ताफा प्रियांकाच्या घराकडे निघाला. मनोज, रोहिणी, अनू आणि टोनीही बाहेर पडले.

"मन्नू, सुनो, मुझे आज एक बहुत अर्जंट मीटिंग है। एक बहुत बडा कॉन्ट्रॅक्ट मिलनेवाला है। तुम लोग आगे चलो। मीटिंग खतम होने के बाद मैं तुम्हे फोन करता हूँ और तुम्हें जॉइन करता हूँ. ओके?" टोनीनं बाहेर येत इतरांच्याकडे बघत सांगितलं. तसे बाकीचे आपआपल्या गाड्यांकडे वळले आणि टोनी आपल्या गाडीकडे जायला निघाला. तोपर्यंत इन्स्पे. पाटील आपल्या जीपमध्ये जाऊन बसले आणि त्यांनी ड्रायव्हरला फक्त हातानं खूण करून टोनीची कार दाखवली. ड्रायव्हरला तेवढी खूण कळली आणि तो जीप स्टार्ट करून टोनीची कार स्टार्ट व्हायची वाट बघायला लागला.

टोनीची कार हॉस्पिटलच्या पार्किंगमधून बाहेर पडली आणि इन्स्पे. पाटलांनी ड्रायव्हरला खूण केली. तशी इन्स्पे. पाटलांची जीप ठरावीक अंतर ठेवून त्याचा पाठलाग करू लागली. टोनी आपल्या कारमध्ये बसून प्रियांकाचा विचार करत होता. त्याला सगळा भूतकाळ आठवत होता. कॉलेजमध्ये केलेल्या गमतीजमती, मौजमजा सगळं त्याला आठवत होतं. अचानक त्याच्या डोळ्यासमोर तो ॲक्सिडेंट आला. त्या बाईचा तो रक्तबंबाळ देह, मेंदू बाहेर आलेलं डोकं, रक्ताळलेले कपडे! सगळं सगळं काल परवा झाल्यासारखं त्याच्या डोळ्यासमोरून जात होतं.

एवढ्यात गाडीला एकदम ब्रेक लागला आणि त्याची विचार-शृंखला तुटली. "क्या हुआ ड्रायव्हर?" त्यानं ड्रायव्हरला विचारलं.

"साब, एक औरत रस्ते के बीच मैं आयी. इसलिये मैंने ब्रेक लगाया." ड्रायव्हरनं सांगितलं.

"औरत? किधर है औरत?" टोनीनं विचारलं.

एवढ्यात त्याच्या दाराच्या काचेवर 'टक्टक्' असा आवाज आला. बाहेर एक बाई लिफ्ट मागत होती. टोनी वैतागला आणि त्यानं खिडकीची काच खाली केली. तोपर्यंत त्या बाईनं आपल्या ड्रेसमध्ये लपवलेलं पिस्तूल काढलं आणि टोनीला काही कळायच्या आत त्याच्यावर लागोपाठ तीन-चार वेळा फायर केलं. टोनी रक्तबंबाळ अवस्थेत गाडीतच वेडावाकडा होत सीटवर आडवा पडला.

ती बाई जशी अचानक आली होती तशी अचानक बाजूच्या गल्लीत गायब झाली. तोपर्यंत इन्स्पे. पाटलांची जीप त्याच्या गाडीजवळ आली. मधल्या ट्रॅफिकमुळे त्यांना नेमकं काय झालंय ते कळलं नव्हतं. फक्त एक बाई टोनीच्या गाडीजवळून पळून बाजूच्या गल्लीत गेली, एवढंच काय ते त्यांना दिसलं. ते गाडीतून खाली उतरले आणि त्यांनी टोनीची अवस्था बघितली. ते अक्षरशः हबकले. साने साहेबांनी टोनीवर नजर ठेवण्याची ड्यूटी त्यांना दिली होती. पण ते काहीच करू शकले नव्हते. त्यांनी खिशातून मोबाइल काढला आणि साने साहेबांना फोन लावला.

एवढ्यात साने साहेबांचा आवाज आला.

"हॅलो, बोला पाटील!"

एक आवंढा गिळून त्यांनी साने साहेबांना सगळा प्रकार सांगितला. त्यांचं सांगून होईपर्यंत ते एक शब्दही बोलले नाहीत. ''साहेब, मी आता काय करू?'' सगळं सांगून झाल्यावर त्यांनी विचारलं.

''पाटील, तुम्ही तिथेच थांबा. पंचनामा वगैरे करून घ्या. मी पोचतो.'' साने साहेबांनी तीन वाक्यात बोलणं संपवलं आणि इन्स्पे. पाटील कामाला लागले.

तोपर्यंत झालेला ट्रॅफिक जॅम पाहून पेट्रोलिंग करणारी पोलीस व्हॅन तेथे आली. त्यांनी ट्रॅफिकची व्यवस्था केली. इन्स्पे. पाटील ड्रायव्हरला प्रश्न विचारत होते. दोन हवालदारांनी टोनीची बॉडी बाहेर स्ट्रेचरवर काढून ठेवली.

एवढ्यात साने साहेबांची गाडी तेथे पोचली. साने साहेबांना पाहताच सगळी पोलीस फोर्स अॅलर्ट झाली. इन्स्पे. पाटील साने साहेबांच्या जवळ आले. त्यांच्या चेहऱ्यावरची नाराजी लपत नव्हती. साने साहेबांच्या लक्षात आलं की त्यांना सध्या फैलावर घेणं चुकीचं आहे. त्यांनी त्यांच्या खांद्यावर हात ठेवला आणि त्यांना घेऊन ते आपल्या गाडीपाशी गेले.

''हं, बोला पाटील! काय काय झालं?'' साने साहेबांनी विचारलं.

''सर, मी हॉस्पिटलपासून टोनीच्या गाडीच्या मागं होतो. या लेनच्या सिग्नलच्या आधी त्याची गाडी एकदम थांबली. तोपर्यंत सिग्नल पडला त्यामुळे ट्रॅफिक होतं. मी फक्त एवढंच पाहिलं की एक बाई त्याच्या गाडीजवळून पळून जात होती. मी टोनीच्या ड्रायव्हरजवळ चौकशी केली असता त्यानं सांगितलं की एक बाई रस्त्यात मध्ये आली, त्यामुळे त्यानं गाडी थांबवली. ती बाई टोनी बसला होता त्या सीटजवळ गेली. टोनीनं काच खाली केली. त्यानं पाकीट काढायला खिशात हात घातला, तोपर्यंत त्या बाईनं त्याच्यावर गोळ्या झाडल्या आणि ती पळून गेली. मी त्या ड्रायव्हरला त्या बाईचा चेहरा बघितलास का, असं विचारलं. तर तो म्हणाला की त्या बाईनं डोक्यावर पदर घेतला होता. त्यामुळे चेहरा नीट दिसत नव्हता. पण बाई साधारण मध्यमवयीन होती. अंगानं कृश होती. गोळी झाडताना त्यानं तिचा फक्त हात पाहिला. सर, त्या हातावर कृष्णाचं चित्र गोंदवलं होत. बस्स, त्यानं एवढीच माहिती दिली.''

भाग तीन

साने साहेब आपल्या केबिनमध्ये बसून प्रियांका आणि टोनी मर्डर केसचा विचार करत होते. गेली दोन-तीन दिवस ते फक्त याच केसचे डिटेल्स चाळत होते. त्यांना या केसनं बरंच गोंधळात टाकलं होतं. कोणताच सिक्वेन्स लागत नव्हता. त्यांनी बेल

मारून बाहेर उभ्या असलेल्या हवालदाराला इन्स्पे. पाटलांना बोलवायला सांगितलं आणि ते पुन्हा विचार करू लागले. पाच मिनिटांत इन्स्पे. पाटील त्यांच्या केबिनमध्ये आले.

"सर, तुम्ही मला बोलावलंत?" इन्स्पे. पाटलांनी विचारलं.

त्यांच्या विचारण्यानं साने साहेबांची तंद्री भंग पावली. त्यांनी पाटलांकडे बघितलं आणि त्यांना बसायला सांगितलं.

"पाटील, या प्रियांका आणि टोनी मर्डर केसनं मला फारच गोंधळात टाकलंय. कुठलंच पिक्चर क्लिअर होईना झालंय. मी पहिल्यापासून काय काय घडलं असेल याची एक थीम तयार केली आहे. बघा हं, सर्वांत पहिल्यांदा या टोनी आणि गँगच्या गाडीचा एक ॲक्सिडेंट होतो. त्यात गावातली एक बाई मरते. या बाईचं प्रेत ही गँग उचलून दरीत फेकून देते. तिचा नवरा पोलीस स्टेशनला येऊन कम्प्लेंट देतो की त्या बाईचा ॲक्सिडेंट झाला आहे म्हणून. त्यानंतर तीन-चार वर्षं काही नाही आणि अचानक या गँगला एक पत्र येतं की ज्याप्रमाणे तुम्ही त्या बाईचा खून केलात तसा आता तुमचा होणार आहे म्हणून आणि ही पत्रं कोण लिहितं? तर ज्या बाईचा खून झाला आहे ती बाई! बरं, तिच्या खुनाचा बदला कोणीतरी घेत असेल असं आपण समजलो तर ते काम फक्त तिचा नवराच करू शकतो. पण जर नवऱ्याला आपल्या बायकोच्या खुनाचा बदला घ्यायचाच असेल तर तो इतकी वर्षं का थांबला? आणि त्याला कळलं कसं की या गँगच्या हातून ॲक्सिडेंटमध्ये आपली बायको मेली आहे?

"ही गोष्ट अन्य कोणालाच माहीत नव्हती. आणि ज्यांना माहीत आहे ती सगळी तर एकत्र आहेत. मग हे काम करतंय कोण? कोण असेल की ज्याला ही गोष्ट माहीत आहे आणि काही ना काही कारणानं ती व्यक्ती आज यांच्या ग्रुपमध्ये नाही, पण कोण काय करतंय, कुठं जातंय याची त्याला माहिती आहे? असं कोण आहे? काहीच कळेना झालंय!" साने साहेब बोलायचं थांबले.

इन्स्पे. पाटलांना या केसची खरी गुंतागुंत कळली. साने साहेबांच्याकडे सगळ्याच केसेस अशा अवघड का येतात, याचं त्यांना आश्चर्य वाटलं. मागच्या सिरिअल किलरच्या केसनं तर अक्षरशः पोलीस डिपार्टमेंटची झोप उडवली होती. आणि आता ही केस!

"पाटील, या पोरांच्या बोलण्यात एक गोष्ट तुम्ही नोटीस केलीत?" साने साहेबांनी अचानक विचारलेल्या प्रश्नाने इन्स्पे. पाटील दचकले.

"अं... काय सर? कोणती नोटीस?" त्यांनी अडखळत विचारलं.

"नोटीस नव्हे, पाटील! एक गोष्ट, एक पॉइंट! तुमचं लक्ष नाहीये का?" साने साहेबांनी त्यांच्याकडे बघत विचारलं.

“नो सर, आय मीन येस सर!” पाटलांचा अजूनच गोंधळ उडाला.

“पाटील, तुम्ही जरा नीट भानावर या आणि मी काय विचारतोय ते नीट लक्षात घ्या.” साने साहेब चिडले.

“आय ॲम सॉरी सर. मी जरा वेगळ्या विचारात होतो.” इन्स्पे. पाटील भानावर येत म्हणाले.

“ओके. आता नीट ऐका. ज्या वेळी आपण या गँगशी बोलत होतो त्या वेळी त्यांच्या बोलण्यात त्यांच्या ग्रुपमध्ये आणखी एक मुलगा होता, असा उल्लेख आला. त्याचं नाव सदानंद! कॉलेज संपल्यानंतर तो ह्या ग्रुपमधून गायब झाला. त्यानंतर त्याला कोणीच पाहिलं नाही किंवा भेटलं नाही. पण काही दिवसांपूर्वी तो मनोज आणि टोनीला भेटला होता. पैकी टोनी आता काही सांगण्याच्या पलीकडे गेलाय! राहता राहिला मनोज! त्या मनोजला गाठा. त्या सदानंदचा काही पत्ता मिळतो का ते बघा. त्यानं या मनोजच्या कंपनीत अर्ज केला होता नोकरीसाठी! त्यामुळे जर त्याचा काही बायोडेटा वगैरे असेल तर त्यावर त्याचा पत्ता असेल. तो पहा. या सदानंदचं वर्णन त्यांच्याकडून माहिती करून घ्या. त्यानंतर बोरघाट पोलीस स्टेशनला कॉन्टॅक्ट करा. तेथून त्या ॲक्सिडेंटचे डिटेल्स घ्या. त्या बाईचा एखादा फोटो वगैरे मिळतोय का ते पहा. तिचा नवरा आता कुठं असतो, काय करतो, याचे काही डिटेल्स मिळतात का ते पहा. बघु या, या सर्व माहितीतून काही धागा मिळतो का ते! ओके? आलं लक्षात तुमच्या सगळं?” साने साहेबांनी सांगितलेला प्रत्येक शब्द पाटलांनी आपल्या मेंदूत साठवला होता. त्यामुळे त्यांनी नुसती मान हलवली आणि ते उठले. त्यांच्या या वागण्याचं साने साहेबांना हसू आलं. पण त्यांनी तसं काही दर्शवलं नाही. इन्स्पे. पाटलांनी केलेला सॅल्यूट स्वीकारून ते पुन्हा फोन करायला लागले. त्यांनी इन्स्पे. जाधवांच्या पोलीस स्टेशनला फोन लावला.

“हॅलो, जाधव आहेत का?” फोन लागताच त्यांनी विचारलं.

“आहेत. कामात आहेत. कोण बोलतंय?” पलीकडून कोणीतरी विचारलं.

“ए.सी.पी. निखिल साने.”

“सॉरी सर. मी आपला आवाज ओळखला नाही. मी हवालदार मोरे बोलतोय. एक मिनिट सर, मी साहेबांना फोन देतो.” हवालदार मोरे पूर्वी साने साहेबांच्या पोलीस स्टेशनला होता.

“गुड नून सर, मी जाधव बोलतोय.” इन्स्पे. जाधवांचा आवाज फारच एक्साइट झाल्यासारखा वाटत होता. साने साहेबांना ही नवीन आलेली पोरं आवडायची. त्यांच्यात काम करायचा उत्साह असतो. इतर गोष्टींची सवय झालेली नसते. त्यामुळे सोपवलेली जबाबदारी चोख पार पाडत असतात. कधी कधी अती उत्साहामुळे थोडी अडचण येते. पण काम नक्की होतं.

"हां जाधव, काय काय झालं पुढे?" साने साहेबांनी विचारलं.

"सर, मी पुराणिक साहेबांच्या बरोबर प्रियांकाची डेड बॉडी घेऊन त्यांच्या घरी आणि तेथून स्मशानापर्यंत गेलो होतो. अनेक फिल्म स्टार्स आले होते. डायरेक्टर, हिरॉइन्स, तिचे चाहते! खूप गर्दी होती. सगळे विधी झाल्यावर आम्ही तिच्या घरी परत आलो. तिथं मि. पुराणिकांना सोडलं आणि मी पोलीस स्टेशनला आलो." इन्स्पे. जाधवांनी रिपोर्टिंग केलं.

"ठीक आहे. तिच्या मित्रांपैकी एकाचा खून झाला आहे, ही बातमी तुम्हाला कळली का?" साने साहेबांनी विचारलं.

"नो सर. कुणाचा खून झाला?" इन्स्पे. जाधवांनी आश्चर्यानं विचारलं.

"मि. टोनी यांचा. एका बाईनं त्यांचा गोळ्या घालून खून केला आहे." साने साहेबांनी थोडक्यात सांगितलं.

"पुन्हा बाई? या बाईची काय भानगड आहे?" इन्स्पे. जाधवांनी साने साहेबांनाच उलट विचारलं.

"जाधव, तेच तर आपल्याला शोधून काढायचं आहे आणि त्यासाठी मी आता काय सांगतो ते ऐका. तुम्ही त्या मनोज, अनू किंवा रोहिणीकडून तो सदानंद म्हणून त्यांचा जो मित्र होता त्याचा पत्ता घ्या. त्या पत्त्यावर जाऊन सध्या सदानंद कुठे असतो, काय करतो याची चौकशी करा. मी इन्स्पेक्टर पाटलांना पण याच कामावर पाठवलं आहे. ते कदाचित तुम्हाला भेटतील. तुम्ही दोघं मिळून या केसची संपूर्ण माहिती गोळा करा आणि इकडे घेऊन या. समजलं?" साने साहेबांनी सांगितलं.

"सॉरी सर, पण मी तुम्हाला न विचारता एक गोष्ट केली आहे." इन्स्पे. जाधवांनी जरा नरम स्वरात सांगितले.

"कोणती?" साने साहेबांनी जरा चिडून विचारलं.

"सर, मिस प्रियांकाचे अंत्यविधी चालू असताना मी मनोजकडून त्या सदानंदविषयी थोडी चौकशी केली होती. त्या वेळी मला एक गोष्ट कळली. टोनीनं जो ॲक्सिडेंट केला होता, त्या वेळी या सदानंदनं ती बॉडी लपवणं वगैरे कामात अजिबात मदत केली नव्हती. उलट त्याचं म्हणणं होतं की आपण पोलिसांना ही गोष्ट सांगावी. पण जर केस झाली असती तर या टोनीनं सगळ्यांना अडकावयची धमकी दिली होती. त्या वेळी सदानंदचं शिक्षण स्कॉलरशिपवर चालू होतं. जर ही सगळी अडकली असती तर सदानंदची स्कॉलरशिप बंद झाली असती. त्यामुळे त्यानं नाईलाजानं होकार दिला. पण नंतर तो या मुलांबरोबर ट्रिपला गेला नाही. शिवाय त्यानंतर तो या ग्रुपमधून बाजूला झाला. मनोज त्याचा मित्र होता. दोघं एकाच साइडचे होते. सदानंद अतिशय हुशार पण तेवढाच हळवा होता. मनोजचे थीसिस, जर्नल्स वगैरे पूर्ण करून द्यायचा, त्याचे प्रॅक्टिकल्सचे प्रॉब्लेम सॉल्व्ह करण्यात

मदत करायचा. पण या घटनेनंतर त्यानं मनोजला मदत करण्याचं बंद केलं. आणखी एक गोष्ट, सदानंद हा प्रियांकाच्या प्रेमात पडला होता. पण आपली लायकी काय आहे, हे त्याला माहीत होतं. त्यामुळे त्यानं कधी ते प्रियांकाजवळ बोलून दाखवलं नव्हतं.

"सर, मी एवढी चौकशी केली आहे. कारण मला तुमची काम करण्याची स्टाइल माहिती आहे. त्यामुळे मी ही माहिती घेऊन स्वत: तुमच्याकडे येणार होतो. पण त्याआधीच तुमचा फोन आला. सर, मी काही चुकीचं नाही ना केलं?" जवळजवळ वीस-पंचवीस मिनिटं इन्स्पे. जाधव बोलून थांबले आणि साने साहेब काय म्हणतात, याची वाट पाहू लागले.

"गुड वर्क, जाधव! ब्रिलियंट! आपल्या डिपार्टमेंटमध्ये एवढ्या एफिशिअंटली कामं करणारे काही ऑफिसर्स आहेत, हे बघून बरं वाटलं. गुड जॉब!" साने साहेबांनी इन्स्पे. जाधवांना त्यांच्या कामाची पावती दिली आणि इन्स्पे. जाधवांना अक्षरश: एखादं मेडल मिळाल्याचा आनंद झाला. "जाधव, आता एक काम करा. ही सगळी माहिती घेऊन तुम्ही ताबडतोब माझ्या ऑफिसला या. म्हणजे पुढं काय करायचं ते आपण ठरवू या." साने साहेबांनी सांगितलं आणि फोन ठेवला.

तोपर्यंत इन्स्पे. पाटील आले आणि सॅल्यूट करून त्यांच्यासमोर उभे राहिले. साने साहेबांनी त्यांना बसण्याची खूण केली आणि ते म्हणाले, "पाटील, आत्ताच मी इन्स्पेक्टर जाधवांशी बोलत होतो. त्यांनी या केसमध्ये बरीच चौकशी केली आहे. मी त्यांना इकडे यायला सांगितलं आहे. मला एक खात्री आहे, तुमचं आणि त्यांचं ट्यूनिंग मस्त जमेल. त्यांनाही तुमच्यासारखी सगळी खोलवर चौकशी करण्याची सवय आहे."

साने साहेबांनी जाता जाता आपल्या कामाचं पण कौतुक केलं हे ऐकून इन्स्पे. पाटलांना बरं वाटलं. आपल्या ज्युनियर ऑफिसर्सचं असं कौतुक करण्याचा साने साहेबांचा स्वभाव इन्स्पे. पाटलांना माहिती होता आणि त्यामुळे त्यांच्या बरोबर काम करताना एक प्रकारचा उत्साह येतो. "शुअर सर, मी त्यांना नक्की भेटीन." इन्स्पे. पाटलांनी सांगितलं आणि हातातली फाइल त्यांच्यासमोर ठेवली. ती फाईल उचलत साने साहेबांनी विचारलं, "हं, काय काय झालं?"

"सर, तुम्ही सांगितल्याप्रमाणे मी बोरघाट पोलीस स्टेशनला फोन केला होता. तेथे पी.एस.आय. शिंदे आहेत. मी सगळी केस त्यांना सांगितली आणि त्यांना मला कळवायला सांगितलं. त्यानंतर त्यांचा फोन आला होता. त्यांनी मला सांगितलं की ज्या वेळी तो ॲक्सिडेंट झाला, त्या वेळी ती बाई ऑन द स्पॉट मेली होती. तिचं प्रेत नंतर सापडलं. त्यांनी तिचा अंत्यसंस्कार केला. नंतर तिच्या नवऱ्याला जेव्हा तिचा ॲक्सिडेंट झाला आहे आणि तो कोणी केला हे कळल्यावर तो टोनीच्या

वडिलांकडे गेला. टोनीच्या वडिलांनी त्याला काही पैसे दिले आणि त्याला ते फार्म हाऊस कायमस्वरूपी दिलं. त्यामुळे त्याची काहीच तक्रार नाही. आणि आता तर तो दुसरं लग्न करून मोकळा झाला आहे.

"नंतर मी सदानंदची चौकशी केली. त्यानं ज्या कंपनीत नोकरीसाठी ॲप्लिकेशन केलं होतं तिथं मी जाऊन त्याचा पत्ता घेऊन आलो. त्यानं संस्कृती हॉलचा पत्ता दिला होता. पण आता तो त्या पत्त्यावर नाही. आणखीन एक गोष्ट सर, मनोज म्हणाला होता की तो सदानंदला घेऊन त्याच्या मॅनेजरला भेटला होता वगैरे. पण सर, त्या मॅनेजरनं मला वेगळीच माहिती दिली. ज्या वेळी सदानंद ॲप्लिकेशन घेऊन आला होता त्यावेळी मनोजनं 'त्याला नोकरीवर ठेऊ नका, तो ड्रग ॲडिक्ट आहे', असं मॅनेजरला सांगितलं होतं. खरं तर त्याची क्वॉलिफिकेशन्स बघता तो रिसर्च डिपार्टमेंटसाठी मोस्ट एलिजिबल पर्सन होता; पण मनोजनं असं सांगितल्यानं मॅनेजरनं त्याला नोकरी दिली नाही. आता नक्की माहिती नाही की मनोज खोटं का बोलला असेल ते!" इन्स्पे. पाटील म्हणाले.

"मला अंदाज आहे तो का खोटं बोलला असेल ते! सदानंद हा मनोजपेक्षा हुशार होता. कदाचित तो आपल्या हुशारीवर मनोजपेक्षा पुढे गेला असता आणि नेमकं तेच मनोजला नको होतं. कदाचित त्यांच्या पूर्वायुष्याचाही उल्लेख झाला असता. तेही त्याला टाळायचं असेल आणि म्हणूनचं त्यानं सदानंदला आपल्या आयुष्यापासून लांब ठेवलं. आपण मनोजला एकदा इकडे बोलवायला पाहिजे. पाटील, तुम्ही जरा या मनोजला ट्रेस करा आणि त्याला घेऊन या. आपण त्याला आपल्या स्टाइलनं बोलतं करण्याचा प्रयत्न करू." साने साहेबांनी पाटलांना सांगितलं.

एवढ्यात त्यांच्या फोनची रिंग वाजली. त्यांनी फोन उचलला. "ए.सी.पी. निखिल साने, हियर."

"सर, मी इन्स्पेक्टर जाधव. सर, एक न्यूज आहे. मि. मनोजनी आपल्या राहत्या घराच्या बाल्कनीतून आत्महत्या केली. आठव्या मजल्यावरून ते पडले. त्यांची बिल्डिंग आमच्या पोलीस स्टेशनच्या हद्दीत येते. आकाशदिप सोसायटी, राममोहन विद्यालयाजवळ, मेन रोड. त्यामुळे मी तिकडे जातो आणि सगळी प्रोसिजर झाली, की तुम्हाला येऊन भेटतो. चालेल सर?" इन्स्पे. जाधवांनी विचारलं.

"जाधव, तुम्ही तिकडे पोचा. मी आणि इन्स्पे. पाटीलपण निघतो. बाकी तिकडेच बोलू." साने साहेबांनी फोन ठेवला आणि ते उठले. ते उठले तसे इन्स्पे. पाटीलपण उठले. त्यांनी बाहेर पडता पडता विचारलं, "सर, काय झालं?"

"पाटील, मनोजनं आपल्या राहत्या घराच्या बाल्कनीतून उडी मारून आत्महत्या केली आहे. आपण तिकडे चाललोय." साने साहेबांनी सांगितलं आणि ते गाडीत

बसले. इन्स्पे. पाटीलही गाडीत बसले आणि साने साहेबांनी मगाशी इन्स्पे. जाधवांनी सांगितलेला पत्ता ड्रायव्हरला सांगितला. त्यांची गाडी सायरन वाजवत निघाली. दहाव्या मिनिटाला त्यांची गाडी आकाशदिप सोसायटीच्या दारात आली. तिथे बरीच गर्दी जमली होती. इन्स्पे. जाधव गुरख्याकडे चौकशी करत होते. साने साहेबांना पाहताच त्यांनी सॅल्यूट केला आणि त्यांनी त्या गुरख्याला त्यांच्याजवळ बोलावले.

"सर, साधारण तासाभरापूर्वी मि. मनोज ऑफिसला जायला बाहेर पडले. तेवढ्यात त्यांना भेटायला एक बाई आली. त्या बाईबरोबर ते पुन्हा आपल्या घरी गेले. साधारण पंधरा-वीस मिनिटांनी ती बाई परत गेली. त्यानंतर हा गुरखा पंप बंद करायला इमारतीच्या मागच्या बाजूला गेला तर मि. मनोज तिथे पार्किंगमध्ये पडले होते. त्यानं ताबडतोब सोसायटीच्या चेअरमनना बोलावलं. त्यांनी पोलीस स्टेशनला फोन केला. तो मीच घेतला. मी तुमच्याकडे यायला निघणार होतो. तेवढ्यात हा फोन आल्यानं मी इकडे आलो. पंचनामा वगैरे केला आहे. ॲम्ब्युलन्सला पण फोन केला आहे." इन्स्पे. जाधवांनी माहिती दिली.

साने साहेबांनी त्या गुरख्याला पाहिलं आणि जवळ बोलावलं. तो घाबरत घाबरत आला.

"हे बघ, घाबरू नकोस. मला सांग, तू त्या बाईला पाहिलंस का?" साने साहेबांच्या बोलण्यातील आपुलकीचा स्वर ऐकून त्या गुरख्याला जर धीर आला.

"साहेब, या सोसायटीत गुरख्याचं आणि लिफ्टमनचं काम मीच करतो. जेव्हा ती बाई आली त्या वेळी मी लिफ्टमध्ये होतो. कारण या वेळी सगळी जा-ये करत असतात. मनोज साहेब तेव्हा ऑफिसला जायला बाहेर पडले होते. लिफ्टमधून ते बाहेर पडले आणि त्यांच्या गाडीकडे गेले. मी लिफ्टचं दार लावून बाहेर पुस्तक वाचत बसलो होतो. तेवढ्यात मनोज साहेब पुन्हा आले. त्यांच्या बरोबर एक बाई होती. लिफ्टमध्ये ते एक अक्षरही बोलले नाहीत. पण मनोज साहेब जरा घाबरल्या सारखे दिसत होते. त्यांना त्यांच्या मजल्यावर सोडून मी परत खाली आलो. साधारण पंधरा-वीस मिनिटांनी आठव्या माळ्यावरचा दिवा लागला. म्हणून मी लिफ्ट घेऊन वर गेलो. तर ती बाई उभी होती. मी लिफ्टचं दार उघडलं आणि मनोज साहेबांची वाट बघायला लागलो. पण त्या बाईनं मला हातानंच खूण करून निघायला सांगितलं. मला वाटलं मनोज साहेब नंतर येणार असतील. म्हणून मी त्यांना घेऊन खाली आलो. खाली आल्यावर ती बाई निघून गेली. नंतर टाकी भरली म्हणून मी पंप बंद करायला गेलो तर मनोज साहेब तिथे पडले होते. मला खूप भीती वाटायला लागली. म्हणून मी चेअरमन साहेबांना बोलावून आणलं." गुरख्यानं संपूर्ण चित्र डोळ्यासमोर उभं केलं.

"बरं, त्या बाईचं काही वर्णन करू शकशील?" साने साहेबांनी विचारलं.

“साहेब, मी काही फार नीट बघितलं नाही. पण हां... त्या बाईच्या हातावर एक चित्र काढलं होतं.”

“चित्र! कसलं चित्र?” साने साहेबांनी विचारलं. त्यांना खात्री होती की त्या बाईच्या हातावर कृष्णाचं चित्र असणार.

“साहेब, कृष्णाचं चित्र होत. ते कालीया मर्दन करणाऱ्या कृष्णाचं!” गुरख्यानं सांगितलं.

“ठीक आहे. जा तू.” साने साहेबांनी त्याला सांगितलं आणि त्यांनी इन्स्पे. पाटील आणि इन्स्पे. जाधवांकडं पाहिलं. त्यांच्या पाहण्यानं दोघांनाही समजलं की त्यांना काय सुचवायचं आहे. तोपर्यंत ॲम्ब्युलन्स आली. त्या पाठोपाठ अनू आणि रोहिणी दोघीही तेथे पोचल्या. मनोजचं प्रेत पाहून रोहिणी बेशुद्ध पडणार होती; पण अनूनं तिला सावरलं आणि आपल्या गाडीत बसवलं. ती साने साहेबांच्या जवळ आली.

“सर, हे सगळं काय चाललं आहे? प्रियांका गेली, टोनी गेला, मनोज गेला! आता राहता राहिलो आम्ही दोघी! आता आमचा नंबर कधी लागणार आहे, तेवढं सांगा.” अनू तावातावानं साने साहेबांशी बोलायला लागली. इन्स्पे. जाधव रागानं काही बोलणार एवढ्यात साने साहेबांनी त्यांना खूण करून थांबवलं.

“मिसेस अनू सहाय, तुम्ही म्हणताय ते खरं आहे. या तीन केसमध्ये आम्ही काहीच करू शकलो नाही. पण आता आम्ही त्या खुन्याचं चित्र जवळजवळ तयार करत आणलं आहे. मिसेस सहाय, ही एक बाई आहे. पण ही का खून करते आहे, तेच कळत नाही. तुम्ही म्हणता त्याप्रमाणे ज्या बाईचा तुम्ही ॲक्सिडेंट करून खून केलात, ती बाई ही नक्की नाही. कारण तिचा अंत्यविधीपण झाला आहे. तिचा नवराही आता दुसरं लग्न करून मोकळा झाला आहे. त्यामुळे ती बाई किंवा तिचा नवराही हे कृत्य करत नाहीयेत. आता राहता राहिला प्रश्न या बाईचा! ही कोण आहे? तिचा मोटिव्ह काय आहे? याचा शोध करीत असताना आम्हाला एका बाईचं चित्र मिळालं आहे. साधारण तीस ते पस्तीस वर्षांची, अंगानं बारीक आणि एक विशेष गोष्ट! त्या बाईच्या हातावर कालीया मर्दन करणाऱ्या कृष्णाचं चित्र गोंदवलं आहे. ही बाई दोन मर्डर स्पॉटवर आढळली आहे. मिस प्रियांकाला भेटलेली शेवटची व्यक्तीही एक बाईच होती. पण तिचं काहीच वर्णन उपलब्ध नाही. आता मला सांगा, मी जे वर्णन केलं आहे, त्या वर्णनाची कुणी बाई तुमच्या आढळात आहे?”

साने साहेबांनी दिलेली माहिती आणि केलेलं वर्णन ऐकून अनू जरा विचारात पडली. अशा वर्णनाची कुणी बाई आपल्या आढळात आहे का, हे ती आठवायला लागली. बराच वेळ आठवूनसुद्धा तिच्या डोळ्यांसमोर अशी कोणतीही बाई यायला

तयार नाही. तिनं नकारार्थी मान हलवली आणि म्हणाली, "नो सर, मला काही आठवत नाही."

"अनू, तुला आठवत नाही?" मागून आवाज आला तशी सगळ्यांनी वळून पाहिलं. रोहिणी गाडीतून बाहेर आली आणि म्हणाली, "अनू, तुला ती बाई नाही आठवली? तिच्याही हातावर एक चित्र होतं. कृष्णाचं! कालीया मर्दन करणाऱ्या कृष्णाचं! सर, मी तुम्हाला सांगत नव्हते की ती बाईच हे खून करत आहे म्हणून!" रोहिणी पुन्हा रडायला लागली.

"स्टॉप इट, मिसेस रोहिणी! जस्ट स्टॉप इट!" साने साहेब रागानं ओरडले. "मिसेस रोहिणी, ती बाई मेली आहे. तिचे अंत्यविधीही झाले आहेत आणि आजपर्यंतच्या माझ्या करिअरमध्ये एकदा मेलेली कोणतीही व्यक्ती पुन्हा जिवंत होऊन खून वगैरे करायला येत नाही. खून करतात ती सैतानी वृत्तीची माणसं! खरे सैतान नाहीत. समजलं?"

"आय ॲम सॉरी सर. मी रोहिणीच्या वतीनं आपली माफी मागते. तिचा तो उद्देश नव्हता. ती प्रचंड अपसेट झाली आहे. तुम्ही तुमचा तपास चालू ठेवा. आम्ही निघतो. काही गरज लागली तर आम्हाला फोन करा." अनू म्हणाली आणि तिनं रोहिणीला तिच्या गाडीशी सोडलं आणि ती आपल्या गाडीत जाऊन बसली.

त्या दोघी निघून गेल्यावर साने साहेब इन्स्पे. पाटलांकडे वळून म्हणाले, "पाटील, तुमच्या पाच-सहा लोकांची टीम या दोघींच्या मागे ठेवा. कोणत्याही परिस्थितीत आपल्या परवानगीशिवाय कोणत्याही अनोळखी व्यक्तीला त्यांना भेटू देऊ नका. पण हे काम अतिशय जपून करा. कारण त्यांच्या घरच्या लोकांना यातील काहीच कळता कामा नये. ज्यांनी खून केला ते गेले. विनाकारण या पोरींच्या मागे नस्तं झेंगट लागायचं.

इन्स्पे. पाटील गेल्यावर साने साहेब इन्स्पे. जाधवांना म्हणाले, "जाधव, तुम्ही सरदेसाईंच्या बंगल्यावर गेला होतात ना? सदानंदचा पत्ता मिळाल्यावर. चला, आपण त्यांना भेटून येऊ."

साधारण अर्धा तास लागला त्यांना सरदेसाईंच्या बंगल्यावर पोचायला. इन्स्पे. जाधवांनी साने साहेबांना आउट हाऊस दाखवलं. साने साहेबांनी दोन हवालदारांना त्या आउट हाऊसच्या दाराजवळ उभं केलं आणि त्यांनी सरदेसाईंच्या बंगल्याची बेल वाजवली. त्यांना फार वेळ वाट पहावी लागली नाही. दार उघडल्याचा आवाज झाला आणि साधारण पन्नाशीच्या आसपास असणाऱ्या गृहस्थानं दार उघडलं. दारात पोलीस पार्टी बघून तो घाबरला. पण त्याचं लक्ष इन्स्पे. जाधवांकडे गेले.

"अरे, इन्स्पेक्टर साहेब, तुम्ही? परत चौकशी करायला आलात की काय?" त्या गृहस्थानं विचारलं.

"सॉरी सरदेसाई साहेब, तुम्हाला पुन्हा पुन्हा त्रास देतोय. हे आमचे ए.सी.पी. आहेत, साने साहेब! त्यांना तुमच्याशी बोलायचं आहे. आणि सर, हे मि. सरदेसाई." इन्स्पे. जाधवांनी साने साहेबांशी ओळख करून दिली.

"ओ हो हो साने! ए.सी.पी. साने! सर, तुमचं नाव बरंच ऐकून होतो. पेपरामधूनही बऱ्याच वेळा तुमच्या नावाचा उल्लेख असतो; पण भेटण्याची वेळ आली नव्हती आजपर्यंत. आज तो योग आला. या ना! आत या!" सरदेसाई साहेबांनी सगळ्यांचं स्वागत केलं.

कोचावर बसताच साने साहेब म्हणाले, "सरदेसाई साहेब, आमच्या इन्स्पे. जाधवांनी तुमच्याकडे मि. सदानंद यांची चौकशी केली होती. त्या वेळी तुम्ही म्हणाला होतात की तो जागा सोडून गेला आहे आणि आता तेथे एक बाई रहायला आली आहे. पार्वती नाव आहे तिचं. बरोबर?"

"बरोबर!" सरदेसाईंनी होकारार्थी मान हालवली. "पण सर, आज सकाळीच पार्वती जागा सोडून निघून गेली." सरदेसाईंनी सांगितल्यावर साने साहेब ताडकन उठून उभे राहिले.

"काय? जागा सोडून गेली? ओ... डॅम इट! कुठे गेली वगैरे काही सांगू शकाल?" साने साहेबांना प्रचंड राग आला होता. पण तो नेमका कशाचा आला आहे, हे त्यांना कळेना.

"अं... कुठं गेली ते काही माहिती नाही. पण सर, जाताना तिनं एक महिन्याचं भाडं ॲडव्हान्समध्ये दिलं आहे. आणि हो... ती असं म्हणाली की जर मला भेटायला कोणी आलं तर त्यांना संस्कृती हॉलवर पाठवा. मी अजून अर्धा तास तिथं आहे. त्यानंतर मी एका मोठ्या प्रवासाला जाणार आहे." सरदेसाईंनी सांगितलं.

"किती वेळ झाला ती येथून निघून?" साने साहेब आपलं घड्याळ बघत म्हणाले.

"किती वेळ काय? ती सकाळीच जाताना सांगून गेली होती; पण तिच्याकडे कोणी आलंच नाही." सरदेसाईंनी हे वाक्य सांगताच साने साहेबांच्या सकट सगळे जण एकदम निराश झाले.

"ठीक आहे मि. सरदेसाई, आम्ही संस्कृती हॉलवर जाऊन चौकशी करतो. मला एक सांगा, ही पार्वती दिसायला कशी होती? काही ठळक खूण होती का?" साने साहेबांनी विचारलं.

"सर, ती साधारण पस्तीस-छत्तीस वर्षांची होती. काळीसावळी होती, पण साहेब बऱ्याच वेळा ती पुरुषासारखी वागायची. म्हणजे एकदा आमचा सिलेंडर संपला म्हणून मी भरलेला सिलेंडर बाहेरच्या व्हरांड्यातून आत आणत होतो. तेवढ्यात ती आली. तिनं पाहिलं की मला काही सिलेंडर उचलत नाहीये. म्हणून ती पुढं आली आणि तो भरलेला सिलेंडर तिनं उचलून आत स्वयंपाकघरात नेऊन

ठेवला. आमची मिसेस म्हणालीदेखील की काय पुरुषासारखी ताकद आहे या बाईच्या अंगात म्हणून. एकदा आमच्या टेरेसचा दरवाजा बाहेरून लॉक झाला त्या वेळी ती या शिडीवरून चढली आणि टेरेसमध्ये उतरून कडी काढली. आम्हालादेखील आश्चर्य वाटायचं.''

सरदेसाई याच टेम्पोमध्ये अजून बरंच काही सांगणार होते. पण साने साहेबांनी त्यांना थांबवलं आणि विचारलं, ''मला एक सांगा मि. सरदेसाई, त्या बाईच्या हातावर गोंदल्याची काही खूण होती?''

''गोंदल्याची ना? होती की! कृष्णाचं चित्र होतं सर.'' सरदेसाईंनी सांगितलं आणि साने साहेबांनी इन्स्पे. जाधवांच्याकडं पाहिलं.

''सरदेसाई साहेब, तुमच्याकडे या आउट हाऊसची चावी आहे का?'' इन्स्पे. जाधवांनी विचारलं.

''चावी कशाला पाहिजे? उघडंच आहे ते! आज सकाळी ती गेली त्या वेळी कुलूप देऊन गेली आहे आमचं आमच्याकडे आणि आता घर साफ करायचं होतं. म्हणून उघडंच ठेवलं आहे.'' सरदेसाईंनी असं सांगताच साने साहेब तडक त्यांच्या घरातून बाहेर पडले आणि भराभरा चालत आउट हाऊसकडे आले. त्यांना पाहताच बाहेर उभ्या असलेल्या हवालदारांनी त्यांना सॅल्यूट केला.

''दार उघडा.'' साने साहेबांनी त्यांना सांगितलं. त्यातला एक हवालदार पुढे आला आणि त्यानं दार उघडलं.

साने साहेब, इन्स्पे. जाधव आणि संपूर्ण पोलीस पार्टी घरात आली. मागोमाग सरदेसाईपण आले. घराला एकूण तीन खोल्या होत्या. एक हॉल-कम-डायनिंग रूम होती आणि डाव्या हाताला किचन होतं. किचनला लागून संडास आणि बाथरूम होती. बाथरूमच्या खिडकीच्या काचा काढून ठेवल्या होत्या आणि खिडकीजवळ एक स्टूल ठेवलं होतं. हॉलच्या उजव्या बाजूला एक रूम होती. ती बंद होती. साने साहेबांनी खुणेनेच इन्स्पे. जाधवांना ती रूम उघडायला सांगितली आणि ते हॉल आणि किचनचे निरीक्षण करायला लागले. इन्स्पे. जाधव पुढे गेले. त्यांनी रूमच्या दाराची कडी काढली आणि ते आत गेले. आत जाताच त्यांचं लक्ष समोरच्या भिंतीवर गेलं आणि ते जागीच थबकले. त्यांनी साने साहेबांना हाक मारली, ''सर, हे पहा इथे काय आहे!''

साने साहेब त्या खोलीत गेले आणि तेही थबकले. समोरच्या भिंतीवर ओळीनं मनोज, टोनी, प्रियांका, अनू आणि रोहिणीचे फोटो लावले होते. त्यावर लाल लिपस्टिकनं क्रॉसची खूण केली होती आणि त्या खाली त्यांच्या मृत्यूच्या तारखा लिहिल्या होत्या. बाजूच्या बेडवर एक रिव्हॉल्वर ठेवले होते. त्याखाली एक चिठ्ठी होती. संपूर्ण खोली एकदम आवरल्यासारखी चकचकीत होती. इन्स्पे. जाधवांनी ते रिव्हॉल्वर खिशातल्या रुमालानं उचललं आणि हवालदाराकडं दिलं. साने साहेब पुढे

आले आणि त्यांनी ती चिठ्ठी उचलली आणि उघडून वाचायला लागले.

‘तुम्ही लोक ज्या बाईचा शोध घेताय ती मी आहे. मी तुमची वाट तुमच्या पोलीस स्टेशनमध्ये बघतेय. फार वेळ लावू नका. नाहीतर मला जे सांगायचं आहे, ते माझ्या बरोबरच जाईल.

–पार्वती’

चिठ्ठी वाचून साने साहेब अक्षरश: पळत बाहेर आले आणि गाडीत बसता बसता त्यांनी इन्स्पे. जाधवांना ओरडून सांगितलं, “जाधव, ताबडतोब माझ्या ऑफिसला या.” त्यांच्या गाडीच्या ड्रायव्हरला समजलं काही तरी विचित्र प्रकार आहे. त्यानं सायरन चालू केला आणि साने साहेबांची गाडी वाऱ्याच्या वेगानं निघाली. ऑफिसच्या दारात गाडी येताच दार उघडून साने साहेब बाहेर आले आणि आपल्या केबिनकडे जायला निघाले. एवढ्यात हवालदार यादव त्यांच्यासमोर आला आणि म्हणाला, “सर, तुमच्या केबिनमध्ये...”

“माहित आहे, मला! म्हणूनच मी एवढ्या तातडीनं आलोय. कुठायं ती?” साने साहेब हवालदार मोरेंचं बोलणं मध्येच थांबवत म्हणाले.

“ती? कोण ती?” हवालदार यादवांना कळेना साने साहेब कोणाविषयी बोलताहेत ते.

“यादव, ती बाई कुठाय?” साने साहेब म्हणाले.

“सर, बाई नाही, पण एक मि. सदानंद म्हणून आले आहेत. ते या तीन खुनांविषयी आपल्याला काही सांगू इच्छितात.” हवालदार यादव अजूनही संभ्रमावस्थेतच होते.

“तीन खून? ठीक आहे. कुठं आहेत ते?” साने साहेबांनी वैतागून विचारलं.

“सर, त्यांना मी तुमच्या केबिनमध्ये बसवलं आहे.” हवालदार यादव म्हणाले.

“ओके. चला. इन्स्पे. जाधवपण येतील. त्यांनाही आत घेऊन या.” साने साहेब म्हणाले आणि आपल्या केबिनमध्ये आले. त्यांच्या टेबलासमोर एक व्यक्ती बसली होती. टेबलाला वळसा घालून साने आपल्या चेअरवर बसले.

ते बसलेले पाहताच त्या व्यक्तीनं वर पाहिलं आणि अदबीनं त्यांना नमस्कार केला. साने साहेबांना या वागण्यात कोणताही नाटकीपणा दिसला नाही.

“नमस्कार! माझं नाव सदानंद!” त्या व्यक्तीनं आपली ओळख करून दिली.

“नमस्कार!” साने साहेबांचा स्वर थोडासा आपुलकीचा झाला होता.

“आपल्याला माझी चिठ्ठी मिळाली असेलच!” सदानंद म्हणाला. तोपर्यंत इन्स्पे. पाटील, इन्स्पे. जाधव आणि इतर अधिकारी आत आले.

“हो, मिळाली. पण त्याचा अर्थ नाही समजला.” साने साहेबांनी स्पष्टपणे सांगितलं.

''अर्थ स्पष्ट आहे, सर. आजपर्यंत जे तीन खून झाले, प्रियांका, टोनी आणि मनोज यांचे, ते मीच केलेत.'' सदानंदनं स्पष्टपणे खुनाची कबूली दिली.

''मि. सदानंद, तुम्हाला कोणी वकील वगैरे हवा आहे का? कारण तुम्ही आता इथे जे बोलाल ते तुमच्या विरुद्ध कोर्टात सादर होईल. त्यामुळे आपण त्याचा विचार करावा.'' साने साहेबांनी सदानंदला एक अनाहूत सल्ला दिला.

''नो सर, मला कोणताही वकील नको आहे. कारण मी केलेले गुन्हे मला संपूर्ण मान्य आहेत. ते मी पूर्ण विचारांती, शांतपणानं विचार करून केले आहेत. त्यामुळे ते मी नाकारणार नाही. पण मी हे का केलं, याचं मला स्पष्टीकरण द्यायचं आहे. ते दिल्याशिवाय मला मानसिक शांती मिळणार नाही.'' सदानंदनं खुलासा केला.

''मि. सदानंद, तुम्हाला जे सांगायचं आहे, ते मनमोकळेपणानं सांगा. कारण आत्तापर्यंत जे तुम्ही बोललात त्यावरून मला असं वाटतं की तुमचे हे खून करण्यामागचे हेतू निराळे आहेत. यात कुठे तरी तुम्ही दुखावल्याची भावना होती, म्हणून हे कृत्य तुमच्या हातून घडलं असावं असं मला वाटतं. तेव्हा, बी कम्फर्टेबल!

साने साहेबांचं हे बोलणं ऐकून सदानंदला एकदम रडू आलं. जवळजवळ दहा मिनिटं तो रडत होता. थोड्या वेळानं तो शांत झाला. साने साहेबांनी पाण्याचा ग्लास त्याच्यासमोर ठेवला. सदानंदनं पाणी पिऊन ग्लास खाली ठेवला आणि बोलायला सुरुवात केली, ''सर, माझं नाव सदानंद किंवा पार्वती म्हणा! आश्चर्य वाटून घेऊ नका. मी हे सगळं का केलं, कशासाठी केलं तेच मी आता सांगणार आहे.

''सर, आमचा कॉलेजमध्ये एक ग्रुप होता. मी, मनोज, टोनी, प्रियांका, रोहिणी आणि अनू! खुप छान ग्रुप होता सर! अक्षरशः सहा शरीरं, पण एक मन! कॉलेज, पिक्चर, हॉटेलिंग! सगळीकडे आम्ही सहा जण जायचो. यात मी सोडून बाकीची सगळी आर्थिक दृष्ट्या सबळ, आई-वडिलांचं प्रेम मिळालेले! मी मात्र त्याबाबतीत एकदम दुर्दैवी! अनाथाश्रमात वाढलो. लोकांची हेटाळणी, शिव्याशाप खात मोठा झालो. पण लहानपणापासून हुशार असल्यामुळे शिक्षण स्कॉलरशिपवर झालेलं. थ्रू आऊट फर्स्ट क्लास स्टुडंट आहे सर मी! पहिल्यापासून कुणाचं प्रेम मिळालं नसल्यानं या ग्रुपमध्ये आल्यावर आपोआप मिक्स झालो. त्यातल्या त्यात मनोजचं आणि माझं ट्यूनिंग जमलं होतं. त्याला अभ्यासात मदत करायचो. एकमेकांचे सिक्रेट्स शेअर करायचो. त्यातच एके दिवशी माझं प्रियांकावर प्रेम असल्याचं बोललो होतो; पण ही गोष्ट कोणत्याही परिस्थितीत प्रियांकाला सांगू नकोस, असं सांगितलं होतं आणि ते त्यानं कॉलेज संपेपर्यंत पाळलं होतं.

''सर, फायनल इयरला असताना आम्ही एका पिकनिकला गेलो होतो. तिथे टोनीच्या हातून एक ॲक्सिडेंट झाला आणि एक गावातली बाई मेली. ही गोष्ट लपवायचा निर्णय मला मान्य नव्हता. म्हणून मी त्यांच्यातून बाजूला झालो. मी पुढे

त्यांच्याबरोबर पिकनिकला गेलोच नाही. सगळी गेल्यावर मी परत घरी यायला निघालो. पण मला गाडी वगैरे मिळाली नाही. म्हणून मी परत त्यांना जॉइन व्हायला निघालो. पण वाटेत मला काही गावकरी दिसले. ते घाईघाईनं येत होते. मी काय झालं म्हणून विचारलं तर त्यांनी सांगितलं की त्यांच्या गावातल्या एका बाईनं आत्महत्या केली आहे. म्हणून मी त्यांच्याबरोबर जायला निघालो. बघतो तर ती तीच बाई होती. तिचं नाव होतं पार्वती! ती टोनीच्या फार्म हाऊसच्या रखवालदाराची बायको होती. तिचे पुढचे सगळे सोपस्कर होईपर्यंत मी त्यांच्याबरोबर होतो. आम्ही तिची बॉडी घेऊन गावात आलो. तोपर्यंत मला कळलं की मनोज आणि ही सगळी परत गेली आहेत. मला अतिशय राग आला. एकतर ॲक्सिडेंट करून बॉडी लपवली आणि पुन्हा पळून गेले. मी त्या रामूला काय खरं आहे ते सांगितलं. पण त्याच्या मालकाच्या मुलानं ॲक्सिडेंट केला आहे म्हटल्यावर तो काहीच बोलला नाही.

"मी तिथून निघालो ते परत घरी आलो. दुसऱ्या दिवशीपासून मी त्या ग्रुपमधून बाहेर पडलो. मी मनोजलाही माझ्यापासून दूर रहायला सांगितलं. फायनल परीक्षा जवळ आल्या होत्या. त्यामुळे मनोजला माझ्या मदतीची अतिशय गरज होती आणि त्याच वेळी मी त्याला नाही म्हणून सांगितल्यामुळे तो बिथरला. त्यानं प्रियांकाला जाऊन सांगितलं की मी तिच्यावर प्रेम करतो आणि मला तिच्या पैशाचा मोह आहे. त्यामुळे प्रियांका चिडली आणि तिनं सगळ्या कॉलेजच्या मुलांसमोर माझा अपमान केला. मला वाट्टेल ते बोलली. अनाथ म्हणाली, बावळट म्हणाली. मी तेव्हा काहीच बोलू शकलो नाही. पण त्यानंतर सगळ्यांचा माझ्याकडे बघण्याचा दृष्टीकोन बदलला. कॉलेजच्या प्रिन्सिपॉलनीदेखील मला त्यांच्या केबिनमध्ये बोलवून फायर केलं. कारण तेही होते तिथे. तिचे वडील मुख्यमंत्र्यांचे पी.ए. होते. त्यांनीही मला बरंच ऐकवलं. सर, माझा काही गुन्हा नसताना मला या सगळ्यांकडून बोलणी ऐकून घ्यावी लागली.

"परीक्षा झाल्यावर मी नोकरी शोधायला लागलो. पण सर, करप्शन! सगळीकडे करप्शन! माझी क्वॉलिफिकेशन्स सगळ्यांपेक्षा चांगली होती, पण तिथल्या ऑफिसर्सना द्यायला पैसे नव्हते, कोणाचा वशिला नव्हता. जवळजवळ दोन वर्षं मी नोकरीसाठी फिरत होतो. याच दरम्यान एक फॅक्टरीमध्ये क्वालिटी कंट्रोलरची ॲड बघून मी तिथे ॲप्लिकेशन केलं. त्यांच मला इंटरव्ह्यूसाठी पत्र पण आलं. मी जेव्हा तिथं गेलो तेव्हा मला कळलं की ती फॅक्टरी टोनीच्या वडिलांची आहे. टोनीदेखील मला तिथेच भेटला, पण त्यानं मला साधी ओळखही दिली नाही. उलट मला इंटरव्ह्यूमध्ये त्यानं रिजेक्ट केलं. इंटरव्ह्यू चालू असताना सगळ्या पॅनेलसमोर त्यानं माझ्या कुटुंबाविषयी, माझ्या पास्टविषयी विचारलं. हे सगळं तो मुद्दामहून करत होता. पण

मी काहीच करू शकत नव्हतो. मी तिथून बाहेर पडलो, तेव्हाच ठरवलं की टोनीच्या या कृत्याचा बदला घ्यायचा. पण सर, मला माझं करीअरही तेवढंच महत्त्वाचं होतं. म्हणून मी तो विचार मनातून काढून टाकला.

''पण दुसऱ्यांदा माझ्या आयुष्यात असाच प्रसंग घडला. मी मनोजच्या कंपनीत रिसर्च डिपार्टमेंटमधल्या पोस्टसाठी ॲप्लिकेशन केलं होतं. आणि तिथेही माझं दुर्दैव आडवं आलं ते मनोजच्या रूपानं. सर, मला साधं सुपारीचंही व्यसन नाही, आणि या मनोजनं मी ड्रग ॲडिक्ट आहे, असं खोटंच त्या मॅनेजरला सांगितलं. त्यामुळे मला तिथंही नोकरी मिळाली नाही. या प्रसंगानंतर मात्र मी ठरवलं की या सगळ्यांचा बदला घ्यायचा; पण तो असा घ्यायचा की त्या पूर्वीपासून त्यांना मृत्यूची भीती वाटायला हवी. त्या काळात मी संस्कृती हॉलवर काम करीत होतो. तिथल्या नाटकांच्या रिहर्सल बघताना, इतर कामं करताना माझ्या मनात सतत हेच विचार असायचे. पण हे काम मला एकट्याला जमेल का, जमलं तरी हे सगळं वर्कआऊट कसं करायचं, याची मला चिंता होती.

''आणि ती चिंता दूर केली नटरंग थिएटर्सच्या एका नाटकानं! त्यांचं नाटक एक विनोदी फार्स होता. त्यातला हिरोला वाटत असतं की आपण बाई आहोत. त्यामुळे त्याचं वागणं, बोलणं, चालणं, सगळं बायकी असायचं. पण मुळात तो पुरुष असल्यामुळे त्याची कशी फजिती होते ते नाटकात दाखवलं होतं. मीही तीच थीम उचलली. या नाटकातल्या दिग्दर्शकाला एका कलाकाराची गरज होती. मी सहज त्याला विचारलं आणि त्यानं मला काम करायची संधी दिली. मी सतत त्या नटाबरोबर रहायचो. तो बायकांची नक्कल कशी करतो, त्यांच्या ढबी कशा उचलतो, याचं मी बारकाईनं निरीक्षण केलं आणि ठरवलं; आपण सदानंद म्हणून नाही, तर पार्वती बनून या सर्वांना धडा शिकवायचा. त्या दृष्टीनं मी हळूहळू सुरुवात केली.

''सगळ्यात पहिल्यांदा मी बायकांच्या लकबी आत्मसात केल्या. नाटक कंपनीमध्ये राहिल्यामुळे ड्रेस डिझायनिंग आणि मेकअप कसा करायचा हेही बघितलं होतं. त्याचाही मी सराव केला. आणि एवढं सगळं झाल्यावर मी त्या नाटक कंपनीमधून बाहेर पडलो आणि परत संस्कृती हॉलवर आलो. थिएटर मालकाला विनंती करून मी परत तेथे नोकरी मिळवली. पण त्याचबरोबर आपली राहाण्याची सोय सरदेसाईंच्या आउट हाऊसमध्ये करण्याचं ठरवलं. त्याप्रमाणं मी त्यांच्याकडं गेलो पण पार्वती बनून. त्यांनी मला राहायला जागा दिली. मी थिएटरमध्ये केलेल्या कामाच्या पैशांतून त्यांचं भाडं द्यायचो. बाकी खाणंपिणं सगळं थिएटरकडून मिळायचं.''

''मग मी हळूहळू मनोज, टोनी, प्रियांका हे कुठे आहेत, काय करतात याचा शोध घेतला. प्रियांका एक टॉपची हिरॉईन बनली आहे, मनोज त्या कंपनीत मार्केटिंग

मॅनेजर बनला होता आणि टोनी आपल्या वडिलांच्या बिझनेसमध्ये सेटल झाला होता. सर, मी जर या तिघांनाच पत्र पाठवलं असतं तर कदाचित त्यांना आधीच माझा संशय आला असता. म्हणून मी या पाचही जणांना पत्र पाठवलं. माझं यांच्यावर पूर्ण लक्ष होतं. सर, एक पुरुष म्हणून मला जे मिळवता आलं नाही, ते मी एक बाई आहे या क्वालिफिकेशनवर मिळवलं. मी टोनीच्या ड्रायव्हरला फितवलं होतं, प्रियांकाच्या पी.ए.ला जाळ्यात ओढलं होतं. पण मनोजचा मला तसा काहीच ट्रेस लागत नव्हता. त्यामुळे मनोजला त्याच्याच घरात संपवणं गरजेचं होतं.''

सदानंद पाणी प्यायला थांबला. हा मधला वेळही सगळ्यांना भयानक वाटला. पाण्याचा ग्लास खाली ठेवून तो परत बोलायला लागला,''सर, मी सगळ्यात पहिल्यांदा प्रियांकाला भेटलो ते एका फिल्म मॅगझिनची रिपोर्टर बनून! तिच्या पी.ए.नं माझ्या अंगचटी यायचा प्रयत्न केला. मीही त्याला थोडा रिस्पॉन्स दिला आणि प्रियांकाची भेटण्याची वेळ ठरवून घेतली ती रात्री अकरा वाजताची. प्रियांका शूटिंग करून घरी आली तेव्हा बारा वाजले होते. मी तिची तिच्या घराच्या हॉलमध्ये वाट बघत बसलो होतो. ती आल्यावर मी तिला येण्याचं कारण सांगितलं. तशी ती म्हणाली की तिच्या पी.ए.नं तिला सांगितलं आहे की मी येणार आहे म्हणून. मला बसायला सांगून ती तिच्या रूममध्ये फ्रेश व्हायला गेली. त्या वेळी घरात तिचा कुक, एक गुरखा आणि एक घरकामवाली बाई होती. गुरखा गेटवर थांबला होता. कुक स्वयंपाकघरात झोपला होता आणि बाई तिच्या खोलीत होती. मी हीच संधी साधली आणि सरळ तिच्या बेडरूममध्ये शिरलो. ती कपडे बदलून बाहेर येण्याच्या तयारीत होती. जाताना मी नाटकात वापरतात ते नकली पिस्तूल घेऊन गेलो होतो. पहिल्यांदा मी थोडंस इंटरव्ह्यूचं नाटक केलं. थोडेसे प्रश्नही विचारले. त्या वेळी ती ड्रिंक्स घेत होती. साधारण एखादा पेग तिनं घेतला असेल. मी तिला पाणी मागितलं. ते द्यायला ती उठली आणि मी माझ्या बॅगेतलं पिस्तूल काढलं. त्याचाच धाक दाखवून मी तिला गप्प रहायला सांगितलं आणि तिच्या तोंडावर पट्टी बांधली. तिचे हातपाय बांधले आणि तिला माझी खरी ओळख दिली. ती खूप घाबरली होती. मानेनंच मला सोड असं सांगत होती. एक क्षण मला तिची दया आली. तिच्यावर केलेलं मनापासूनचं प्रेम आठवलं; पण दुसऱ्या क्षणी तिनं आणि तिच्या वडिलांनी केलेला अपमान आठवला. माझ्या या भावनेपेक्षा माझा काहीही अपराध नसताना मला मिळालेली शिक्षा जास्त मोठी होती. मी तिला सरळ बाथरूमच्या दिशेनं नेलं, बाथ-टबमध्ये ढकललं आणि तिचं डोक पाण्याखाली दाबून ठेवलं. सर, तिला मारताना माझ्याही डोळ्यात पाणी येत होतं, पण मी माझ्या मनावर तेवढा कंट्रोल ठेवला. पाण्याखाली ती मेली आहे, याची खात्री झाल्यावर ती जे ड्रिंक्स पीत होती त्याची बाटली मी त्या बाथ-टबमध्ये रिकामी केली आणि तिच्या हातात ती बाटली

दिली. थोडक्यात चित्र असं उभं केलं की दारू पिऊन ती बाथटबमधे अंघोळीसाठी गेली आणि हेवी ड्रिंक्समुळे तिचा बुडून मृत्यू झाला आहे. माझ्या हाताचे वगैरे ठसे मी पुसले आणि तेथून बाहेर पडलो. जाताना त्या गुरख्याला पन्नासची नोट दिली आणि थँक्स म्हणून सांगितलं.

"दुसऱ्या दिवशीच्या पेपरमध्येही याच प्रकारचा मजकूर असल्याचं पाहून माझं धाडस वाढलं. आता मी लक्ष टोनीवर केंद्रित केलं. तुम्ही जेव्हा हॉस्पिटलमध्ये आला होतात, त्या वेळी मी टोनीच्या ड्रायव्हरला गाठलं. साला बेवडा! बाई आणि बाटलीसाठी त्यानं स्वत:चं इमान विकलं. मी त्याला गणपती टेम्पलच्या सिग्नलजवळ गाडी थांबवायला सांगितली आणि मी टॅक्सीनं त्या सिग्नलपाशी येऊन बसलो. या वेळी मी आमच्या थिएटरमधल्या एका डोअरकिपरच्या ओळखीनं खरं पिस्तूल मिळवलं होतं. त्यानं एका झोपडपट्टीमधल्या दादाकडून ते मिळवून दिलं. सिग्नलपाशी गाडी आल्यावर मी ठरल्याप्रमाणे गाडीच्या आडवा आलो आणि टोनीकडे लिफ्ट मागण्याच्या बहाण्यानं त्याच्यावर फायर केलं. मी ड्रायव्हरला टोनीशी ओळख करून घ्यायची आहे, असं सांगितलं होतं; पण त्याचा खून केला आहे, हे बघून तो घाबरला. मला माहिती होतं की तो माझं वर्णन करेल. पण अशा वर्णनाच्या अनेक बायका या शहरात असतील, त्यामुळे पोलिसांना काही माझी माहिती मिळणार नाही, अशा समजुतीत मी होतो. पण ज्या वेळी हे इन्स्पे. जाधव सरदेसाईंकडे चौकशीला आलेलं मी पाहिलं तेव्हा मला पहिल्यांदा भीती वाटली. असं वाटलं की हे शहर सोडून पळून जावं. पण नंतर लक्षात आलं की आणखी एक गुन्हेगार राहिला आहे. म्हणून मनातली भीती झटकून टाकली आणि मनोजवर लक्ष केंद्रित केलं. त्याचं दिवसभराचं काय रूटीन असतं ते पाहिलं आणि ठरवलं की त्याला त्याच्या राहत्या घरीच मारायचं. मी सकाळीच सरदेसाईंची जागा सोडली. त्यांना भाडं दिलं आणि ठरवलं होतं की मनोजचा खून करायचा आणि या पार्वतीला संपवून पुन्हा सदानंद बनून आयुष्य काढायचं.

"म्हणून मी त्याच्या अपार्टमेंटमध्ये गेलो. पण पोचायला थोडा उशीर झाला होता. मनोज बाहेर जाण्यासाठी कारकडे चालला होता. मी लगेच त्याला तिथेच गाठलं आणि त्याला सांगितलं की हे दोन खून कोणी केले आहेत, त्याची मला माहिती द्यायची आहे. कारण कदाचित पुढचा खून तुमचा होणार आहे. तो अतिशय घाबरला. पुन्हा आम्ही त्याच्या घरी गेलो. सुदैवानं त्या वेळी त्याची आई घरी नव्हती. घरात गेल्यावर मी पिस्तुलाच्या मागच्या भागानं त्याच्या डोक्यावर जोरात वार केला. त्यामुळे तो खाली पडला आणि बेशुद्ध झाला. मी त्याला ढकलत ढकलत बाल्कनीत नेलं आणि तेथून सरळ त्याला खाली ढकलून दिलं. हॉलमध्ये पडलेले रक्ताचे डाग पुसून टाकले आणि तेथून बाहेर पडलो. आता माझ्या मनाला शांती

मिळाली होती. पण पुढं काय करायचं, याचा मी विचार करत होतो. तोपर्यंत पार्वतीचा सदानंद बनून पण थोडासा वेगळा मेकअप करून मी पोलीस काय करतात, या उत्सुकतेपोटी थांबलो होतो. तेवढ्यात मला रोहिणी आणि अनू आलेल्या दिसल्या. किती वर्षांनी मी त्यांना पाहत होतो! असं वाटलं होतं की पुढं जावं आणि त्यांना माझी ओळख पटवून द्यावी. पण तोपर्यंत तुम्ही जे काही बोलला होतात ते मी ऐकलं. पार्वतीचं वर्णन, स्पेशली माझ्या हातावर गोंदवलेल्या कृष्णाच्या चित्राबद्दल, हे सगळं मी ऐकलं आणि तेथून निघालो. तेथून निघाल्यानंतर काय करावं, हेच सुचत नव्हतं. कारण, खरं सांगतो सर मला अनू आणि रोहिणीला कोणताही त्रास द्यायचा नव्हता. त्यामुळे आता पार्वतीला संपवणं गरजेचं होतं. पण त्याचबरोबर माझ्याही आयुष्याला काहीच अर्थ नव्हता. एका खुनाची शिक्षा ही फाशीच होती आणि तीन खुनांची शिक्षाही फाशीच होती. जरी मी कोण आहे हे शोधणं अशक्य होतं तरी मला माझ्या मनावर हा बोजा घेऊन जगणं कठीण झालं असतं आणि म्हणून मी सरेंडर करायचं ठरवलं.

"माझा हा विचार पक्का होताच मी परत घरी आलो. तुम्ही कदाचित बाथरूमच्या खिडकीशी एक स्टूल पाहिलं असेल. मी बऱ्याच वेळा त्याच रस्त्यानं आत जायचो. सरदेसाईंना वाटायचं की बाहेर गेलो आहे. आय मीन, पार्वती बाहेर गेली आहे. पण मी शांतपणे घरात बसून प्लॅनिंग करत असायचो. रिहर्सल करायचो. इन फॅक्ट, इन्स्पे. जाधव आले होते, तेव्हा मी घरातून त्यांना पाहिलंही होतं. त्यामुळे मी मागच्या खिडकीतून आत आलो. चिठ्ठी लिहिली आणि पिस्तूल खाली ठेवून परत खिडकीतून बाहेर पडलो. मी जेव्हा कोपऱ्यावर होतो तेव्हा तुमच्या गाड्या आत आलेल्या पाहिल्या. मी शांतपणे टॅक्सी केली आणि इथे येऊन तुमची वाट बघत बसलो.

"सर, मी एक सायन्स ग्रॅज्युएट आहे. थ्रूआऊट फर्स्टक्लास मिळवला आहे मी. पण आयुष्याच्या परीक्षेत मात्र मी फेल झालो. आई-वडिलांचे प्रेम नाही, मित्र मिळाले ते मतलबी निघाले, एवढं चांगलं क्वालिफिकेशन असून एखादी नोकरी नाही. त्यामुळे आलेल्या फ्रस्ट्रेशनमुळे मी बिथरलो. आयुष्याला काही अर्थच उरला नाही माझ्या! सगळ्यांनीच मला दगा दिला आणि हे सगळं माझी काहीही चूक नसताना! सर, या जगात अनाथ म्हणून जन्माला येणं, हेच मोठं पाप ठरलं माझ्यासाठी!

सदानंद बोलायचा थांबला. साने साहेबांच्या केबिनमध्ये अक्षरश: पिन ड्रॉप सायलेन्स पसरला होता. साने साहेबांना सदानंदची फारच दया आली होती. सगळे जण त्याच्या कमनशिबीपणावर हळहळत होती. पण कायद्यापुढं सगळेच हतबल होते. शेवटी तो एक खुनी होता आणि खुन्याला एकच शिक्षा एकच होती.

फाशी किंवा जन्मठेप!

❒

माझं काय चुकलं?

भाग एक

वेरूळ हिल स्टेशनवरची सकाळ! साधारण सातची वेळ.

मस्त धुकं पडलेलं होतं. मधूनच सूर्याची कोवळी किरणं जमिनीला स्पर्श करत होती. मॉर्निंग वॉकला जाणारी मंडळी मफलर, स्वेटर, हातमोजे असा सरंजाम करून बाहेर पडली होती. कोणी शेकोटी पेटवून तर कोणी गरम गरम चहाच्या घोटानं स्वत:ला गरम करत होतं.

महात्मा गांधी मार्ग पोलीस चौकीमध्येसुद्धा काही वेगळं चित्र नव्हतं. चौकीतील दोन-तीन हवालदार शेकोटी पेटवून शेकत बसले होते. बाजूच्या गाडीवरून चहा मागवला होता. चहा पिता पिता त्यांच्यात घरच्या गप्पा मारणं चालू होतं.

एवढ्यात चौकीतला फोन वाजला. खरं तर शेकोटीपासून उठायची कोणाचीच इच्छा नव्हती. पण इलाज नव्हता. ते एकमेकांकडे बघत होते की, कोणीतरी उठेल आणि आत जाऊन फोन घेईल. पण कोणीच उठेना असं बघून शेवटी हवालदार मोरे उठले आणि चडफडत जाऊन त्यांनी फोन उचलला.

''नमस्कार. महात्मा गांधी मार्ग पोलीस चौकी, मी हवालदार मोरे बोलतोय.''

''हां...हां... मी कमला नेहरू पार्कमधून बोलतोय. साहेब, इथे एक प्रेत पडलं आहे. भयंकर अवस्थेत आहे, साहेब. प्लीज, लवकर या.'' पलीकडून अत्यंत घाबरलेल्या आवाजामध्ये कोणीतरी बोलत होतं.

“हॅलो, कोण बोलताय आपण?” मोरेंची थंडी कुठल्या कुठे पळाली. पण तोपर्यंत फोन कट झाला होता. मोरेंनी त्यांना मिळालेली सर्व माहिती ताबडतोब लिहून घेतली आणि स्टेशन डायरी, कागद वगैरे घेऊन ते बाहेर आले. त्यांना गडबडीनं येताना पाहून बाकीचे दोन्ही हवालदार एकदम उठून उभे राहिले.

“मोरे, काय झालं? एकदम पळत का बाहेर आलात?” त्यातल्या एका हवालदारानं विचारलं.

“कमला नेहरू पार्कमध्ये एक प्रेत पडलं आहे, असा फोन होता. फोन करणाऱ्यानं नाव नाही सांगितलं. पण प्रेत बघून त्याची नक्की तंतरली असणार. फारच घाबरला होता. चला शिंदे, जाऊन येऊ.” मोरे आपली सायकल काढत म्हणाले.

“च्यायला, लोक सकाळी सकाळी देवाचं दर्शन घेतात आणि आम्ही काय बघतो तर प्रेताचं तोंड!” हवालदार शिंदे अंगावरच्या रगाची घडी करत म्हणाले. तसं हवालदार मोरे हसले.

खरं आहे ते! दिवस-रात्र, सण-उत्सव; काहीही असो! पोलिसांना त्यांचं कर्तव्य काही चुकत नाही. एखादा डॉक्टर केस नाकारू शकतो. वकील वकीलपत्र नाकारू शकतो. पण पोलिसांना तसं करता येत नाही, ही वस्तुस्थिती आहे.

हवालदार मोरे आणि शिंदे सायकल पिटाळीत कमला नेहरू पार्कच्या दिशेनं निघाले. त्यांना पोचायला पंधरा-वीस मिनिटं लागली. पार्कच्या बाहेर त्यांनी आपल्या सायकली ठेवल्या आणि ते पार्कमध्ये शिरले. समोरच पार्कच्या मुतारीजवळ लोकांचा घोळका दिसला. तसं त्या दोघांनी एकमेकांकडे पाहिलं. त्यांना येताना पाहून गर्दी बाजूला झाली. त्यांनी प्रेताचं निरीक्षण करायला सुरुवात केली.

साधारण २५-३० वर्षांचा इसम असावा. अंगावर एकही कपडा नव्हता. छातीत चाकू खुपसल्यासारखी जवळजवळ सहा-सात इंच खोल जखम दिसत होती. आणि सर्वांत महत्त्वाचं म्हणजे त्या धडाला मुंडकंच नव्हतं. त्यामुळे ओळखण्याचा प्रश्नच येत नव्हता. अत्यंत भयाण अवस्थेत ते प्रेत मुतारीच्या भिंतीपाशी पडलं होतं.

“फोन कोणी केला होता?” हवालदार मोरे प्रेताचं निरीक्षण करून उठले आणि गर्दीला उद्देशून त्यांनी प्रश्न विचारला.

“मी केला साहेब.” गर्दीतून एक माणूस पुढे येत म्हणाला. मोरेंनी त्याला वरून खालून न्याहाळलं आणि विचारलं, “नाव काय तुमचं?”

“साहेब, माझं नाव सुरेश! सुरेश शेवडे! मी रोज इथे व्यायाम करायला येतो. नेहमीप्रमाणे आजही आलो. व्यायाम झाल्यावर लघवी करायला म्हणून मी मुतारीकडे आलो. तर मला हे प्रेत दिसलं. मी बागेच्या गार्डला बोलावलं आणि तुम्हाला फोन

केला.'' शेवडेंनी सर्व माहिती दिली.

''काय काम करता?'' मोरेंनी विचारलं.

''साहेब, मी हॉटेल अशोका प्राइडला रिसेप्शन काउंटरवर असतो.'' शेवडे म्हणाले.

''याला कोणी ओळखतं का?'' हवालदार शिंदे प्रेतापासून उठत म्हणाले.

''साहेब, ओळखणार कसं? चेहरा नाही, कपडे नाहीत, की कोणतीही खूण नाही.'' गर्दीतून एक जण म्हणाला तसं शिंदे ओशाळले. मोरेंनी त्यांची परिस्थिती ओळखली आणि ते म्हणाले, ''शिंदे, तुम्ही आजूबाजूला थोडा तपास घ्या. तोपर्यंत मी पंचनामा तयार करतो.'' मोरेंनी पंचनामा लिहायला सुरुवात केली. शिंदे त्या प्रेताच्या आसपास काही सापडतं का ते पाहू लागले. मुतारीपासून ते पार्कच्या गेटपर्यंत त्यांनी नीट तपासलं; पण त्यांना काहीच सापडलं नाही. म्हणून ते येऊन मोरेंना पंचनामा लिहिण्यात मदत करू लागले.

थोड्या वेळानं पंचनामा तयार झाला. गर्दीतल्या काही लोकांच्या सह्या घेऊन मोरेंनी तो पंचनामा फायनल केला आणि ते शिंदेना म्हणाले, ''तुम्ही इथेच थांबा. मी चौकीत जातो आणि साहेबांना फोन करून सगळं कळवतो. हॉस्पिटलला फोन करून प्रेत नेण्याची व्यवस्था करतो.''

''ठीक आहे. पण लवकर ये बाबा. या प्रेताबरोबर बसायचं म्हणजे जीव जायचा माझा.'' शिंदे वैतागून म्हणाले. तसं मोरे हसले आणि जायला निघाले. आता गर्दीपण पांगली होती. तीन-चार रिकामटेकडी मंडळी फक्त थांबली होती.

मोरे चौकीत आले. त्यांनी स्टेशन डायरी आणि पंचनाम्याचे कागद साहेबांच्या टेबलावर ठेवले आणि साहेबांना फोन लावला. फोनची रिंग वाजायला लागली. सहज चाळा म्हणून त्यांनी साहेबांच्या टेबलावरील नेमप्लेटवरून हात फिरवला. इन्स्पे. संदिप जाधव. एकदम डॅशिंग माणूस. अत्यंत भडक डोक्याचा. गुन्हेगारांचा मनापासून तिरस्कार होता त्यांना. त्यांची एकच मेथड होती; नो मर्सी विथ क्रिमिनल्स! शहरात एकही दादा शिल्लक ठेवायचा नाही, याचा त्यांनी विडाच उचलला होता. त्याचा त्रास बऱ्याच मोठमोठ्या लोकांना झाला होता. म्हणूनच शहरातून त्यांची बदली इथे झाली होती. चार्ज घेऊन त्यांना दोन महिनेच झाले होते.

एवढ्यात पलीकडून फोन उचलला गेला आणि मोरे सावध झाले. ''हॅलो, इन्स्पे. जाधव बोलतो.''

''नमस्कार साहेब. मी हवालदार मोरे बोलतोय.''

''हां मोरे, बोला.''

''साहेब, कमला नेहरू पार्कमध्ये एक प्रेत सापडलं आहे. मी आणि शिंदे जाऊन पंचनामा वगैरे करून आलो आहोत. दोन दिवस तुम्हाला बरं नव्हतं म्हणून

सकाळी फोन केला नाही. शिंदे तिथेच थांबला आहे. मी हॉस्पिटलला फोन करून गाडीची व्यवस्था करतो आणि प्रेत तेथून हलवतो. चालेल ना?'' मोरेंनी एका दमात सगळं सांगितलं.

''नको, नको, मोरे! मला आता बरं आहे. मी लगेच निघतोच आहे! मी सरळ चौकीत येतो आणि तेथून आपण पार्कमध्ये जाऊ. जाताना मला तो पंचनामा दाखवा. मी बॉडी बघतो. मगच ती हॉस्पिटलला पाठवू.'' जाधव साहेबांनी सांगितलं आणि फोन ठेवला.

मोरेंनी सगळे पेपर्स गोळा केले आणि ते चौकीच्या बाहेर येऊन जाधव साहेबांच्या गाडीची वाट बघू लागले. दहा मिनिटांत साहेबांची गाडी आली. त्यांना सॅल्यूट करून मोरे गाडीत बसले आणि पंचनाम्याचे पेपर्स त्यांनी जाधव साहेबांच्या हातात दिले.

जाधव साहेब ते पेपर्स वाचू लागले. पंचनाम्यातील एकंदरीत वर्णनावरून सर्व परिस्थिती त्यांच्या डोळ्यासमोर उभी राहिली. तोपर्यंत गाडी पार्कजवळ आली. साहेबांची गाडी पाहून शिंदे ताडकन उठले. त्यांनी जाधव साहेबांना सॅल्यूट केला. जाधव साहेब डेड बॉडीजवळ पोचले आणि त्याच्या अंगावर टाकलेली चादर बाजूला करून ते निरीक्षण करू लागले.

मृत व्यक्तीचा वर्ण काळा सावळा होता. उंची साधारण ५'११'' असावी. जाधवांच्या प्राथमिक अंदाजानुसार या व्यक्तीला मरून आठ-दहा दिवस तरी झाले होते, पण बॉडी सडल्यासारखी वाटत नव्हती. मोरेंनी पंचनाम्यात लिहिल्याप्रमाणे प्रेताचं मुंडकं अत्यंत धारदार अशा हत्यारानं कापलं असावं. त्याच्या छातीत साधारण सहा ते सात इंच जखम होती. म्हणजे ज्या हत्यारानं खून झाला असावा ते हत्यार त्यापेक्षा मोठं किंवा किमान तेवढं तरी असावं. डाव्या हाताच्या मनगटावर बरीच वर्षं घड्याळ वापरून जो एक पांढरा डाग पडतो, तसा डाग होता. त्याच हाताच्या करंगळीशेजारच्या बोटात घड्याळासारखी अंगठीची खूण होती. इतर कोणत्याच ओळखण्याच्या खुणा नव्हत्या. त्यामुळे हे प्रेत कोणाचं आहे, हे कळायला मार्गच नव्हता. इतर कोणत्याही झटापटीच्या खुणा शरीरावर दिसत नव्हत्या. डेड बॉडीच्या आसपास कुठेही रक्त वगैरे सांडलं नव्हतं. मानेजवळची कातडी कडक झाली होती. बाकी काही पाहण्यासारखं उरलंच नव्हतं. जाधव डेड बॉडीपासून उठले आणि त्यांनी शिंदेना खूण केली. शिंदेंनी लगोलग चादर झाकली.

''मोरे, सर्वांत पहिल्यांदा कोणी पाहिली म्हणालात ही बॉडी?'' जाधव साहेबांनी विचारलं.

''साहेब, हॉटेल अशोका प्राइडला रिसेप्शन काउंटरवर काम करणारे सुरेश शेवडे म्हणून एक जण आहेत. त्यांनी पाहिली.'' हातातले पंचनाम्याचे कागद पाहून

त्यांनी जाधव साहेबांना सांगितलं.

"हं... आणि या पार्कचा सिक्युरिटी गार्ड कुठे आहे?" त्यांनी आजूबाजूला बघत विचारलं. तसा गर्दीतला एक माणूस पुढं आला आणि म्हणाला, "साहेब, मीच आहे या पार्कचा सिक्युरिटी गार्ड!"

"अच्छा! तू काय? ये, असा जरा पुढं ये!" त्याला जवळ बोलवत जाधव साहेब म्हणाले. पण तो जागचा हलला नाही. त्याला वाटलं आता साहेब मारतात की काय त्यामुळे तो जागीच उभा राहिला. त्याला तसा उभा पाहून शिंदे त्याच्यावर ओरडले, "ए बहिऱ्या, ऐकू येत नाही का, साहेब बोलावताहेत ते?"

जाधव साहेबांना त्यांची ती भाषा अजिबात आवडली नाही. एकतर तो घाबरला होता. त्यामुळे तो आपल्याला योग्य ती माहिती देऊ शकणार नाही, असं त्यांना वाटलं. त्यांनी एकदम शिंदेंकडे पाहिलं. साहेबांच्या चेहऱ्यावरची नाराजी पाहून शिंदे वरमले. त्यांना वाटलं होतं की साहेब आपल्या ओरडण्यामुळे खूष होतील. आपल्या चेहऱ्यावरची नाराजी लपवत जाधव त्या गार्डला म्हणाले, "अरे इकडे ये. मी काही प्रश्न विचारतो, तेवढ्याची फक्त मला उत्तरं दे. ये!"

जाधव साहेबांच्या या बोलण्यामुळे तो जरा निर्धास्त झाला आणि पुढे आला. "हां, नाव काय तुझं?" जाधव साहेबांनी विचारलं.

"श्रीपती, साहेब!" गार्ड म्हणाला.

"अच्छा. श्रीपती आता सांग,"

"काय सांगू?"

"अरे, काय सांगू काय? तू काल कुठे होतास? काय करत होतास? ही बॉडी इथं कशी आली?"

"साहेब, आम्ही एकूण दोन सिक्युरिटी गार्ड आहोत या पार्कसाठी. मी आणि गणपत! सकाळी सहा ते संध्याकाळी सहा माझी ड्यूटी आणि संध्याकाळी सहा ते सकाळी सहा गणपतची ड्यूटी. दर आठवड्याला आम्ही आमच्या वेळा बदलतो. काल रात्री त्याची ड्यूटी होती. पण काल तो मला म्हणाला की, माझी ड्यूटी तू कर आणि उद्याची तुझी ड्यूटी मी करतो. मी त्याला कारण विचारलं तर म्हणाला की, त्याच्याकडे पाहुणे येणार आहेत. म्हणून मी त्याची ड्यूटी करतो आहे. आज संध्याकाळपर्यंत मी ड्यूटी करणार आणि आज संध्याकाळी सहा ते उद्या संध्याकाळी सहा वाजेपर्यंत तो!" श्रीपती अजून काहीतरी सांगणार होता, तोपर्यंत त्याला हातानंच अडवत जाधव साहेब म्हणाले, "श्रीपती, तुमच्या दोघांच्या ड्यूटीचं गणित मला नको आहे. मला एवढंच सांग, ही बॉडी इथे आली त्या वेळी तू काय करत होतास?"

"साहेब, काल रात्री आठ वाजता पार्क बंद करून मी पार्कच्या बाहेर असलेल्या टपरीत बसलो. रात्री दहा वाजता माझं जेवण आलं, साहेब! ते जेवलो आणि पुन्हा

टपरीत जाऊन बसलो.'' श्रीपतीनं हातानंच टपरी दाखवत सांगितलं.

''म्हणजे तू टपरीत नाही जेवलास?''

''नाही साहेब, टपरीत लाइट नाही ना साहेब. आम्ही जेवायला त्या झोपाळ्या जवळच्या बाकड्यावर बसतो. त्या बाकड्यावर बरोबर लाइट पडतो. त्यामुळे आम्ही रात्रीचं जेवण तिथेच जेवतो. पाण्याची टाकी पण जवळ आहे ना साहेब. त्यामुळे तिथेच बरं पडतं.'' श्रीपतीनं सांगितलं.

जाधव साहेब त्या बागेचं निरीक्षण करायला लागले. बागेचे एकूण दोन भाग होते. डावी बाजू लहान मुलांसाठी होती. तिथं झोपाळे, घसरगुंडी, अशी लहान मुलांची खेळाची साधनं होती. मधोमध जवळजवळ दहा फुटांची बांधीव वाट होती आणि उजव्या बाजूला छान हिरवळ तसंच शोभेची झाडं लावली होती. तिकडे मोठ्या माणसांना बसायला बाकडी होती. वाटेच्या शेवटी भिंतीलगत मुतारी होती. श्रीपती ज्या बाकड्याकडं बोट दाखवत होता, ते बाकडं लहान मुलांच्या भागात वाटेकडं पाठ करून होतं. आणि वाटेवर लावलेल्या दिव्यांचा उजेड त्या बाकड्यावर पडत होता. त्याच्याच बाजूला पाण्याची टाकी होती.

जाधव साहेब त्या बाकड्याकडं जायला लागले, तसं सगळे त्यांच्या पाठोपाठ चालू लागले.

''तू या बाकड्यावर बसून जेवलास ना श्रीपती?'' त्या बाकड्याजवळ पोचल्यावर जाधव साहेबांनी विचारलं.

''हां साहेब! इथेच बसलो होतो. हा असा!'' असं म्हणत श्रीपती जेवायला जसा बसला होता, तसा त्या बाकड्यावर बसला. तसे सगळे एकदम हसू लागले. श्रीपतीला जरा लाजल्यासारखं झालं. तो चटकन उठला आणि मान खाली घालून उभा राहिला.

जाधव साहेब तो बसला होता ती पोझिशन लक्षात घेऊन, तिथून बागेचं पुन्हा निरीक्षण करू लागले. त्या पोझिशनमधून बागेचं गेट दिसत नव्हतं. कारण पाण्याची टाकी आडवी येत होती. पण पाण्याच्या टाकीपासून ते मुतारीपर्यंतची वाट दिसत होती. आणि श्रीपती त्या वाटेकडे पाठ करून बसला होता.

''श्रीपती, तू जेव्हा जेवायला बसलास त्या वेळी पार्कचं गेट उघडलं होतंस?'' जाधव साहेबांनी विचारलं.

''नाही साहेब, या मेन गेटला एक छोटं गेट आहे. रात्री आम्ही मेन गेट बंद करतो आणि फक्त ते लहान गेट उघडं ठेवतो. उघडं म्हणजे कुलूप न लावता फक्त कडी घालतो. '' श्रीपतीनं गेटच्या दिशेनं बघत सांगितलं.

''का? कुलूप का नाही घालत?'' जाधव साहेब जरा पुढं येऊन त्या गेटकडं बघत म्हणाले.

''काय आहे साहेब, रात्री 'याला' जावं लागतं. त्यामुळे आम्ही कुलूप घालत

नाही.'' हाताची करंगळी वर करून दाखवत श्रीपती म्हणाला. जाधव साहेबांना हसू आलं. त्यांचं बरोबर होतं! एक तर हिल स्टेशन! त्यात रात्रीची ड्यूटी!! म्हणजे 'याला' सारखी लागणारच.

''ठीक आहे. जेवण झाल्यावर तू काय केलंस?''

''साहेब, जेवण झाल्यावर मी डबा धुतला आणि पाणी पिऊन टपरीत गेलो. डबा बांधून ठेवला आणि टपरीच्या बाहेर येऊन शेकोटीची तयारी केली. लघवीला जाऊन आलो आणि शेकोटी पेटवून शेकत बसलो.''

''त्या वेळी साधारण किती वाजले होते?''

''साहेब, त्या वेळी साधारण अकरा वाजले असतील. कारण आपल्या गावात येणारी शेवटची एस.टी. आली. ती नेहमी याच वेळेला येते. कधी कधी लेट पण होतो. पण तिचं अकराचं टायमिंग आहे, साहेब.''

''ओके. पुढे काय झालं?''

''साहेब, त्यानंतर जवळजवळ तास-दीडतास मी जागा होतो. पण त्यानंतर मला झोप यायला लागली म्हणून टपरीत गेलो आणि जरा पडलो.'' श्रीपती जरा नरमाईच्या स्वरात म्हणाला.

जाधव साहेबांना त्यात काही गैर वाटलं नाही. एकतर दिवसभर त्यानं काम केलं होतं. आणि रात्री तसा शुकशुकाट असतो. त्यामुळे जर डोळा लागला तर काही चुकीचं नाही, याची त्यांना जाणीव झाली.

''मग उठलास कितीला?''

''साहेब, पहाटे पाचला. तो समोरचा चहावाला उठवतो. कारण सहा वाजता गेट उघडावं लागतं. व्यायाम करायला येतात ना लोक! त्यामुळे पाचला उठून पार्क झाडून ठेवावा लागतो. रात्रभर झाडाची पानं, फुलं गळून कचरा होतो.

पार्क झाडून सहाला मेन गेट उघडलं आणि पाण्याच्या टाकीवर जाऊन तोंड धुतलं. समोरच्या गाडीवर जाऊन चहा प्यालो. तोपर्यंत एक साहेब पळत पळत बाहेर आले आणि मला हाक मारून सांगितलं की मुतारीजवळ प्रेत पडलं आहे. म्हणून मी लगेच आत गेलो. बघतो तर हे पडलेलं! फार घाबरलो. त्या साहेबांनी त्यांच्या मोबाइलवरून चौकीत फोन केला आणि आम्ही बाहेर येऊन उभे राहिलो. कोणालाच आत सोडलं नाही, साहेब.'' श्रीपतीनं आपली हकिकत संपवली. त्यापुढची कहाणी जाधव साहेबांना माहित होतीच.

''ठीक आहे श्रीपती. तुला पोलीस चौकीत येऊन आत्ता जे सांगितलं आहेस, ते सगळं लिहून द्यावं लागेल. तुझी ड्यूटी संपली की लगेच चौकीत ये.'' जाधव साहेबांनी त्याला सांगितलं आणि ते मोरेंकडं वळून म्हणाले, ''मोरे, तुम्ही हॉस्पिटलला फोन करून गाडी मागवून घ्या आणि ही डेड बॉडी उचला. उगाच इथं लोकांना

प्रॉब्लेम नको. मी त्या शेवडेंना भेटून येतो. काय नाव म्हणालात त्या हॉटेलचं?''

''हॉटेल अशोका प्राइड! बाजारपेठेत आहे.'' मोरेंनी सांगितलं.

जाधव पार्कमधून बाहेर पडले आणि हॉटेलकडे जायला लागले. वाटेत त्यांनी श्रीपतीनं दिलेल्या माहितीवर विचार करायला सुरुवात केली. हॉटेलला पोचायला त्यांना दहा मिनिटं लागली.

गाडी बाहेर लावून ते हॉटेलमध्ये शिरले. एवढ्या सकाळी सकाळी हॉटेलमध्ये पोलीस आलेले पाहून हॉटेलच्या हॉलमध्ये बसलेली मंडळी बघायला लागली. जाधव सरळ रिसेप्शन काउंटरवर गेले आणि तिथल्या माणसाला त्यांनी विचारलं, ''एक्सक्यूज मी, मला मि. सुरेश शेवडेंना भेटायचं आहे. आहेत का ते?''

''येस सर, मीच सुरेश शेवडे.'' त्या माणसानं आपली ओळख करून दिली.

''मि. शेवडे, मला तुमच्याशी पार्कमधल्या खुनाबद्दल बोलायचं आहे. जरा बाहेर या.'' जाधव म्हणाले.

''सर, मी आत्ताच ड्यूटीवर आलो आहे. अजून माझी असिस्टंट आलेली नाही. आपण प्लीज थांबाल का? ती आली की मी लगेच येतो. तोपर्यंत तुम्ही आमच्या कॉफी शॉपमध्ये बसून कॉफी घ्या.'' शेवडे काउंटरच्या बाहेर येऊन म्हणाले.

''ओके. पण लवकर या. मला फार वेळ थांबता येणार नाही.'' जाधव म्हणाले आणि ती दोघं कॉफी शॉपकडे जायला निघाले. शेवडेंनी कॉफी शॉपचं दार उघडलं आणि जाधव आत न जाताच दारातच थबकून आतमधील एका फॅमिलीकडे बघायला लागले. शेवडेंना कळेना हे कोणाकडे बघून एकदम थांबले. पण त्यांना काउंटरवर जायची घाई होती. म्हणून त्यांनी जाधव साहेबांना विचारलं, ''सर, बसताय ना आत?''

''अं... हो हो. शेवडे, ते समोर बसलेत ना, ते या हॉटेलमध्ये उतरलेत?'' त्यांनी दाराच्या समोर असलेल्या टेबलाकडं बघत हळू आवाजात विचारलं.

''येस सर. गेले चार दिवस ही फॅमिली इथे आली आहे. का? तुम्ही त्यांना ओळखता?'' शेवडेंनी विचारलं.

''ओळखता? शेवडे, अहो संपूर्ण पोलीस डिपार्टमेंट त्यांना ओळखतं. पोलीस फोर्समध्ये असलेले, निवृत्त झालेले आणि येणारे असे सगळे त्यांना ओळखतात. आमच्या डिपार्टमेंटमध्ये जी काही थोडीफार कर्तव्यनिष्ठ माणसं आहेत, त्यांच्यातील हे एक व्यक्तिमत्त्व! गुन्हेगारांचा कर्दनकाळ म्हणून त्यांची ओळख आहे. त्यांचं नुसतं नाव काढलं तरी मोठमोठे दादा चळाचळा कापतात.'' साहेब एकटक त्यांच्याकडे बघत म्हणाले.

''अच्छा? पण नाव काय आहे त्यांचं?'' शेवडे त्यांच्या वर्णनानं भारावून जात म्हणाले.

"त्यांचं नाव? ए.सी.पी. निखिल साने. आमच्या सारख्या लोकांचं अक्षरश: दैवत आहे ते." असं म्हणून ते पुढं गेले आणि त्यांच्या टेबलापाशी जाऊन त्यांनी कडक सॅल्यूट ठोकला. शेवडेपण त्यांच्या मागोमाग त्यांच्या टेबलापाशी गेले.

"गुड मॉर्निंग सर." जाधवांनी उत्साहित आवाजात त्यांना विश केलं तसं साने साहेबांनी मान वर करून बघितलं.

"अरे जाधव, गुड मॉर्निंग! तुम्ही इकडे कसे काय?" साने साहेब नॅपकिनला हात पुसत म्हणाले. 'प्रियांका मर्डर केस'मध्ये जाधवांनी साने साहेबांबरोबर काम केलं होतं. तेव्हापासून ते त्यांना चांगलं ओळखायला लागले होते.

"सर, माझी दोन महिन्यांपूर्वी येथे पोस्टिंग झालं आहे. पण सर, तुम्ही इकडे कसे काय?" त्यांनी विचारलं.

"सुटीवर आलो आहे, आठ दिवसांची रजा घेऊन. नो केस, नो इन्व्हेस्टिगेशन, नथिंग!" साने साहेब खरंच एन्जॉयमेंटच्या मूडमध्ये होते. "पण तुम्ही इथे कसे काय? आय मीन, या कॉफी शॉपमध्ये कसे काय?"

"ॲक्च्युअली सर, मी या शेवडेंशी बोलायला आलो होतो. इथल्या कमला नेहरू पार्कमध्ये एक डेड बॉडी सापडली आहे. टोटली अननोन! या शेवडेंनी पहिल्यांदा ती पाहिली आणि फोन केला, म्हणून त्यांना भेटायला आलो होतो." जाधवांनी शेवडेंकडे हात दाखवत सांगितलं.

"अननोन डेड बॉडी! आणि तीही अशा शांत आणि रम्य हिल स्टेशनच्या ठिकाणी! स्ट्रेंज! कधी मिळाली?" साने साहेबांनी जाधवांना आपल्या शेजारच्या खुर्चीवर बसण्याची खूण करत विचारलं.

"आज सकाळी, सर. पार्कमध्ये कोणीतरी ती बॉडी आणून टाकली असावी." खुर्चीत बसत जाधव सांगू लागले, "कारण ही बॉडी या गावातल्या कोणाची नाही. बॉडी ज्या ठिकाणी सापडली, त्या ठिकाणी किंवा आजूबाजूला रक्ताचे डाग नाहीत, बॉडीवर किंवा आजूबाजूला झटापटीच्या खुणा नाहीत. त्या व्यक्तीला मरून साधारण चार-पाच दिवस उलटून गेले असावेत आणि इतके दिवस ती बॉडी तिथेच असणंही शक्य नाही. कारण बागेमधल्या मुतारीच्या भिंतीशी ती बॉडी पडली होती आणि मुतारीमध्ये जाताना कोणाचंही चटकन लक्ष जाईल अशाच पद्धतीत तिची पोझिशन होती. त्यामुळे खून दुसरीकडे कुठेतरी करून मग ही बॉडी काल मध्यरात्रीपासून ते पहाटेपर्यंत कोणीतरी आणून टाकली आहे, असं मला वाटतं. कारण ज्या सिक्युरिटी गार्डची ड्यूटी होती, त्याच्या स्टेटमेंटप्रमाणे तो रात्री अकराच्या सुमारास त्या मुतारीत जाऊन आला होता आणि सकाळी सात वाजता मि. शेवडेंनी पोलीस चौकीत फोन करून या डेड बॉडीबद्दल आम्हाला कळवलं आहे. म्हणून माझा तसा अंदाज आहे." इन्स्पे. जाधवांनी थोडक्यात आपला अंदाज सांगितला.

"जाधव, तुमचा अंदाज बरोबर आहे. पण हा अंदाज सध्या तुम्ही बांधला आहे, तो फक्त सिक्युरिटी गार्डच्या स्टेटमेंटवरून. बरोबर? पण तो सिक्युरिटी गार्ड खरं बोलतोय याला काही प्रूफ आहे? त्यानं दिलेलं स्टेटमेंट तुम्ही क्रॉस व्हेरिफाय करून बघितलंत?" साने साहेबांनी विचारलं आणि जाधव विचारात पडले.

खरंच आपण श्रीपतीनं दिलेल्या स्टेटमेंटनुसारच विचार करतो आहोत. जर तो खोटं बोलत असला तर आपण ज्या ट्रॅकनं विचार करतो आहोत तो ट्रॅकच चुकीचा आहे. याचाच अर्थ हा फार मोठा डावही असू शकेल. कोणीतरी या श्रीपतीलासुद्धा पैसे वगैरे देऊन ही बॉडी आणून टाकली असण्याची शक्यता आहे. पण श्रीपतीकडे बघता तो एवढं खोटं बोलेल असं वाटत नाही किंवा तो एवढा मोठा गेम खेळणं शक्य नाही. म्हणजे यात आणखी कुणीतरी गुंतलंय!

"जाधव, तुम्ही ती बॉडी हॉस्पिटलला पाठवलीत?" साने साहेबांनी विचारले.

"हो सर, मी तशा सूचना देऊन आलो आहे. आत्तापर्यंत बॉडी हॉस्पिटलमध्ये गेली असेल." जाधव घड्याळ पाहत म्हणाले.

"ठीक आहे. आपण पंचनामा पाहू या. चालेल ना?" त्यांनी जाधवांना विचारलं.

जाधव काहीतरी बोलणार एवढ्यात साने साहेबांच्या मिसेसनी त्यांना हातानं खूण केली आणि त्या म्हणाल्या, "अहो, आपण येथे सुटीसाठी आलो आहोत आणि येताना तुम्ही मला सांगितलं होतं की, या आठ दिवसांत कोणतंही काम मी घेणार नाही. आणि आता हे काय करताय?"

"ओ सॉरी...सॉरी! मी विसरलोच होतो की आपण सुट्टीवर आहोत." साने साहेब मिसेसला म्हणाले. मग ते जाधवांना म्हणाले, "सॉरी जाधव, मी सुटीवर आहे. सो नो काम, नो डेड बॉडी! ओके? तुम्ही मस्त कॉफी प्या. मग आपण तुमची पोलीस चौकी पाहून येऊ. तोपर्यंत आमच्या सौ. मस्त शॉपिंग करतील." शेवटचं वाक्य पुन्हा आपल्या मिसेसकडे बघत साने साहेब म्हणाले आणि कॉफी प्यायला लागले.

जाधवांना कळलं की, साने साहेब चौकी बघायला येणार, म्हणजे किमान या केसचे पेपर्स तरी चाळतीलच आणि त्यांनी जर एकदा या केसमध्ये इंटरेस्ट घेतला तर ही केस सॉल्व्ह व्हायला वेळ लागणार नाही. साने साहेबांच्या मिसेसनाही हे सर्व कळलं; त्यांना त्यांच्या नवऱ्याचा स्वभाव माहीत होता. त्यामुळे त्या काही बोलल्या नाहीत. किमान त्यांच्याबरोबर सलग आठ दिवस मिळणार आहेत, हेच त्यांच्यासाठी खूप होतं. त्यामुळे त्यांनीही या गोष्टीला नाखुषीनंच होकार दिला.

साने साहेबांचा नाष्टा झाल्यावर त्यांनी जाधवांना मानेनंच खूण करून निघायला सांगितलं आणि त्यांच्या मिसेसकडे वळून म्हणाले, "मी जरा जाऊन येतो. तोपर्यंत

तू शॉपिंग वगैरे करून घे.'' असं म्हणून आपल्या पाकिटातले पैसे त्यांना दिले.

''जरा लवकर या. फार वेळ लावू नका.'' पैसे आपल्या पर्समध्ये ठेवत मिसेस साने म्हणाल्या.

''हं.'' म्हणून साने साहेब उठले. मग ते आणि इन्स्पे. जाधव कॉफी शॉपमधून बाहेर पडले आणि शेवडेंच्या दिशेनं जायला लागले. त्यांना येताना पाहून शेवडेंनी आपल्या असिस्टंटला सूचना दिल्या आणि ते काउंटरच्या बाहेर आले.

''मि. शेवडे, तुम्ही सकाळी किती वाजता ती बॉडी पाहिलीत?'' साने साहेबांनी विचारलं.

''सर, नेहमीप्रमाणे सकाळी सहा वाजता मी कमला नेहरू पार्कमध्ये व्यायाम करायला गेलो होतो. व्यायाम झाल्यावर लघवी करायला म्हणून मी मुतारीकडे आलो. तर मला ती डेड बॉडी दिसली. मी बागेच्या गार्डला बोलावलं आणि चौकीत फोन केला.'' शेवडेंनी सर्व माहिती दिली.

''तुमच्याआधी आणखी कोणी व्यायाम करायला किंवा अन्य कारणासाठी पार्कमध्ये आलं होतं?'' साने साहेबांनी विचारलं.

''अं... नाही.'' शेवडेंनी आठवून उत्तर दिलं.

''आर यू शुअर? म्हणजे तुम्ही पार्कमध्ये गेलात तेव्हा एकटेच होतात?'' साने साहेबांनी परत विचारलं.

''येस सर. आय एम कॉक शुअर. कारण मी गेलो तेव्हा बागेचं गेट बंद होतं. मीच सिक्युरिटी गार्डला हाक मारली आणि गेट उघडायला सांगितलं.'' शेवडेंनी सांगितलं आणि जाधव विचार करू लागले.

''एक मिनिट शेवडे, काय म्हणालात तुम्ही? तुम्ही सिक्युरिटी गार्डला उठवलंत?'' जाधवांनी विचारलं.

''येस सर. मीच उठवलं. मस्त झोपला होता तो त्याच्या टपरीत.'' शेवडेंनी उत्तर दिलं; पण जाधवांचा प्रश्न त्यांच्या लक्षात आला नाही.

''ओके. प्लीज कंटीन्यू.'' जाधव म्हणाले.

''त्यानंतर दोन हवालदार आले आणि त्यांनी प्राथमिक चौकशी करून पंचनामा तयार केला. मी, सामंत काका वगैरे लोकांनी सह्या केल्या आणि त्यांनी आम्हाला जायला सांगितलं.''

''मि. शेवडे, तुम्ही जेव्हा पार्कमध्ये येता, त्या वेळी पार्कच्यासमोर एखाद्या चहावाल्याची गाडी असते?'' जाधवांनी पुन्हा विचारलं.

''हो असते ना! तो साधारण साडेपाच-पावणेसहाच्या सुमारास येतो. व्यायाम झाल्यावर बरीच मंडळी तिथं चहा, वडा वगैरे घेतात. मीही कधीकधी व्यायाम झाल्यावर तिथे चहा पितो. संपत कदम असं नाव आहे त्या चहावाल्याचं.'' शेवडेंनी

दिलेली सर्व माहिती साने साहेबांनी लक्षात ठेवली.

"ठीक आहे, शेवडे. पुन्हा गरज लागली तर तुम्हाला त्रास देऊ. पण प्लीज ही केस संपेपर्यंत तुम्ही शहर सोडून कुठे जाऊ नका. कारण तुम्ही आमचे साक्षीदार आहात." जाधवांनी साने साहेबांकडे बघत सांगितलं आणि शेवड्यांचा निरोप घेऊन ते दोघं बाहेर पडले.

"जाधव, तुमच्या बोलण्याचा रोख माझ्या लक्षात आला आहे. फक्त तुम्ही तो क्लिअर करा." साने साहेब हॉटेलच्या पायऱ्या उतरत म्हणाले.

"सर, मी सिक्युरिटी गार्डला ज्या वेळी विचारलं तेव्हा तो म्हणाला की, त्या चहावाल्यानं त्याला सकाळी पाच वाजता उठवलं. त्यानंतर त्यानं पार्क झाडलं आणि सहा वाजता गेट उघडलं. याउलट शेवडे म्हणतात की त्यांनीच सहा वाजता सिक्युरिटी गार्डला उठवलं म्हणून. त्यामुळे माझा जरा गोंधळ उडाला आहे." जाधवांनी स्पष्टपणे सांगितलं. "म्हणून मी तुम्हाला म्हटलं की तो सिक्युरिटी गार्ड खरं बोलतोय, असं समजून तुम्ही विचार करता आहात. बरोबर ना? आता एक काम करू या. आपण पहिल्यांदा त्या चहावाल्याला गाठू या. काय नाव सांगितलं त्याचं? हां... संपत कदम! तर... या संपत कदमला आपण गाठू या आणि त्याला विचारू या. चला." असं म्हणून साने साहेब गेटच्या बाहेर जायला लागले.

"सर, एक मिनिट, मी गाडी आणली आहे." जाधव आपल्या गाडीकडे हात दाखवत म्हणाले.

"चालेल. चला निघू या." साने साहेब गाडीकडं जात म्हणाले. जाधवांनी गाडी काढली आणि ते पार्ककडे जायला निघाले. वाटेत ती दोघं आपापल्या परीनं या केसचा विचार करत होते. दहा मिनिटांत त्यांची गाडी पार्कपाशी पोचली. जाधवांनी पार्ककडे पाहिलं. पार्कमध्ये संपूर्ण शांतता होती. कारण तिथे खून झाला आहे, ही बातमी आत्तापर्यंत शहरात पसरली होती. त्यामुळे पार्ककडे कोणीच फिरकलं नव्हतं.

श्रीपती पार्कच्या गेटवर गावातल्याच कोणाशीतरी बोलत उभा होता. बहुतेक खुनाबद्दलच सांगत असेल. जाधव त्याच्याकडे दुर्लक्ष करून चहाच्या गाडीपाशी गेले आणि त्यांनी विचारलं, "संपत कदम कोण?"

"मीच संपत. काय झालं साहेब? परत माझ्या पोरानं काही राडा केला की काय?" गाडीच्या मागून जाधव साहेबांच्या जवळ येत त्यानं विचारलं आणि हात जोडून एकदम म्हणाला, "एक डाव माफ करा साहेब त्याला. लई वेळा सांगितलं की, बाबा नको त्या भानगडी करत जाऊ नकोस म्हणून. पण नाय, ऐकेल तर शपथ! मागच्या वेळेलाबी असाच दोन दिस चौकीत बसला होता. तेव्हा त्याला कसाबसा सोडवून आणला होता. तवा मला म्हणाला, आण्णा, परत न्हाय कधी असल्या भानगडीत पडणार. म्हणून मी इश्वास ठेवला साहेब त्याच्यावर. पण परत

काय केलं त्यानं साहेब?'' संपतच्या डोळ्यात अक्षरश: अश्रू आले होते.

''संपत आण्णा, शांत व्हा. तुमच्या मुलानं काहीही केलेलं नाही. आम्ही वेगळ्याच कारणासाठी आलोय तुमच्याकडं.'' साने साहेब त्यांच्या खांद्यावर थोपटत म्हणाले.

जवळजवळ ५५-६० वर्षांच्या माणूस आपल्यासमोर हात जोडून रडतो, हे दृश्यच हृदयद्रावक होतं. त्यामुळं त्यांनी आण्णांना धीर देण्याचा प्रयत्न केला.

साने साहेबांच्या या बोलण्यानं संपत आण्णांना धीर आला. शर्टाच्या बाहीनं आपले डोळे पुसत ते म्हणाले, ''सायेब, काय बी काम सांगा. मी करीन.''

साने साहेबांनी जाधवांच्याकडे पाहून खूण केली आणि त्यांना बोलायला सांगितलं. जाधव पुढे आले आणि म्हणाले, ''संपत आण्णा, तुम्हाला माहित आहे का या समोरच्या पार्कमध्ये एक खून झाला आहे म्हणून?''

''व्हय सायेब, माहित आहे मला. मगाशीच शिरपती सांगत होता.'' संपत आण्णा श्रीपतीकडे हात दाखवून म्हणाले. तोपर्यंत श्रीपतीचंही लक्ष गेलं आणि तो पळत आला. त्याला आलेला पाहून साने साहेबांनी खुणेनंच जाधवांना, हा कोण? असं विचारलं.

जाधवांनी श्रीपतीची ओळख करून दिली. ''सर, हाच श्रीपती. या पार्कचा सिक्युरिटी गार्ड आणि श्रीपती, हे आमचे साने साहेब.'' श्रीपतीनं त्यांना सलाम केला.

साने साहेबांनी श्रीपतीला बोलावलं आणि सांगितलं, ''श्रीपती, तू जरा माझ्याबरोबर तिकडं चल. मला ती बॉडी कुठं पडली होती, तेव्हा तू कुठं होतास वगैरे सांग. जाधव, तुमचं चालू दे,'' साने साहेबांनी केलेला इशारा त्यांच्या लक्षात आला.

साने साहेब श्रीपतीला घेऊन बागेत गेल्यावर जाधव पुन्हा संपत आण्णांकडे वळले आणि म्हणाले, ''आण्णा, मला सांगा, आज सकाळी तुम्ही किती वाजता आलात?''

''साहेब, सकाळी नेहमीप्रमाणे मी पावणेसहा वाजता आलो. गाडी लावून, स्टो पेटवून, चहाचं आधण ठेवूपर्यंत सहा-सव्वासहा झाले असतील.'' संपत आण्णा म्हणाले.

''सकाळी या श्रीपतीला तुम्ही हाक मारलीत?'' जाधवांनी विचारलं.

''नाय बा, मी आलो त्यावेळी तो टपरीतच होता. ते हॉटेलमधले सायेब आले आणि त्यांनी हाक मारली. बेणं, दारू पिऊन पडलं असंल.'' संपत आण्णांनी ही नवीन माहिती पुरवली.

''बरं, काल रात्री तुम्ही किती वाजेपर्यंत होतात इथे?''

''सायेब, आता घड्याळ काय बघितलं नाय, पण तरी नऊपर्यंत होतो. कारण

आठ वाजता बाग बंद झाली की काही लोक येतात च्या प्यायला. मग सगळी भांडी विसळून, गाडी धुऊन होईस्तोवर एका तास जातोच. त्यामुळं साधारण नऊ-सव्वानऊ झाले असतील.''

''काल तुम्ही काही विशेष पाहिलंत.'' जाधवांनी खडा टाकला.

''विशेष म्हनजी?'' प्रश्न आण्णांच्या डोक्यावरनं गेला.

''विशेष म्हणजे नेहमीपेक्षा काही वेगळं! कुणी अशी व्यक्ती की, जी नेहमी पार्कमध्ये येत नाही आणि कालच आली होती किंवा एखादी अनोळखी व्यक्ती बराच वेळ पार्कमध्ये बसली होती.'' जाधवांच्या मनात एक वेगळंच चित्र रंगायला लागलं होतं आणि त्या अनुषंगानं त्यांनी आपली चौकशी सुरू केली.

''अं... तसं काही विशेष नाय. पर हां, मी निघालो तवा एक मोटार आली आणि त्यातनं एक माणूस उतारला. तवर शिरपतीनं बागेचं दार बंद केलं होतं. त्यो माणूस आला आणि शिरपतीशी कायतरी बोलला आणि मोटारीतून परत निघून गेला.'' संपत आण्णांनी दिलेली माहिती जाधवांनी लिहून घेतली.

''आण्णा, त्या मोटारीचं काही वर्णन करू शकाल? कोणती होती? रंग कोणता होता? नंबर वगैरे काय?'' जाधवांना आता उत्साह आला होता. पण संपत आण्णांनी त्यांच्या या उत्साहावर पाणी पाडलं.

''नाय बा सायेब, नंबर-बिंबर काय पायला नाय. पर पांढऱ्या रंगाची मोठी गाडी होती. आपले आमदार वापरतात तशी. पर आमदारांच्या गाडीसारखा दिवा नव्हता वर. फकस्त गाडी तशी होती.''

संपत आण्णांच्या वर्णनावरून जाधवांना गाडीचा मेक कळला. ती एक पांढऱ्या रंगाची ॲम्बेसिडर गाडी होती.

''ठीक आहे, आण्णा, तुम्ही खूप छान माहिती दिलीत. आता फक्त एकच सांगा, हा श्रीपती कसा माणूस आहे?'' जाधवांनी आपली डायरी मिटत विचारलं.

''सायेब, खरं सांगू का, एक नंबरचा डॅबीस माणूस हाय त्यो. बाग बंद झाली का रात्री येणाऱ्या जोडप्यास्नी पैशे घेऊन बागंत बसाया देतो. कधीकधी ही मोठी माणसं दारू प्याला येतात तवा, त्यांना बी बसाया देतो. हां, पण गणपत तसा नाय हां. माळकरी माणूस हाय. एकदा का बाग बंद केली की कोणाचा बा आला तरी गेट खोलत नाय. आवो, धार मारायला गेला तरी छोट्या गेटाला कुलूप लावून जातो. पर ह्यो शिरपती तसा नाय. कधीकधी दारूबिरू पण पितो.''

जाधवांना आता श्रीपतीचा प्रचंड राग आला होता. त्याला चौकीत घ्यावा आणि सरळ टायरमध्ये घालावा असं त्यांना वाटायला लागलं होतं. साने साहेब नसते तर कदाचित त्यांनी ती ॲक्शन घेतली असती. पण आता आपल्या या केसमध्ये ते

इंटरेस्ट घेत आहेत म्हटल्यावर आपण असं काही करणं अयोग्य आहे, याची त्यांना जाणीव होती. संपत आण्णांनी दिलेली सर्व माहिती नीट लक्षात ठेवून ते बागेकडे जायला निघाले. जाता जाता सहज त्यांनी श्रीपतीच्या टपरीचं निरीक्षण केलं.

साधारण टेलिफोन बूथ एवढी जागा होती आणि एक खुर्ची आणि एक स्टूल एवढंच सामान त्या टपरीत होतं. सहज त्यांचं लक्ष टेबलाच्या खाली गेलं आणि तिथे त्यांना एक महागड्या रमची बाटली दिसली. हे सगळं पाहून त्यांच्या कपाळाची शीर तटतटून उठली; पण ते शांत राहिले आणि त्यांनी पार्कमध्ये प्रवेश केला.

गेटमधून आत जाताच त्यांनी पाहिलं की, साने साहेब एक बाकड्यावर बसले आहेत आणि श्रीपती त्यांच्यासमोर उभा राहून काहीतरी हातवारे करून सांगतो आहे. ते जवळ गेले आणि साने साहेबांच्या मागे जाऊन उभे राहिले.

"हं... म्हणजे या पार्कला दोन गेट आहेत तर!" साने साहेब म्हणाले.

"दोन गेट? दुसरं गेट कुठं आहे?" जाधव एकदम पुढं येत म्हणाले, तसे साने साहेबांचे त्यांच्याकडे लक्ष गेलं आणि ते उठून उभे राहिले.

"म्हणजे काय जाधव? तुम्हाला माहीत नाही या बागेला दोन गेट आहेत ते?" त्यांनी आश्चर्यानं विचारलं.

"नाही, म्हणजे कधी तशी वेळही आली नाही आणि या श्रीपतीनंही सांगितलं नाही." श्रीपतीकडे एक जळजळीत कटाक्ष टाकत जाधव म्हणाले.

"जाधव, श्रीपतीच्या म्हणण्याप्रमाणे या बागेला दोन गेट आहेत. एक मेन गेट, जे आपण नेहमी वापरतो आणि एक, त्या तिकडे बागेच्या उजव्या भागात शेवटी आहे; पण ते गेट बरीच वर्षं बंद आहे. चला, आपण जरा तिकडे जाऊन येऊ." साने साहेब म्हणाले. त्यांनी श्रीपतीला गेट दाखवायला सांगितलं.

"पण साहेब, ते गेट तर बंद आहे." श्रीपती जरा गडबडला होता.

"असू दे. आम्हाला बंद गेट बघायचं आहे. चल, दाखव." साने म्हणाले आणि ते, जाधव आणि श्रीपती तिघंही त्या गेटकडे जायला लागले.

गेटपाशी पोचताच साने साहेबांनी बारकाईनं निरीक्षण करायला सुरुवात केली. साधारण चार-पाच फूट लांबी रुंदीचं ते गेट होते. बरेच दिवसांत न उघडल्यामुळे त्याचे कुलूप गंजलं होतं. पण त्याची उंची कमी असल्यामुळे कोणीही सहज त्याच्यावरून चढून येऊ नये म्हणून तारेचं भेंडोळं ठेवलं होतं. तेही गंजलं होतं. त्यामुळे त्या गेटमधून कोणी जा-ये करीत असेल असं वाटत नव्हतं. साने साहेब जरा पुढे जाऊन ते तारेचं भेंडोळं पहायला लागले आणि त्यांच्या असं लक्षात आलं की हे भेंडोळं नुसतंच ठेवलं आहे. गेटच्या आतल्या आणि बाहेरच्या बाजूला दोन उंच दगड ठेवले होते. म्हणजे ते भेंडोळे जर उचललं तर ते दगड चढून गेटवरून कोणीही सहज आत येऊ शकेल. साने साहेबांनी ते भेंडोळं हातांनी उचललं, पुन्हा

गेटवर ठेवलं आणि श्रीपतीकडे वळून म्हणाले, "हे काय आहे?"

श्रीपतीची आता तंतरली होती. ही त्याची खुष्कीची वाट होती. एक तर हे हिल स्टेशन होतं. त्यामुळे इथे सगळेच जण काही फॅमिली घेऊन यायचे असं नाही. काही भानगडीची जोडपीपण यायची आणि त्यांना ही बाग म्हणजे एक कुरण होतं– प्रेमाचे चाळे करायला! काही दारुडे पण तिथे रात्रीच्या वेळी पार्टी करायला यायचे. हे सगळे अवैध धंदे त्या पार्कमध्ये चालायचे, पण याची कोणी दखलच घेतली नव्हती किंवा हे कोणाच्या लक्षात आलं नव्हतं.

श्रीपती काहीच बोलत नाही, असं पाहून जाधव पुढं आले आणि त्यांनी श्रीपतीची कॉलर पकडून विचारलं, "उत्तर देता येत नाही का?"

आता आपलं काही खरं नाही, हे श्रीपतीच्या लक्षात आलं आणि तो एकदम जाधवांच्या पायाशी पडून रडू लागला. "साहेब, माफ करा. पण मी या गेटचा वापर करतो. रात्री तरुण जोडपी किंवा गावातले काही लोक पार्टी करण्यासाठी येतात. त्यांना या गेटमधून मी आत घेतो. त्याच्या बदल्यात कधी मला पैसे, तर कधी दारू आणि जेवण मिळतं. "

जाधवांनी त्याला हाताला धरून उठवलं आणि काडकन त्याच्या कानाखाली वाजवली. त्यांच्या मारानं तो पारच कोलमडला. तोपर्यंत हवालदार मोरे तिथे आले. त्यांनी त्याला पुन्हा उभं केलं. साने साहेब पुढे आले आणि त्यांनी विचारलं, "आता खरं सांगतोस की पुन्हा प्रसाद हवा आहे?"

"नको नको साहेब, सगळं खरं सांगतो. पण मला मारू नका." श्रीपती गयावया करत म्हणाला आणि तो सांगू लागला, "साहेब, काल रात्री साडेनऊच्या सुमारास एक माणूस आला आणि म्हणाला की, मला लघवीला जायचं आहे. मी त्याला म्हणालो की आता बाग बंद झाली आहे. त्यावर तो म्हणाला बंद झाली आहे तशी उघडण्याची काही सोय आहे का? मी त्याला कशाला म्हणून विचारलं. तर तो म्हणाला रात्री एक पार्टी करायची आहे. मी त्याला रात्री अकरानंतर यायला सांगितलं. तसा तो निघून गेला. जाताना मला रमची एक बाटली दिली." एवढं म्हणून श्रीपती बोलायचा थांबला.

"पुढं काय झालं?" जाधवांनी विचारलं. मगाशी संपत आण्णांनी सांगितलेली माहिती आणि ही माहिती जुळत आहे हे त्यांच्या लक्षात आल्यावर लवकरच आपण या डेड बॉडीच्या रहस्याचा उलगडा करू, अशी त्यांना आशा वाटायला लागली.

"साहेब, रात्री साडेअकरा वाजता तो माणूस परत आला. त्याच्याजवळ एक पोतं होतं. तो मला म्हणाला की यात पार्टीचं सामान आहे. हे आत घे आणि तू जाऊन तुझ्या कामाला लाग. आमची पार्टी होईपर्यंत इकडे फिरकायचं नाही. आम्ही ते पोतं आत घेतलं. फार जड होतं ते. तोही आत आला आणि मला १०० रुपये

दिले. मी त्याला फार आरडाओरडा करू नका, वगैरे सूचना दिल्या आणि मी माझ्या टपरीत जाऊन बसलो. त्यानं दिलेली रमची बाटली उघडली आणि पीत बसलो. बराच वेळ झाला पण काहीच हालचाल दिसेना म्हणून मी बॅटरी घेतली आणि बागेत बघायला गेलो. पण कोणीच दिसलं नाही. पार्टीची पण काही चिन्हं दिसली नाहीत. म्हणून मी या गेटपाशी आलो. बघतो तर ही तार खालीच पडली होती आणि बागेत कोणीच नव्हतं. मला वाटलं की त्यांची पार्टी झाली असेल. म्हणून मी तार उचलून पुन्हा गेटवर ठेवली, लघवी केली आणि पुन्हा टपरीत जाऊन झोपलो ते सकाळी मला त्या शेवडे साहेबांनी हाक मारेपर्यंत जाग आली नाही. त्यांनी हाक मारल्यावर जागा झालो आणि बाग झाडायला लागलो. तोपर्यंत शेवडे साहेबांनी पुन्हा हाक मारली आणि ते प्रेत दाखवलं. प्रेत पाहून मी खूप घाबरलो. मला त्या माणसाचा संशय आला; पण मी जर तेव्हा खरं बोललो असतो, तर माझं सगळंच कारस्थान उघडकीस आलं असतं, म्हणून मी खोटं बोललो. इतर दिवशी जसं आम्ही इथे राहतो, तेच या साहेबांना सांगितलं. माफ करा साहेब, पण इथल्या पगारात भागत नाही म्हणून हे करावं लागतं. पुन्हा नाही असं काही करणार.'' श्रीपतीनं आपली हकीकत संपवली.

''श्रीपती, त्या माणसाचं जरा वर्णन कर.'' साने साहेबांनी सांगितलं.

''साहेब, साधारण माझ्याच उंचीचा होता तो माणूस. पण असा जाड होता. बोकडछाप दाढी होती आणि हां... त्याच्या डाव्या डोळ्याखाली इथं असा चाकूचा वार होता. डोळे पण असे मोठे मोठे होते.''

श्रीपतीनं केलेलं वर्णन ऐकून जाधव आणि साने साहेबांनी एकदम एकमेकांकडे पाहिलं. कारण ते वर्णन होतं एका नामचीन गुंडाचं! मंगू त्याचं नाव. पैसे घेऊन कोणाचाही खून करणं, हा त्याचा धंदा होता. अनेक गुन्हे त्याच्या नावावर होते. बऱ्याच वेळा पोलिसांनी त्याला पकडलं होतं. एक दोन वेळा त्याला शिक्षाही झाली होती; पण प्रत्येक वेळी संशयाचा फायदा मिळून तो सुटत होता. त्याची खासियत हीच होती की, खून केल्यानंतर शक्यतो प्रेताची ओळख मिटवून टाकायची. कधी तो चेहऱ्यावर ॲसिड टाकायचा, कधी चेहरा दगडानं ठेचून टाकायचा. जर प्रेताच्या अंगावर काही भाग गोंदला वगैरे असेल तर तो चाकूनं कापून टाकायचा. कानात बाली वगैरे असेल तर कानच कापून टाकायचा. असले अभद्र चेहरे साने साहेबांनी आणि जाधवांनी पाहिले होते.

ज्याअर्थी मंगू येथे आला होता आणि नंतर तो गायब झाला आहे, त्याअर्थी त्यानंच ही बॉडी पोत्यातून आणली असेल आणि येथे टाकली असेल, याची दोघांनाही खात्री झाली. जाधवांनी श्रीपतीला मोरेंच्या ताब्यात दिलं आणि म्हणाले, ''मोरे, याला चौकीत न्या. या खुनासाठी मदत केली आहे असा चार्ज लावू साल्यावर आणि टाकू आत. पब्लिक पार्क म्हणजे स्वत:च्या बापाची प्रॉपर्टी वाटते

याला. चांगला समाचार घेऊ नंतर याचा. घेऊन जा त्याला.''

मोरेंनी श्रीपतीच्या दंडाला धरलं आणि ते त्याला घेऊन गेले. जाधव आणि साने साहेब बाहेर आले. बाहेर येऊन साने साहेबांनी जाधवांना विचारले, ''या पार्कला एकच सिक्युरिटी गार्ड आहे?''

''नो सर, दोन आहेत. एक हा हरामखोर... सॉरी सर, हा श्रीपती आणि दुसरा गणपत!'' आपण आपल्या वरिष्ठांसमोर अपशब्द वापरले, याची जाधवांना जाणीव होताच ते ओशाळले; पण साने साहेबांना त्याची सवय होती. त्यामुळे त्यांनी तिकडे दुर्लक्ष केलं आणि ते जाधवांना म्हणाले, ''ठीक आहे, मग त्या दुसऱ्या सिक्युरिटी गार्डला बोलवून घ्या आणि बागेकडे लक्ष द्यायला सांगा. दुसरं असं, इकडे येताना जो चेकनाका लागतो, तिथं काही गाडीचे नंबर वगैरे माहिती लिहून घेतात. जर त्या गाडीचा नंबर मिळाला तर पुढे काही हालचाल करता येईल. अर्थात तो नंबरसुद्धा कितपत खरा असेल, याची शंकाच आहे. पण नशीब चांगलं असेल, तर मिळेल एखादवेळेस खरा नंबर!''

''येस सर, मी आत्ताच त्या चेकनाक्यावर जातो आणि गाडीचा नंबर मिळतो का ते पाहतो.'' जाधव म्हणाले.

''आणि एक काम करा. काल रात्री येऊन परत गेलेल्या गाड्यांचे काही डिटेल्स मिळतात का ते पहा. त्या गाड्या कोणाकोणाच्या आहेत ते पहा. जर त्या याच गावातील कोणाच्या असतील तर त्या सोडून बाहेरगावांहून येणाऱ्या गाड्यांचे डिटेल्स बघा. म्हणजे त्यातून काही निष्पन्न होतं का ते पाहू. नाहीतर थांबा! मीही येतो तुमच्याबरोबर तिकडे. हां, पण आधी तुमची चौकी पाहू या.'' साने साहेब म्हणाले.

जाधवांनी आपली गाडी काढली आणि ते चौकीकडे जायला निघाले. दहा मिनिटांत ते चौकीवर पोचले. हवालदार मोरे आणि शिंदे तिथेच होते. त्यांनी काही साने साहेबांना ओळखलं नाही. पण आपल्या साहेबांच्या बरोबर ते येत आहेत आणि मगाशी पार्कमध्येसुद्धा हे बरोबर होते, हे मोरेंनी पाहिलं आणि ते लगबगीनं पुढे आले आणि त्यांनी सॅल्यूट केला.

''सर, हे आमचे हवालदार मोरे. या चौकीत बरीच वर्षं ते काम करत आहेत. त्यामुळे अनुभवानं ते मला सिनिअर आहेत आणि मोरे, हे ए.सी.पी. साने साहेब.'' जाधवांनी ओळख करून दिली.

तोपर्यंत हवालदार शिंदे आत आले. एक ए.सी.पी. आपल्या चौकीत आले आहेत म्हटल्यावर, त्या दोघांची धावपळ उडाली. त्या दोघांनी त्यांना सॅल्यूट केला आणि मोरेंनी त्यांना बसायला खुर्ची दिली. शिंदे बाहेर जाऊन काहीतरी खाण्याची ऑर्डर देऊन आले. त्यांची ती धावपळ पाहून साने साहेबांना हसू आलं; पण त्यांनी

तसं दर्शवलं नाही. ते चौकीचं निरीक्षण करू लागले. तोपर्यंत शिंदेनी दिलेली खाण्याची ऑर्डर आली. साने साहेबांना भूक नव्हतीच. त्यांनी फक्त चहा घेतला. त्यांनी खाल्ले नाही म्हणून जाधवांनी पण फक्त चहाचा कप उचलला.

साने साहेब त्यांना म्हणाले, ''जाधव, तुम्ही सकाळी ब्रेकफास्ट केला नसेल तर आत्ता खाऊन घ्या. नाहीतर पुन्हा वेळ मिळणार नाही.'' आणि त्या वेळी जाधवांना जाणवलं की सकाळी सात वाजल्यापासून आता बारा वाजेपर्यंत आपण काहीच खाल्लेलं नाही.

जाधवांना साने साहेबांच्या स्वभावाविषयी माहिती होती; पण आज प्रत्यय आला. आपल्या ज्युनिअर स्टाफची काळजी घेणारे, त्यांना प्रोत्साहन देणारे असे ते ऑफिसर होते. जाधवांनी पण नाष्टा करून घेतला. तोपर्यंत त्यांच्या जनरल गप्पाच चालल्या होत्या. खाऊन झाल्यावर त्यांच्यासमोरच्या प्लेट शिंदेंनी उचलल्या आणि मग ते मूळ विषयाकडे वळले.

''जाधव, आता आपण त्या चेक नाक्यावर जाऊ या. तिथं जाऊन तिथले डिटेल्स घेऊन येऊ आणि मग काय करायचं ते पाहू.'' साने साहेब आपल्या खुर्चीतून उठत म्हणाले.

''येस सर, मीही तेच म्हणणार होतो.'' जाधव आपली कॅप डोक्यावर ठेवत म्हणाले. हवालदार मोरेंना उद्देशून ते म्हणाले, ''आम्ही चेक नाक्यावर जाऊन येतो. तोपर्यंत तुम्ही येथेच थांबा.''

साने साहेब आणि जाधव चेक नाक्यावर पोचले. तेथे दोन-तीन कारकून मंडळी बसली होती. जाधवांना पाहून ती सगळी उठून उभी राहिली. ते जवळ येताच त्यांनी विचारलं, ''काय साहेब, आज सकाळी सकाळी चेक नाक्यावर?''

''हां, एक काम होतं. चंद्रकांत, तुम्ही काल रात्रीपासून इथेच आहात?'' त्यातल्या एका कारकुनाकडे बघत जाधवांनी विचारलं.

''हो साहेब, माझी ड्यूटी रात्री अकरा ते सकाळी आठ वाजेपर्यंत होती; पण हा डोईफोडे आत्ता आला. त्यालाच सगळा चार्ज देऊन मी चाललो होतो. पण काय झालं साहेब? काही प्रॉब्लेम आहे का?'' चंद्रकांतनं साने साहेबांच्याकडे पाहत उत्सुकतेनं विचारलं.

''चंद्रकांत, हे ए.सी.पी. साने साहेब. आम्ही एका चौकशीकरता आलो आहोत.'' जाधव म्हणाले. चंद्रकांतसकट सगळ्यांनी ए.सी.पी. साहेबांना नमस्कार केला आणि त्या दोघांना बसायला खुर्ची दिली. ''बसा ना साहेब, प्लीज. आपल्याला काय हवी ती माहिती आम्ही देऊ.'' चंद्रकांत म्हणाले.

''मिस्टर चंद्रकांत, काल रात्री साधारण बारानंतर येथून कुठल्या कुठल्या गाड्या गेल्या, त्याचे डिटेल्स हवे आहेत. मिळतील का?'' साने साहेबांनी विचारलं.

“हो मिळतील की साहेब. जनरली आम्ही येथून पास होणाऱ्या गाड्यांचे नंबर नोट करून ठेवतो. आम्ही पहिल्यांदा गाडी थांबवतो, त्यात गैर काही नाही ना ते चेक करतो आणि त्या ड्रायव्हरचं नाव, कुठून आला, कुठे चालला वगैरे डिटेल्स लिहून घेतो. हे बघा, या रजिस्टरमध्ये सगळे डिटेल्स आहेत साहेब.” साने साहेबांच्यासमोर एक जाडजूड रजिस्टर धरत चंद्रकांत म्हणाले.

साने साहेबांनी ते रजिस्टर आपल्या हातात घेतलं आणि ते त्यातील नोंदी पाहू लागले.

एकंदरीत चार गाड्या काल रात्री बारा ते सकाळी सहापर्यंत गेल्या होत्या. त्या चारही गाड्यांचे नंबर जाधवांनी लिहून घेतले. त्यांना नंबर लिहिताना पाहून चंद्रकांत पुढे आले आणि म्हणाले, “साहेब, हा जो नंबर आहे तो आपल्या आमदार साहेबांचा आहे. ते रात्री येथून कार्यक्रमासाठी गेले.”

“आणि हे बाकीचे तीन?” जाधव साहेबांनी विचारलं.

“साहेब, त्यातला हा जो नंबर आहे ती गाडी मारूती व्हॅन होती. एक फॅमिली होती त्यात. त्यांना अचानक परत शहरात जावं लागल्यानं ते निघाले होते. हा दोन नंबरचा ड्रायव्हर येथे कोणाला तरी सोडून परत चालला होता. टुरिस्ट व्हेइकल होती, साहेब. पण हा जो नंबर आहे ना साहेब, हा जरा संशयास्पद वाटत होता.” चंद्रकांतनी एका नंबरवर बोट ठेवत सांगितले.

“का? संशयास्पद काय होतं यात?” साने साहेबांनी विचारलं.

“सर, हा माणूस एकदम गुंड टाईप वाटत होता. मोठमोठे डोळे, बोकडछाप दाढी, चेहऱ्यावर इथे अशी ऑपरेशनची खूण, एकदम बारीक केस! याला येण्याचं कारण विचारलं तर म्हणाला, पेट्रोल वर आलं आहे म्हणून फिरायला आलो आहे.” चंद्रकांतच्या बोलण्यात त्याला आलेला राग डोकावत होता; पण त्यांनी केलेलं वर्णन मंगूच्या वर्णनाशी जुळत होतं.

“बरं! साधारण किती वाजता हा आला?” साने साहेबांनी पुन्हा विचारलं.

“साहेब, रात्री सव्वानऊची एंट्री आहे याची.”चंद्रकांतनी रजिस्टर पाहून सांगितलं.

“बरं, याच्या गाडीत काही सापडलं?” जाधवांनी विचारलं.

“नाही साहेब, याच्या गाडीत काहीच नव्हतं!” चंद्रकांतनी सांगितलं आणि साने साहेब आणि जाधव जवळजवळ एकदम ओरडले, “काय? काहीच नव्हतं?”

“नाही साहेब, मी स्वत: त्याची गाडी चेक केली होती. मला संशय आला म्हणून त्याला गाडीची डिक्कीपण उघडायला सांगितली. पण त्यात काहीच नव्हतं.” चंद्रकांतनं पुन्हा सांगितलं.

साने साहेब आणि जाधव दोघंही विचारात पडले. कारण श्रीपतीच्या सांगण्यानुसार रात्री मंगूच्याच गाडीतून एक पोतं आत घेतलं होतं. म्हणजे ते पोतं, ज्यात बॉडी

असेल ते, मंगूच्या गाडीतच असायला हवं! पण चंद्रकांतच्या सांगण्यावरून त्या गाडीत काहीच नव्हतं. साने साहेबांनी चंद्रकांतला पुन्हा विचारलं, "मिस्टर चंद्रकांत, त्याच्या गाडीत आणखी कुणी होतं?"

"अं... हो. आणखी एक माणूस होता. पण सर तो मागच्या सीटवर बसला होता. त्यानं जर्किन घातला होता आणि डोक्याभोवती स्कार्फ गुंडाळला होता. त्यामुळे त्याचा चेहरा नीट दिसला नाही." चंद्रकांतनी आठवून सांगितलं.

आणखी एक माणूस! हा कोण माणूस? श्रीपतीच्या बोलण्यात तर एकाच माणसाचा उल्लेख होता. मग हा दुसरा माणूस कोण? आणि जर तो गाडीत होता तर नंतर तो कुठे गेला? की मंगू बोलत असताना किंवा प्रेत असलेलं पोतं उतरवत असताना तो गाडीत होता? साने साहेब आणि जाधव फारच गोंधळून गेले होते.

"बरं, गाडीचा नंबर काय?" सानेंनी विचारलं.

चंद्रकांतनं रजिस्टर पाहिलं आणि म्हणाला, "हे बघा साहेब, गाडीचा नंबर आहे MRZ 5758!

"काय! काय नंबर म्हणालात?" जाधवांनी विचारलं.

"MRZ 5758." चंद्रकांतनी परत सांगितलं आणि जाधवांनी कपाळावर हात मारून घेतला. साने साहेबांनी त्यांची ती कृती पाहिली आणि त्यांनी ओळखलं की ही नंबर प्लेट नक्कीच खोटी आहे; पण चंद्रकांतना कळलं नाही. म्हणून त्यांनी विचारलं, "काय झालं साहेब?"

"अहो, हा नंबर मी इकडे ट्रान्सफर होऊन यायच्याआधी माझ्या बुलेटचा होता." जाधवांनी सांगितलं. म्हणजे नंबरप्लेटच्या आधारे गाडी शोधणं आता मुश्किल आहे, हे साने साहेब आणि जाधवांच्या लक्षात आलं.

याच विचाराच्या नादात जाधव आणि साने साहेब त्या चेकनाक्याच्या बाहेर आले. चंद्रकांत रजिस्टर मिटवून त्यांच्या मागे आले. पण कोणी काहीच बोलत नव्हतं.

तोपर्यंत एक-दोन गाड्या आल्या त्याची एंट्री करण्यासाठी डोईफोडे नावाचे क्लार्क ते रजिस्टर घेऊन गेले. साने साहेब त्यांच्याकडे बघत होते. त्या गाड्यांच्या मागून एक एस.टी. आली आणि थांबली. त्या दोन्ही गाड्यांची एंट्री झाल्यावर गाड्या हालल्या आणि पाठोपाठ एस.टी. गेली. थोडी पुढं जाऊन थांबली आणि एस.टी.तून दोन माणसं उतरली. त्यातला एक त्या एस.टी.च्या टपावर चढला आणि दोन बोचकी त्यानं खाली उभ्या असलेल्या माणसाला दिली. ती त्यांनी उतरवून घेतली आणि तो वर चढलेला माणूस खाली उतरल्यावर एस.टी. निघून गेली.

साने साहेब हे संपूर्ण दृश्य एक चाळा म्हणून बघत होते आणि अचानक त्यांना एक साक्षात्कार झाला. ते एकदम वळून चंद्रकांतना म्हणाले, " मिस्टर चंद्रकांत,

तुम्ही एस.टी.च्या गाड्या येतात,त्याची तपासणी करता?''

साने साहेबांनी एकदम प्रश्न विचारल्यानं चंद्रकांत एकदम दचकले. ''काय? काय सर?'' त्यांनी गोंधळून जाऊन विचारलं.

''तुम्ही ज्या एस.टी. गाड्या या गावात येतात, त्यांची तपासणी करता?'' साने साहेबांनी आपला प्रश्न रिपीट केला.

''नो सर.'' चंद्रकांत आता सावरले, ''एस.टी. गाड्या किंवा टुरिस्ट बसेस याची आम्ही तपासणी करत नाही. कारण यातून जनरली जे सामान वगैरे येतं त्याच्या रिसीट्स त्या त्या ऑफिसला बनलेल्या असतात आणि पॅसेंजरचं म्हणाल तर एस.टी. तून येणाऱ्या पॅसेंजरची चौकशी करणं शक्य नाही.'' चंद्रकांतनी सांगितलं आणि साने साहेबांना क्ल्यू मिळाला.

''ओके. थॅंक्यू मि. चंद्रकांत! तुम्ही खूप महत्त्वाची माहिती दिलीत. कदाचित या आधारे आम्ही या रहस्याचा उलगडा करू शकू. चला जाधव, आपल्याला एस.टी. स्टँडला जायचं आहे.'' साने साहेब म्हणाले आणि जाधवांच्या गाडीकडे जायला लागले.

जाधवांना काहीच कळलं नाही; पण साने साहेब निघाले म्हणून तेही निघाले. आणि गाडी स्टार्ट करून ते एस.टी. स्टँडकडे जायला लागले.

''एक्सक्यूज मी सर, पण एस.टी. स्टँडवर आपण कशासाठी चाललो आहोत?'' जाधवांनी विचारलं.

''जाधव, मगाशी एस.टी.तून दोन माणसांनी लगेज उतरवलं ते तुम्ही पाहिलंत का?'' साने साहेबांनी विचारलं आणि जाधवांनी 'नाही' या अर्थी मान हालवली.

''जाधव, मला असं वाटतं की ज्या पोत्यातून ती बॉडी इथपर्यंत आली आहे ते पोतं एस.टी.तून आणलं गेलं असावं. नाहीतर ते मंगूच्या गाडीत मिळालं नसतं का? माझा अंदाज असा आहे, ते पोतं एस.टी. किंवा प्रायव्हेट बसमधून इथे आणलं असावं, ते स्टँडवरून मंगूनं किंवा आणखी त्याच्या साथीदारानं उतरवून घेतलं असावं आणि मग मंगूनं ती बॉडी पार्कमध्ये टाकली असावी. पण याचा उलगडा एस.टी. स्टँड किंवा या प्रायव्हेट गाड्या जिथं थांबतात तिथं गेल्याशिवाय होणार नाही. समजलं?'' साने साहेबांनी विचारलं आणि जाधवांच्या डोळ्यासमोर संपूर्ण चित्र उभं राहिलं. त्यांनाही उत्साह आला आणि त्यांच्या गाडीचा वेग वाढला.

जाधवांनी गाडी सरळ एस.टी. स्टँडमध्ये घातली. साने साहेब आणि जाधव अक्षरश: उडी मारूनच गाडीतून उतरले. ते सरळ कंट्रोल केबिनकडे जायला लागले. नुकतीच आलेली एस.टी. तिथेच उभी होती. दोन हमाल त्यातून सामान उतरवत होते. जाधवांनी त्यांच्याकडे पाहिलं आणि ते साने साहेबांच्या पाठोपाठ कंट्रोल केबिनमध्ये घुसले.

त्यांना असं अचानक आलेलं पाहून कंट्रोलरनं त्रासिक चेहऱ्यानं त्यांच्याकडं पाहिलं. पण मागून आलेल्या इन्स्पे. जाधवांना पाहून ते गंभीर झाले आणि त्यांनी विचारलं, "काय काम आहे?"

"मी ए.सी.पी. निखिल साने आणि हे तुमच्या गावातल्या चौकीचे इन्स्पेक्टर संदिप जाधव! आम्हाला थोडी माहिती हवी आहे." साने साहेबांनी स्वत:ची आणि जाधवांची ओळख करून दिली. तसे ते कंट्रोलर उठून उभे राहिले.

"काय माहिती पाहिजे आपल्याला साहेब?" त्यांनी अत्यंत अदबीनं विचारलं.

"हे पहा, मला गाड्यांचं वेळापत्रक बघायचं आहे. स्पेशली संध्याकाळी येणाऱ्या गाड्या कुठून कुठून येतात आणि त्या इथे किती वाजता पोचतात? तसंच काल रात्री इथे कोण हमाल होते? त्यांची नावं आणि आत्ता ते कुठं असतील?" साने साहेबांनी त्या कंट्रोलरवर प्रश्नांचा अगदी भडीमारच केला.

"साहेब, या एस.टी. स्टँडवर सकाळी अकरा वाजल्यापासून रात्री साडेअकरा वाजेपर्यंत एकूण पाच गाड्या येतात. सकाळी दहा वाजता येते ती पहिली टपालगाडी. ती या हिल स्टेशनच्या आजूबाजूला असलेल्या वाड्यातून फिरून येते. नंतर दुपारी एक, चार आणि संध्याकाळी सात वाजता येतात त्या शहरातून येतात आणि रात्री साडेअकरा वाजता येते ती शेवटची मुक्कामाची गाडी! ती व्हाया रामपूर येते. इथे एकूण दोन हमाल आहेत. एकाचं नाव प्रकाश आणि दुसऱ्याचं हणमा! टपालगाडी पासून ते दोघं हमाली करतात; पण त्यांची येण्याची किंवा जाण्याची तशी काही ठरावीक वेळ नसते. आताही ते या गाडीसाठी आले आहेत. आत्ता ही एकची गाडी आली आहे. आता ते जेवायला जातील." कंट्रोलर साहेबांनी जराही विचलित न होता साने साहेबांच्या सगळ्या प्रश्नांची उत्तरं दिली.

"ठीक आहे. त्या दोघांना ताबडतोब बोलवून घ्या." जाधवांनी सांगितलं. तसे कंट्रोलर आपल्या ऑफिसच्या बाहेर गेले आणि पाच मिनिटांत त्या दोन हमालांना घेऊन आले. ते दोघंही घाबरलेले दिसत होते. कारण पोलिसांनी बोलावलं आहे म्हटल्यावर कोणीही माणूस घाबरेलच ना!

"साहेब, हा प्रकाश आणि हा हणमा!" कंट्रोलरनी त्यांची नावं सांगितली आणि साने साहेब त्यांच्याकडे वळले.

हणमा साधारण पन्नाशीच्या आसपासचा असावा. हमाल घालतात तसा लाल रंगाचा डगला त्यानं घातला होता. खाली धोतर होतं. पण ते बरंच मळलं होतं. कामानं रापलेलं शरीर, पिकलेल्या दाढीची खुंटं, पान खाल्ल्यानं रंगलेले तोंड असा त्याचा अवतार होता. त्यामानानं प्रकाश जरा स्वच्छ दिसत होता. गुळगुळीत दाढी, शर्ट आणि हाफ पँट, अंगापिंडानं मजबूत!

त्या दोघांचं नीट निरीक्षण केल्यावर साने साहेबांनी आपला मोर्चा प्रकाशकडं

वळवला आणि त्याला विचारलं, ''काल संध्याकाळी कोण होतं इथे?''

''मीच होतो सायेब.'' प्रकाशनं उत्तर दिलं, ''ह्यो सांच्या चारच्या गाडीची हमाली करून गेला. फुडं मीच थांबलो होतो.'' प्रकाशच्या तोंडाला दारूचा वास येत होता. साहेब सकाळी सकाळी 'टाकून' आलेत, हे तिथे असलेल्या सर्वांच्याच लक्षात आलं.

''असं!'' साने साहेब म्हणाले आणि पुढे आले. ''बरं मला सांग, काल सातच्या गाडीला किंवा रात्री अकराच्या गाडीला एक मोठं पोतं पार्सल म्हणून होतं?'' साने साहेबांनी विचारलं आणि प्रकाश विचारात पडला. आपलं डोकं खाजवत तो म्हणाला, ''काय आठवत नाही सायेब!''

साने साहेबांनी ओळखलं की तो खोटं बोलतो आहे. त्यांनी जाधवांच्याकडे सहेतुक बघितलं. त्यांच्या नजरेचा अर्थ जाधवांच्या लक्षात आला आणि ते पुढे झाले. ''आठवत नाही तुला?'' जाधवांनी विचारलं.

''अंहं! नाय बा!'' प्रकाशनं बेरकीपणे परत उत्तर दिलं आणि जाधवांनी खाडकन त्याच्या तोंडात मारली. त्यांचा आवेश असा जबरदस्त होता की, प्रकाशच्या डोळ्यासमोर दिवसा तारे चमकले. सकाळी सकाळी टाकलेली नवटाक पार उतरली. ''काय! आता आठवलं का? की परत प्रश्न विचारू?'' साने साहेबांनी विचारलं.

''नको नको सायेब, सारं आठवलं!'' आपला गाल चोळत प्रकाश म्हणाला.

''छान! बरं झालं तुला लवकर आठवलं ते! नाहीतर मला उगाच त्रास झाला असता तुला आठवून देण्याचा!'' जाधव त्याची कॉलर पकडून म्हणाले, ''आता सांग!''

''सायेब, काल रात्री अकराची गाडी आली सायेब. मी स्टँडवरच होतो. पण शेवटच्या गाडीला काही पार्सल नसत्यात. म्हणून मी झोपलो होतो. तेवढ्यात मला एका माणसानं येऊन उठवलं. तो म्हनला, एक पार्सल हाय गाडीवर, ते उतरवायाचं हाय. मी उठलो आणि गाडीवर चढलो. तर ते येक मोठं पोतं होतं. मी म्हनलं, आपल्या एकट्याच्यानं एवढं मोठं पोतं काय उतरवलं जानार नाय. तसा तो म्हनला मी बी येतो तुला मदत करायला. तसं म्हनलं काय हाय यात? तर म्हनला, गादी हाय. हितल्या हाटीलात द्यायाची हाय. मग मी आन् तो वर चढलो. पर खाली उतरवून घ्याला कोनच नव्हतं. मी त्याला म्हनलं, तू असा शिडीवर पोतं धरून उभा रहा; मी खाली उतरतो आनी पोतं उतरवतो. तो म्हनला, थांब. माझ्यासंगट आनखी एक जण हाय त्याला मी बोलवतो. असं म्हनून त्यानं त्याच्या जोडीदाराला हाक मारली. त्यो आल्यावर मी आन् त्याचा जोडीदार वर चढलो; पोतं उचललं आनी खाली त्याच्याकडं दिलं. त्यानं पोत उतरवलं. पर पोतं लई जड होतं. खाली उतरल्यावर त्यानं मला ५०रुपये दिले. मी म्हनलं, लई जड पोतं हाय. एवढ्याच्यानं

भागायचं नाय. तर म्हनला, हे घ्यायचे तर घे, नायतर फुट! सायेब, त्यो लई डेंजरवानी दिसत होता. म्हनलं, च्यामारी हेबी पैशे जायाचे. म्हनून मी तेवढेच घेतले. मग मला म्हनला, की पोतं जरा गाडीत ठेव. मी शाप सांगितलं न्हाय म्हणून. तर सायेब, त्यानं एवढा मोठा चाकू दावला. आनी म्हनाला गपचूप ठेव. लई घाबरलो, सायेब! एवढ्या थंडीत बी घाम फुटला. मग मी आन् त्यानं ते पोतं स्टँडच्या भाहेर असलेल्या गाडीत ठेवलं. त्याच्या जोडीदारनं मला आणखी १०० रुपये दिले. त्यो म्हनला, कशाला दिलंस? तर त्याला गप राहायला सांगून मला म्हनला, हे बघ हे सामान उतरवलं आहेस हे कोनाला सांगायचं नाय. मी म्हनलं नाय सांगत. मग ती दोघं निघून गेली.'' प्रकाशनं आपली कहाणी संपवली आणि साने साहेब जाधवांच्याकडे पाहून हसले. त्यांचा क्ल्यू एकदम बरोबर होता.

''बरं, मला सांग त्या माणसाच्या जोडीदाराला त्यानं कोणत्या नावानं हाक मारली?'' साने साहेब पुन्हा प्रकाशकडे वळून म्हणाले.

''अं... दादू! दादू म्हनून त्यानं हाक मारली, सायेब!'' प्रकाशनं सांगितलं.

''दादू? बरं, त्याचं जरा वर्णन कर. म्हणजे कसा होता तो दिसायला? काय कपडे घातले होते त्यानं?'' जाधवांनी विचारलं.

आता मात्र प्रकाश खरंच आठवायला लागला. बराच वेळ त्यानं डोकं खाजवलं, मान हलवली; पण त्याला काही आठवेना. त्यानं एकदा जाधवांकडे पाहिलं आणि साने साहेबांना म्हणाला, ''सायेब, जरा एक मिंटात येऊ का?'' साने साहेबांना कळेना तो असं का म्हणतोय ते. त्यांनी विचारलं, ''कशाला?''

''लगेच येतो सायेब, पाच मिंटात.'' प्रकाश म्हणाला. तरी साने साहेबांना कळेना. तसा हणमा मालवणी हेलमध्ये म्हणाला, ''सायबानू, तेका पेट्रोल भरायाक हवा. त्याशिवाय आठवायचा नाय त्याला काही.'' आणि त्यानं आपला अंगठा तोंडापाशी नेऊन दारूची खूण केली. तसे साने साहेब हसले. मगाशी जाधवांनी जी आठवण करून देण्यासाठी त्याला मारली होती त्यानं त्याची सगळी उतरली होती. त्यामुळे त्याला बॅटरी चार्ज करायची गरज होती.

''जा, जा. पण लगेच ये.'' साने साहेबांनी सांगितलं आणि जाधवांना म्हणाले, ''जाधव, जरा याच्यावर लक्ष ठेवा. नाहीतर दारू पिण्याच्या निमित्तानं पळून जायचा.'' प्रकाश आणि जाधव बाहेर गेले. कंट्रोलरनी साने साहेबांना बसायला खुर्ची दिली. साने साहेब त्यांच्यासमोर खुर्चीत बसले आणि त्यांनी विचारलं, ''ही जी पार्सलं येतात, त्यांना काही पत्ता वगैरे असतो का?''

''असतो साहेब.'' कंट्रोलर म्हणाले, ''पाठवणाऱ्याचं नाव, घेणाऱ्याचं नाव, पार्सलचं वजन वगैरे सगळी माहिती असते साहेब. त्याची पावती बनवतात किंवा कंडक्टरकडून तेवढ्या वजनाचं तिकीट घेतात. तिकीट घेतलं तर पावती बनवत

नाहीत. पण ते पार्सल उतरवून घेणारा माणूस बरोबर असला पाहिजे.'' कंट्रोलरनी सांगितलं. ''पण काही वेळा पार्सल गाडीत टाकतात, कंडक्टरला पैसे देतात आणि सांगतात की तिथं उतरवून घ्यायला माणूस येणार आहे. आता या हिल स्टेशनला कोण चेक करतो साहेब पावती आहे की नाही ते!''

कंट्रोलरच्या माहितीनं सानेंना आणखी एक क्ल्यू मिळाला.

''हा जो रात्रीच्या गाडीचा कंडक्टर होता तो आत्ता भेटेल का?'' साने साहेबांनी विचारलं.

''भेटेल ना साहेब. तो आता रेस्टरूममध्ये असेल. संध्याकाळी सहाची गाडी घेऊन तो जाणार आहे.'' आपल्यासमोरचं रजिस्टर बघत कंट्रोलरनी सांगितलं.

''जरा त्यांना बोलवा. मला त्यांनाही काही विचारायचं आहे.'' साने साहेबांनी कंट्रोलरना सांगितलं. कंट्रोलरनी हणमाला खरात कंडक्टरला बोलवून आणायला सांगितलं.

हणमा त्यांना बोलवायला गेला आणि जाधव आणि प्रकाश आत आले. त्यांना आलेलं पाहून साने साहेबांनी जाधवांना हसून विचारलं, ''काय? आठवलं का वर्णन? का तुम्ही पुन्हा आठवण करून दिलीत?''

''नाही सर, या वेळी त्याला आठवलं.'' जाधव पण हसून म्हणाले.

''काय सांगितलं यानं?'' सानेंनी विचारलं.

''सर, याच्या वर्णनानुसार ती दुसरी व्यक्ती साधारण पाच ते साडेपाच फूट उंच होती. रंगानं सावळी, जराशी स्थूल. आणि विशेष म्हणजे त्याच्या उजव्या हाताला सहा बोटं होती. अंगात जाड जर्किन होता. गळ्यात मफलर होता. म्हणजे हे वर्णन मगाशी चंद्रकांतनी केलेल्या वर्णनाशी जुळतं आहे.'' जाधवांनी सांगितलं.

''गुड! म्हणजे मंगूनं त्याच्या साथीदाराच्या जोडीनं ती बॉडी आणली असावी, हा संशय खरा ठरला; पण हा जोडीदार कोण हे कळलं पाहिजे. अर्थात ते काही अवघड काम नाही. आपण चौकीतून इन्स्पे. पाटलांना फोन करू आणि त्यांना मंगूला उचलून इकडे आणायला सांगू. एकदा का तो आला की सगळी केस ओपन होईल.'' साने साहेबांच्या स्वरात आत्मविश्वास होता.

तोपर्यंत तो खरात कंडक्टर व हणमा आले. आपल्याला झोपेतून उठवल्याचा राग त्याच्या चेहऱ्यावर दिसत होता. पण समोर पोलीस बघितल्यावर त्यानं तो आवरला आणि कंट्रोलरना विचारलं, ''साहेब, मला बोलावलंत?''

''हां, हे बघा, हे साने साहेब आहेत आणि हे जाधव साहेब आहेत.'' कंट्रोलरनी त्यांची ओळख करून दिली. कंडक्टरनी त्यांना नमस्कार केला. त्यांच्या नमस्काराला प्रतिनमस्कार करून साने साहेबांनी विचारलं, ''काल रात्री अकरा वाजता जी गाडी आली त्याला तुम्हीच कंडक्टर होतात ना?''

"हो साहेब, मीच होतो. का? काय झालं?" त्यांनी विचारलं.

"खरात, काय झालं ते नंतर सांगतो. पण आधी सांगा काल तुमच्या एस.टी.त एखाद मोठं पोतं पार्सल म्हणून होतं?" सानेंनी विचारलं.

"पोतं? हां...हां... होतं. आमची गाडी जुन्या स्टँडवरून सहा वाजता सुटली आणि साडेसहा वाजता ती शिवाजीनगर स्टँडला आली. त्या वेळी तिथे एका माणसानं ते पोतं चढवलं. तोपर्यंत पार्सल ऑफिस बंद झालं होतं. म्हणून त्यानं स्टँडवर वजन केलं आणि गाडीवर चढवलं. त्याच्या वजनाप्रमाणे मी त्याला तिकीट दिलं आणि विचारलं की, हे कोण उतरवून घेणार? तर तो म्हणाला की तिकडे त्याची माणसं आहेत. ती उतरवून घेतील. आमची गाडी अकरा वाजता आली. मी रिपोर्ट करायला गेलो. तोपर्यंत ते पोतं कोणीतरी उतरवून घेतलं होतं. मी याला विचारलंसुद्धा की पोतं कोणी उतरवलं म्हणून. तर म्हणाला कोणीतरी आलं होतं आणि त्यानं उतरवून घेतलं आणि गेला." खरातांनी प्रकाशकडं बोट दाखवत सांगितलं.

"खरात, ज्या माणसानं हे पोतं चढवलं, जरा त्याचं वर्णन कराल?" जाधवांनी विचारलं.

"साहेब, नक्की आठवत नाही. पण साधारण असा बुटका माणूस होता. जाड होता. आणि त्याच्या उजव्या हाताला सहा बोटं होती. पैसे देताना मी पाहिलं की करंगळीशेजारी होतं ते बोटं आणि त्यात एक अंगठी घातली होती. मला खरं तर विशेष वाटलं. पण मी फार लक्ष दिलं नाही."

खरातांनी केलेलं वर्णन आणि प्रकाशनं केलेलं वर्णन अगदी तंतोतंत जुळलं होतं. याचाच अर्थ ती बॉडी नक्कीच शिवाजीनगर भागातून आलेली आहे. म्हणजे आता तपासाची दिशा ठरली होती. बॉडी घेऊन येणाऱ्या दोन माणसांपैकी एका माणसाचं नाव कळलं होतं, दुसऱ्याचं वर्णन! म्हणजे आता एवढ्या पॉईंट्सवर या डेड बॉडीचं आयडेंटीफिकेशन नक्की होईल, याची सानेंना आणि जाधवांना खात्री पटली.

त्या सर्वांचा निरोप घेऊन ते निघाले आणि चौकीत आले. साने साहेबांनी घड्याळात पाहिलं. आता चार वाजत आले होते. सकाळी साधारण आठ वाजता त्यांनी हॉटेल सोडलं होतं आणि आता आठ तास उलटून गेले होते. त्यांच्या लक्षात आलं की, आपली बायको आपल्यासाठी थांबली असेल. त्यांनी जाधवांना गाडी हॉटेलवर घ्यायला सांगितली.

हॉटेलशी गाडी थांबताच साने साहेब गाडीतून उतरले आणि त्यांनी जाधवांना सांगितलं, "जाधव, तुम्ही इन्स्पे. पाटलांना फोन करा आणि त्यांना ही सगळी माहिती द्या. त्यांना मंगूला ताब्यात घ्यायला सांगा आणि इकडे आणायला सांगा.

बॉडीचे पोस्ट-मॉर्टम रिपोर्ट्स आले असतील, तर तेही घ्या. इन्स्पे. पाटील मंगूला घेऊन आले, की त्या प्रकाश हमाल, खरात कंडक्टर, चंद्रकांत यांना पोलीस चौकीला यायला सांगा आणि हे सगळे आले की मला बोलवायला या. मी आता जातो. आमच्या मिसेस जाम वैतागल्या असतील. पहिल्यांदा जाऊन तिचा राग शांत करायला हवा. जाधव, आयुष्यात कधी मी कोणाकडून काहीही घेतली नाही. पण बायकोला मात्र काही तरी द्यायला पाहिजे. नाहीतर ती या तुमच्या हिल स्टेशनचं वाळवंट करेल. ओके?'' साने साहेबांच्या या वाक्यावर दोघेही मनापासून हसले.

साने साहेब हॉटेलमध्ये गेले. जाधवांनी गाडी वळवली आणि ते चौकीकडं जायला लागले. जाताना त्यांच्या डोक्यात फक्त एकच विषय होता, काहीही झालं तरी साने साहेबांसारखं बनायचं! बस्स...!

भाग दोन

महात्मा गांधी पोलीस चौकी!

सकाळी दहाची वेळ!

ए.सी.पी. साने साहेब, इन्स्पे. पाटील, इन्स्पे. जाधव, हवालदार मोरे आणि शिंदे ही डिपार्टमेंटची माणसं!

दोन दिवसांत इन्स्पे. पाटलांनी मंगूला पकडून आणलं होतं. कारण आज साने साहेबांची रजा संपणार होती आणि ते निघणार होते. त्यामुळे आजच्या दिवसात काय तो सोक्षमोक्ष लागला पाहिजे, असे इन्स्पे. जाधवांना वाटत होतं.

त्यांच्यासमोर एक कुप्रसिद्ध गुंड मंगू! अत्यंत निर्ढावलेला! 'सुपारी' घेऊन कोणाचाही खून करणं, हा त्याचा डाव्या हाताचा मळ! गेले दोन दिवस पाटील, जाधव, मोरे आणि शिंदे यांनी त्याला बोलतं करण्याचा प्रयत्न केला होता; पण त्यानं तोंड उघडलं नव्हतं आणि आज त्याला ए.सी.पी. साने साहेबांसमोर उभा केला होता. खरं तर त्याचा धीर सुटला होता. कारण सानेंचा दरारा असा होता की, कितीही निर्ढावलेला गुन्हेगार त्यांच्यासमोर पोपटासारखा बोलायचा. त्यांची विचारण्याची पद्धतच वेगळी होती. आत्तापर्यंत मंगूवर तशी वेळ आली नव्हती; पण आज तो दुर्दैवी दिवस त्याच्या आयुष्यात उगवला होता.

साने साहेब शांतपणे त्याच्याकडे बघत होते. तो सानेंच्या नजरेला नजर देऊ शकत नव्हता. जवळजवळ अर्धा तास त्याला तसा उभा केला होता. कोणी एक अक्षरही बोललं नव्हतं आणि हे त्याच्या मेंदूला सहन होत नव्हतं. त्यामुळे कोणीतरी

बोलावं, असंच सगळ्यांना वाटत होतं.

"हं..." साने साहेबांनी एक हुंकार सोडला. अचानक आलेल्या त्या आवाजानं मंगू दचकला. "एकंदरीत मंगू काही बोलायला तयार नाही तर!" साने साहेब खुर्चीत रेलत म्हणाले. "ठीक आहे. पाटील, एक काम करा. उद्या सकाळी तुम्ही आणि जाधव जरा लवकर उठा. म्हणजे पहाटे चार-साडेचारला आणि मंगूला घेऊन गावाबाहेर जे तळं आहे तिथे जा. बरेच दिवसांत मंगूनं अंघोळ केलेली दिसत नाही. चांगला दोन-तीन तास त्याला तिथे अंघोळ घाला. म्हणजे तो जरा फ्रेश होईल आणि मग आपण त्याला विचारू. तो दादूपण येईलच एवढ्यात! त्यानं इन्स्पे. राऊतांना सगळं सांगितलंच आहे. मग त्यालाही या मंगूबरोबर हिल स्टेशनच्या बागेत नेऊ आणि गोळ्या घालून टाकू. नाहीतरी त्यांचा आपल्याला काहीच उपयोग नाही. एन्कांऊटर दाखवून टाकू आणि संपवू सगळं! काय मंगू? करायची का पहाटेच्या थंड पाण्यात अंघोळ?" साने साहेबांनी विचारलं.

साधा विचार आहे, सकाळी अकरा वाजेपर्यंत नळाचं पाणीसुद्धा बर्फासारखं गार असणाऱ्या ठिकाणी पहाटे चार वाजता थंड पाण्यानं अंघोळ करणं, म्हणजे काय असू शकेल? आणि तीसुद्धा उघड्या अंगानं! नुसत्या या विचारानंच मंगूच्या अंगावर काटा आला. त्याच्या डोळ्यांसमोर सगळं चित्र उभं राहिलं. दुसरं म्हणजे दादू जर सगळं बोलला असेल, तर आता आपण लपवून काय उपयोग? असा विचार करून तो नुसताच मान हलवत राहिला.

"जाधव, मंगू काहीतरी सांगणार आहे. मोरे, तो काय म्हणतो ते नीट लिहून घ्या. नाहीतर काहीतरी चुकीचं लिहून घ्याल आणि बिचाऱ्याला अंघोळ करावी लागेल. काय?" साने साहेब म्हणाले. तसे मोरेंनी आपलं लिखाणाचं साहित्य पुन्हा एकदा तपासलं आणि ते मंगूकडे पहायला लागले.

"हं बोल मंगू." साने म्हणाले तसा मंगू बोलू लागला.

"साहेब, साधारण पंधरा दिवसांपूर्वी मी हॉटेल पायलमध्ये बसलो होतो. एक माणूस मला तिथे शोधत आला. त्यानं आपलं नाव दादू असं सांगितलं. मी त्याला काम विचारलं, तर म्हणाला एक बॉडी गायब करायची आहे. मी विचारलं कुठं? तर म्हणाला कुठेही! मी त्याला हे हिल स्टेशन सुचवलं. तो म्हणाला चालेल. कारण शहरात कुठेही टाकली असती तरी कळलं असतं. इथे त्याला ओळखणारं कोणीच नव्हतं. म्हणून मी इकडे आणायची ठरवली. त्याच्याकडून या कामाचे म्हणून मी पन्नास हजार रुपये मागितले. त्यातले वीस हजार रुपये आधी आणि काम झाल्यावर उरलेले तीस हजार असा व्यवहार ठरला. त्यानं पहिले पैसे दिल्यावर मी येऊन हे हिल स्टेशन पाहून गेलो. त्या वेळी माझ्या लक्षात आलं की, इथे येणाऱ्या गाड्यांचे चेक नाक्यावर चेकिंग होते. पण एस.टी. किंवा प्रायव्हेट टुरिस्ट गाड्यांचं

चेकिंग होत नाही. म्हणून मी बॉडी एस.टी.तून इथपर्यंत आणायची आणि इथल्या बागेत टाकून द्यायची, असं प्लॅनिंग केलं. परत जाऊन दादूला सांगितलं. बॉडी केव्हा गायब करायची आहे, ते विचारलं. तो म्हणाला दोन-तीन दिवसांत सांगतो. त्याप्रमाणे तिसऱ्या दिवशी तो आला आणि म्हणाला की आपल्याला उद्या ती बॉडी गायब करायची आहे. मी त्याला सगळा प्लॅन सांगितला.

"मी दादूला एस.टी.मध्ये बॉडी टाकायला सांगितली आणि मी गाडी घेऊन इकडे यायला निघालो. पण दादू म्हणाला की मी पण येतो. म्हटलं, चल! एक से भले दो! मी शिवाजीनगर एस.टी. स्टँडवर त्याची वाट बघत उभा होतो. पण तो खूप उशिरा आला. त्या वेळी जवळजवळ सहा वाजले होते. मी त्याला उशीर का झाला, असं विचारलं, तर म्हणाला इथून शेवटची गाडी साडेसहा वाजता जाते. त्या गाडीवर पोतं चढवू या. त्याप्रमाणे त्यानं साडेसहा वाजता पोतं चढवलं आणि मग आम्ही निघालो. माझ्या पहिल्या प्लॅनप्रमाणं संध्याकाळी सहापर्यंत इथे पोचायचं, पोतं गुपचूप बागेत टाकायचं आणि निघून जायचं असं मी ठरवलं होतं. पण इथून निघेपर्यंत उशीर झाला. तोपर्यंत बाग बंद झाली होती. त्यामुळे तिथल्या वॉचमनला पटवलं आणि रात्री बॉडी बागेत टाकायचं ठरवलं. नंतर हिल स्टेशनवर थोडा फिरलो, जेवण केलं आणि रात्री अकरा वाजता एस.टी. स्टँडवर गेलो. तोपर्यंत गाडी आली होती. तिथल्या एका हमालाकडून पोतं उतरवून घेतलं आणि गाडीत टाकलं. तिथून पार्कमध्ये गेलो, तिथल्या वॉचमनच्या मदतीनं पोतं आत घेतलं आणि मुतारीजवळ बॉडी टाकली.

"बॉडी टाकल्यावर दादूनं ते पोतं काढून घ्यायला सांगितलं. मी विचारलं 'का?' तर म्हणाला, पोतं इथे टाकायला नको. मला काहीच कळलं नाही. पण मला काय त्याच्याशी कर्तव्य? मी बॉडी पोत्यातून काढली आणि पोतं घेऊन पुन्हा गाडीत आलो. दादूनं पोतं आपल्या ताब्यात घेतलं. आम्ही चेकनाक्याच्या बाहेर गेल्यावर दादूनं गाडी थांबवायला सांगितली. मी वेरूळ घाटात गाडी थांबवली. दादू उतरला. त्यानं ते पोतं घेतलं आणि जाळून टाकलं. पुन्हा तो गाडीत बसला आणि आम्ही शिवाजीनगरला आलो. तिथे दादू उतरला आणि मला उरलेले पैसे दिले.

"साहेब, मी फक्त ती बॉडी इथपर्यंत आणून टाकायचं काम केलं. पण तो मर्डर कुणी केला, तो माणूस कोण होता, हा दादू कोण, हे मला काहीच माहिती नाही. मी त्याला प्रवासात एकदा सहज विचारलं की, ही बॉडी कुणाची? तर म्हणाला त्याच्याशी तुला काय करायचं आहे? मी काही जास्त बोललो नाही. पण मी हा खून केलेला नाही."

मंगू बोलायचा थांबला. त्याचं संपूर्ण बोलणं मोरेंनी लिहून घेतलं होतं. साने साहेब त्यांच्या नेहमीच्या सवयीनं संपूर्ण बोलणं होईपर्यंत खुर्चीत डोळे मिटून शांतपणे बसून राहिले होते. मंगू बोलायचा थांबला, तसं त्यांनी त्याच्याकडं पाहिलं

आणि विचारलं, "मंगू, तू हे सगळं खरं सांगतोयस?"

"खरंच सांगतो साहेब, मी खून केला नाही." मंगू म्हणाला.

"बरं, मला सांग, सगळं सोडून तू बॉडी लपवायला ही जागा निवडण्याचं कारण काय?"

"साहेब, मी ज्या वेळी या हिल स्टेशनला आलो होतो, तेव्हा माझ्या असं लक्षात आलं की, तसं हे हिल स्टेशन लहान आहे. फार गर्दी नसती इथे. त्यात लोक येतात ते मस्त मजा करायला. त्यामुळे इथे जर बॉडी लपवली तर लवकर कोणाच्या लक्षातही येणार नाही. पण इथे कुठे लपवावी हे पाहण्यासाठी फिरत असताना मी या पार्कमध्ये गेलो आणि माझ्या असं लक्षात आलं की पार्कमधल्या त्या मुतारीत दोन संडास आहेत. त्यातला एक बंद आहे आणि एक वापरात आहे. मी त्या बंद संडासात बॉडी टाकायचं ठरवलं होतं, साहेब. पण ज्या वेळी मी बॉडी टाकून परत गाडीकडे आलो, त्या वेळी मला दादूनं ते पोतं आणायला परत पाठवलं. मी म्हटलं, त्या पोत्याचं काय एवढं पडलं आहे? तर म्हणाला, त्या पोत्यातच सगळं आहे. म्हणून मी ते पोतं आणायला गेलो. संडासातून बॉडी बाहेर काढली, पोतं काढलं. पण साहेब, तेवढ्यात पार्कच्या गेटचा आवाज झाला. मी मुतारीच्या भिंतीवरनं बघितलं, तर तो वॉचमन टपरीतून बाहेर आला होता आणि बागेत इकडेतिकडे बघत होता. मी तिथेच थांबून राहिलो. अंधारात नीट दिसलं नाही. पण बहुतेक तो वॉचमन आम्ही कोणी दिसतो का ते पाहत असेल. तो परत आपल्या टपरीत जाईपर्यंत मी थांबलो आणि लगेच मुतारीतून बाहेर पडलो. त्या गडबडीत बॉडी परत संडासात टाकायची राहिली. साहेब, पहिल्यांदा अशी एखादी बॉडी माझ्या हातून ओपनला पडली."

आपण आपल्या कामात किती एक्सपर्ट आहोत, याची मंगूनं बढाई मारली. पण ती ऐकून साने आणि इतर अधिकारी हसायला लागले. "ठीक आहे. आता मला सांग दादूला तू कॉन्टॅक्ट कुठे केलंस?" साने साहेबांनी आपलं हसू आवरत विचारलं.

"साहेब, त्यानं मला एक फोन नंबर दिला होता. त्यावर मी त्याला फोन केला." मंगूनं सांगितलं.

"तो नंबर तुझ्याजवळ आहे?" इन्स्पे. पाटलांनी विचारलं.

"आहे..."

"सांग." इन्स्पे. पाटील म्हणाले.

"२५३०३३३५" मंगूनं आठवून सांगितला. मोरेंनी तो लिहून घेतला.

"मंगू नंबर नक्की बरोबर आहे?" इन्स्पे. पाटलांनी विचारलं.

"साहेब, माझी स्मरणशक्ती एवढ्या बाबतीत फार तयारीची आहे. मी एकदा एखादी जागा, माणूस, नंबर, खूण पाहिली की ती लक्षात ठेवतो. आता हेच बघा,

ज्या गाडीतून आम्ही आलो त्याचा नंबर MRZ 5758 होता! हा नंबर या जाधव साहेबांच्या बुलेटचा आहे. मला एक वर्षापूर्वी लोधा खून केससाठी पकडलं, त्या वेळी ते याच नंबरच्या बुलेटवरून आले होते. काय, बरोबर ना साहेब?'' मंगूनं विचारलं आणि जाधवांचा चेहरा पाहण्यासारखा झाला.

"ठीक आहे मंगू, तुझ्या या चांगल्या गुणाविषयी आपण नंतर चर्चा करू.'' साने साहेब शांतपणे बोलले, "आता सांग, हा दादू कुठे असतो, काय काम करतो, याची तुला काही माहिती आहे?'' सानेंनी पुन्हा त्यांची गाडी मेन ट्रॅकवर वळवली.

"नाही साहेब, तो काय काम करतो हे माहित नाही.'' मंगूनं सांगितलं.

"पाटील, तुम्ही या टेलिफोन नंबरची चौकशी करा. हा कुठला आहे आणि कुणाच्या नावावर आहे, ते बघा. मला वाटतं हा नंबर मिळाला तर दादूपण मिळेल. जाधव, हा खून इथे झालेला नाही. त्यामुळे जिथे हा खून झाला आहे, त्या पोलीस स्टेशनला ही केस जाईल. माझी सुटी संपली आहे. त्यामुळे मी आज निघणार आहे. तुम्ही हे सगळे रिपोर्ट्स तयार करा आणि इन्स्पे. पाटलांकडे द्या. ते मला येऊन भेटले की पुढची चौकशी करतो. या सगळ्या विटनेसेसनापण त्यांच्याबरोबर पाठवा. म्हणजे आयडेंटिफिकेशनच्या वेळी त्यांची मदत होईल. ओके? मी आता निघतो. पण इन्स्पे. जाधव, तुम्ही फार छान काम करता आहात. आय विश यू बेस्ट ऑफ लक फॉर युवर फ्यूचर.'' साने साहेब खुर्चीतून उठत म्हणाले.

"सर, आत्तापर्यंत फक्त एकदाच तुमच्याबरोबर काम करायला मिळालं होतं. अर्थात फार थोडा वेळ होतो तेव्हा तुमच्याबरोबर! पण त्या वेळी कळत-नकळत तुम्ही आपल्या कर्तव्यतत्परतेचा जो धडा शिकवलात, तो माझ्या चांगल्या आठवणीत आहे. मी तेव्हाच ठरवलं होतं की, कुठेही असलो तरी तुमच्यासारखं वागण्याचा प्रयत्न करीन आणि हे ध्येय मी आयुष्यभर बाळगीन!'' इन्स्पे. संदिप जाधवांनी त्यांना सॅल्यूट करत सांगितलं.

साने साहेबांनापण खूप बरं वाटलं. अशासाठी नव्हे, की त्यांना इन्स्पे. जाधवांनी चांगलं म्हटलं; तर अशासाठी की अजूनही आपल्या डिपार्टमेंटमध्ये अशी काही मंडळी आहेत, की जे आपल्या ड्यूटीला महत्त्व देतात आणि आपल्या सिनिअर ऑफिसर्सना मान देतात! साने साहेबांनी त्यांच्याशी शेकहँड केला आणि ते चौकीतून बाहेर पडले. इन्स्पे. पाटील लगोलग त्यांच्या मागून बाहेर आले आणि म्हणाले, "सर, मी या मंगूला घेऊन येतो आणि तुम्हाला भेटतो.''

"येस. मी उद्या सकाळी ऑफिसला येईन. तोपर्यंत तो टेलिफोन नंबर कोणाचा आहे, ते शोधून काढा आणि तिथे तो दादू मिळतो का ते पहा. मंगूला आणि दादूला घेऊन माझ्या ऑफिसला या. बाकी तिथेच सगळं बोलू. ओके?'' साने साहेब आपल्या गाडीत बसत म्हणाले.

"येस सर. मी उद्या आपल्याला भेटतो." असं म्हणून इन्स्पे. पाटलांनी त्यांना सॅल्यूट केला आणि साने साहेबांची गाडी निघाल्यावर ते परत चौकीत गेले. तोपर्यंत इन्स्पे. जाधवांनी सगळे पेपर्स एका फाइलमध्ये ठेवले होते. स्टेशन डायरीतील एफ.आय.आर., पंचनामा, मंगूचा कबुलीजबाब! इन्स्पे. पाटीलही त्यांना मदत करत होते.

"पाटील साहेब, एक प्रश्न विचारू का?" जाधवांनी सगळं आवरून झाल्यावर विचारलं.

"विचारा." पाटील त्यांच्या समोरच्या खुर्चीत बसत म्हणाले.

"मगाशी साने सर म्हणाले की दादूला इन्स्पे. राऊतांनी पकडलं आहे आणि त्यानं सगळं सांगितलं आहे; हे खरं आहे का? आणि तसं जर असेल तर आत्तापर्यंत ज्या कोणी हा खून केला असेल त्याला इन्स्पे. राऊतांनी पकडलं असेल ना?" त्यांच्या समोरच्या खुर्चीत बसत जाधवांनी विचारलं आणि पाटील हसू लागले. त्यांना हसताना पाहून जाधवांना काहीच कळेना की, आपल्या प्रश्नात असं हसण्यासारखं काय होतं? त्यामुळे ते पाटलांच्या चेहऱ्याकडे बघत राहिले.

आपलं हसू आवरून पाटील म्हणाले, "अहो जाधव, ही साने साहेबांची जुनी ट्रिक आहे. जर एखाद्या खुनात दोन व्यक्ती सामील असतील तर ते एकाला सांगतात की दुसऱ्यानं खुनाची कबुली दिली आहे आणि दुसऱ्याला सांगतात पहिल्यानं आम्हाला सगळं सांगितलं आहे. त्यामुळे होतं काय, याला वाटतं की, आता त्यानं सांगितलं आहे तर आपण लपवून काय फायदा? म्हणून तो सगळं खरं सांगतो! आणि त्याला वाटतं, यानं सगळं सांगितलं आहे तर आपणही सगळं कबूल करावं. आणि शेवटी होतं काय? जर दोघे ही दोषी असतील तर साने साहेब त्यांना बरोबर अडकवतात. समजलं?"

"अच्छा! अशी ट्रिक आहे काय? तरीच हे निर्ढावलेले गुन्हेगार त्यांना एवढे घाबरतात! च्यायला, आपण एवढी थर्ड डिग्री वापरून तो मंगू काहीही बोलला नाही; पण साने साहेबांच्या फक्त तळ्यातल्या अंघोळीच्या कल्पनेनं त्याला हुडहुडी भरली आणि सगळं बोलला! छान... छान! हा आणखी एक धडा मिळाला." इन्स्पे. जाधवपण हसू लागले.

"ठीक आहे, जाधव! आता मीही निघतो. या मंगूला घेऊन मला पोलीस स्टेशनला गेलं पाहिजे. तिथे जाऊन त्या टेलिफोन नंबरचा शोध घेतला पाहिजे. त्यावरून तो दादू मिळतो का ते बघितलं पाहिजे. बरीच कामं आहेत. पण तुमची पुन्हा भेट झाली, बरं वाटलं! मागच्या केसमध्येही आपण एकत्र काम केलं होतं. असेच वरचेवर भेटत राहू! ओके? मी निघतो." इन्स्पे. पाटील आपल्या खुर्चीवरून उठत म्हणाले.

“येस सर. आपण भेटू नक्कीच. पण अशा एखाद्या केसमध्ये नको.” इन्स्पे. जाधवही उठत म्हणाले. इन्स्पे. पाटलांनी नुसतंच मानेनं ‘नक्की’ अशी खूण केली आणि ते आपल्या जीपमध्ये बसले.

ते गेल्यानंतर इन्स्पे. जाधव पुन्हा आपल्या चौकीत आले. गेल्या चार-पाच दिवसांत साने साहेबांचा जो सहवास त्यांना मिळाला होता आणि त्यातून ते जे काही शिकले होते, ते त्यांना आपल्या ॲकॅडमीमध्येसुद्धा शिकायला मिळालं नव्हतं. त्या शिकवणीची ते त्याची उजळणी करीत होते.

इन्स्पे. पाटील मंगूला घेऊन वेरूळ घाटात पोचले. सहज त्यांच्या मनात आलं आणि त्यांनी जीपमध्ये बेड्या घालून बसवलेल्या मंगूला विचारलं, “तू आणि दादूनं ज्या ठिकाणी ते पोतं जाळलंत, ते ठिकाण तुला आठवतंय का?”

“हो, आठवतयं की!” मंगूनं उत्तर दिलं.

“दाखव पाहू.”

“अजून जरा पुढं जाऊ दे गाडी. त्या देवळाच्या अलीकडच्या वळणावर एक ओहोळ आहे, त्या ओहोळामध्ये जाळलं पोतं.” मंगूनं हातानं जागा दाखवली.

इन्स्पे. पाटलांनी गाडी थांबवली. ते आणि दोन हवालदार गाडीतून उतरले. इन्स्पे. पाटलांनी मंगूलापण खाली उतरवलं आणि त्यांनी ती जागा तपासली. त्या ओहोळात काहीच दिसत नव्हतं. त्यांनी त्या जागेची नीट तपासणी केली. तिथे काहीतरी जाळल्याची खूण होती, पण दिसत नव्हतं.

“साहेब, इथं काहीतरी आहे.” एक हवालदार त्या जागेपासून जरा खालच्या बाजूला बघत म्हणाला. पाटील तिथे गेले तर तो एक अर्धवट जळलेला पोत्याचा तुकडा होता. साधारण हातभर लांब आणि रुंद असा होता. पाटलांनी मंगूला तो दाखवला. “हा तुकडा त्या पोत्याचा आहे का?” त्यांनी विचारलं.

मंगूनं तो तुकडा नीट पाहिला. जळल्यामुळं कळत नव्हतं, पण अंदाजानं त्यानं ‘हो’ म्हणून सांगितलं. इन्स्पे. पाटलांनी तो तुकडा उचलून घेतला आणि पुन्हा त्या जागेची तपासणी करायला सुरुवात केली. पण त्यांना काही आढळलं नाही. म्हणून ते सगळे परत जीपकडे आले आणि त्यांचा प्रवास सुरू झाला. तो तुकडा त्यांनी आपल्या जवळच्या प्लास्टिकच्या पिशवीत ठेवला. कदाचित फॉरेन्सिक लॅबमध्ये तो पाठवला तर काहीतरी उलगडा होईल, अशी त्यांची कल्पना होती.

त्यांची जीप शिवाजीनगर पोलीस स्टेशनमध्ये शिरली. त्यांनी मंगूला इन्स्पे. राणेंच्या स्वाधीन केलं आणि सगळी केस समजावून सांगितली. त्यांच्याबरोबर आणलेले सर्व पेपर्स त्यांना दिले आणि म्हणाले, “राणे, ही केस साने साहेब बघताहेत. त्यामुळे त्यांना फोन करून आम्ही पोचल्याचं सांगतो आणि पुढं काय करायचं ते विचारून घेतो. तोपर्यंत तुम्ही याचे पेपर्स तयार करा.” असं म्हणून

त्यांनी साने साहेबांच्या मोबाइलचा नंबर डायल केला.

साने साहेबांनी फोन उचलून हॅलो म्हटल्यावर त्यांनी त्यांना आपण आल्याची, येताना वाटेत एक पोत्याचा तुकडा मिळाल्याची सगळी हकीकत सांगितली आणि पुढं काय करायचं असं विचारलं.

"पाटील, तुम्ही मंगूनं दिलेल्या टेलिफोन नंबरचा तपास करा. दादूचं जे वर्णन त्यानं केलं आहे त्यानुसार आपल्या आर्टिस्टकडून एक स्केच तयार करा आणि ते सगळ्या पोलीस स्टेशनला पाठवा. तो पोत्याचा तुकडा फोरॅन्सिक लॅबला पाठवा. मी डॉ. जोशींना फोन करून ठेवतो. मी आता कमिशनर साहेबांकडे चाललोय. त्यांना मी ही सर्व डिटेल्स देतो. आणि मग मी तिकडे येतो. तोपर्यंत तुम्ही सगळी चौकशी करून ठेवा." सानेंनी सांगितलं आणि मोबाइल बंद केला.

इन्स्पे. पाटलांनी लगेच शिवाजीनगर टेलिफोन एक्सचेंजला फोन लावला.

"नमस्कार, टेलिफोन एक्सचेंज," पलीकडून ऑपरेटरचा आवाज आला.

"मी इन्स्पे. पाटील बोलतोय, शिवाजीनगर पोलीस स्टेशनमधून."

"येस सर, बोला काय सेवा करू?" आवाज ओळखीचा वाटला.

"कोण बोलतंय?" पाटलांनी विचारलं.

"आपण ज्याला परवा घरी बोलावलं होतं आणि रीतसर टांग मारली होतीत तो!" इन्क्वायरी ऑपरेटर इन्स्पे. पाटलांचा मित्र, प्रशांत परब, निघाला.

"ओ! प्रशांत! सॉरी यार, एक्स्ट्रीमली सॉरी! पण अचानक..."

"हां, आता सांगशील एका केससाठी जावं लागलं."

"अरे खरंच सांगतो. मी वेरूळ हिल स्टेशनला गेलो होतो."

"एकटाच की वहिनींना घेऊन?"

"साल्या मी काय हनिमूनला गेलो नव्हतो. एका केस संदर्भात गेलो होतो. बरं ऐक, मी ती पार्टी नंतर देईन. सध्या मी एक फोन नंबर देतो, मला त्याचा संपूर्ण अ‍ॅड्रेस दे." इन्स्पे. पाटलांनी तो फोन नंबर सांगितला.

थोडा वेळ कॉम्प्युटरच्या की-बोर्डच्या बटनांचा आवाज झाला आणि परब यांनी सांगितलं, "हां, हा नंबर आहे सिद्धार्थ एस., १०९९, दिक्षीत रोड."

"एवढाच पत्ता आहे?" इन्स्पे. पाटलांनी विचारलं.

"हो, एवढाच आहे." परबांनी पुन्हा चेक करून सांगितलं.

"ओके. या नावानं आणखी कुठले टेलिफोन आहेत?"

"एक मिनिट, मी चेक करतो." असं म्हणून परबनी पुन्हा कॉम्प्युटरवर सिद्धार्थ एस. या नावानं टेलिफोन नंबर आहेत का ते चेक करायला सुरुवात केली. "हं, लिहून घे. २३६९८७५२, २३७६५१२८ असे दोन नंबर आहेत. पैकी एक त्याच अ‍ॅड्रेसवरती आहे आणि दुसरा आहे महालक्ष्मी चेंबर्स, सी/

१०१, मेन मंडई रोड.''

परबनं दिलेले नंबर आणि पत्ते इन्स्पे. पाटलांनी आपल्या डायरीत लिहून घेतले, ते परत एकदा चेक केले आणि थँक्स म्हणून फोन बंद केला.

आता त्यांच्याजवळ तीन नंबर्स आणि दोन पत्ते होते. या दोनही पत्त्यांवर जाऊन बघणं आवश्यक होतं. त्यांनी पुन्हा साने साहेबांचा फोन फिरवला.

''हॅलो सर, मी इन्स्पे. पाटील बोलतोय.'' पाटलांच्या स्वरातल्या उत्साहावरून त्यांना काहीतरी विशेष मिळालं आहे, हे साने साहेबांनी ओळखलं.

''बोला पाटील, काय प्रोग्रेस?'' सानेंनी विचारलं.

''सर, मंगूनं दिलेल्या टेलिफोन नंबरचा पत्ता आणि त्याच नावांवर असलेले आणखी दोन टेलिफोन नंबर्स आणि दोन वेगवेगळे पत्ते.'' असं म्हणून पाटलांनी त्यांना मिळालेले टेलिफोन नंबर्स आणि तिन्ही पत्ते सांगितले.

''पाटील, मी आत्ता मेन मंडई रोडलाच आहे. तुम्ही एक काम करा. सगळे नंबर्स आणि पत्ते घेऊन तुम्ही महालक्ष्मी चेंबर्सपाशी या. मी तिथे तुमची वाट बघतो. पाहू या तरी तिथे काय आहे!'' सानेंनी सांगितलं.

''पण सर, तुम्ही आजच आला आहात सुट्टीवरून!''

''पाटील, ड्यूटी फर्स्ट! तुम्ही ताबडतोब इकडे या.'' सानेंनी सांगितलं आणि फोन बंद केला.

पाटलांनी आपली डायरी घेतली आणि ते लगेच बाहेर पडले. त्यांना बाहेर पडताना पाहून इन्स्पे. राणे गडबडीनं बाहेर आले आणि त्यांनी विचारले, ''कुठं चाललात?''

''राणे, मी महालक्ष्मी चेंबर्सला जाऊन येतो. साने साहेब तिथे येणार आहेत. तुमचे पेपर्स तयार झाले की तुम्हीही तिकडे या. पण यायच्या आधी मोबाइलवर फोन करा. म्हणजे आम्ही कुठे आहोत ते तुम्हाला कळेल. कदाचित तुमच्या मदतीची गरज लागेल. मला तुमच्या स्टेशनमधले दोन-तीन कॉन्स्टेबल बरोबर द्या.'' पाटलांनी त्यांना सांगितलं.

इन्स्पे. राणेंनी देसाई, पोटफोडे आणि चव्हाण अशा तीन कॉन्स्टेबलना हाक मारली आणि त्यांना इन्स्पे. पाटलांच्या बरोबर जायला सांगितलं. ते जीपमध्ये बसताच इन्स्पे. पाटील आपली जीप घेऊन निघाले.

त्यांना पोचायला अर्धा तास लागला. महालक्ष्मी चेंबर्स ही संपूर्ण बिल्डिंग कमर्शियल होती. दुकानाचे गाळे, ऑफिसेस, यासाठी ती प्रसिद्ध होती. त्यामुळे बिल्डिंग शोधायला त्यांना वेळ लागला नाही. गोडाऊन मेन एंट्रन्सपाशी साने साहेबांची गाडी उभी होती. इन्स्पे. पाटलांनी आपली गाडी त्यांच्या गाडीपाशी उभी केली आणि ते सर्व गाडीतून उतरले. साने साहेब गाडीत बसून त्यांची वाट पाहत होते. त्यांना आलेलं पाहताच ते बाहेर आले आणि म्हणाले, ''पाटील, हीच बिल्डिंग

आहे. विंग कोणती म्हणालात?''

''सी विंग असावी सर. कारण पत्ता सी/१०१ असा आहे.'' पाटलांनी आपल्या डायरीत बघून सांगितलं.

''ठीक आहे. मी चौकशी केली आहे. या बिल्डिंगला एकूण चार विंग आहेत. ए, बी, सी आणि डी! प्रत्येक विंगमध्ये सहा मजले आहेत. तळमजल्याला गोडाऊन आहेत आणि वरच्या प्रत्येक मजल्यावर पाच-पाच ब्लॉक्स आहेत. तळमजल्यावर प्रत्येक विंगमध्ये दहा गाळे आहेत आणि प्रत्येकाची सुरुवात १०१ नंबरनं होते. म्हणजे आपला जो पत्ता आहे तो सी विंगमधले १०१ नंबरचे गोडाऊन असावे. इथल्या वॉचमनच्या सांगण्यावरून ते गोडाऊन मि. सिद्धार्थ शहा यांच्या पारसमणी मेडिकल्सच्या नावावर आहे. ते किंवा अन्य कुणी आत्ता आहेत की नाहीत, ते त्याला माहित नाही. पण आपण अॅलर्ट राहिलं पाहिजे.'' सानेंनी आपल्याजवळच्या रायटिंग पॅडवर नजर फिरवत सांगितलं.

''सर, वी आर रेडी. काहीही झालं तरी चालेल. मी या तिघांना घेऊन आलो आहे.'' इन्स्पे. पाटील आपले रिव्हॉल्वर चेक करत म्हणाले. सानेंनी हसून त्यांच्याकडे बघितलं आणि म्हणाले, ''पाटील, याची गरज पडेल असं वाटत नाही. कारण आपण इथे फक्त चौकशीला आलो आहे, कोणाला अरेस्ट करायला नाही. पण नो प्रॉब्लेम. तुम्ही तयारीनंच आलाय म्हटल्यावर प्रश्नच नाही. ओके. लेट्स मूव्ह.'' सानेंनी सांगताच तो सगळा फौजफाटा महालक्ष्मी चेंबर्समध्ये शिरला.

आत शिरल्यावर त्यांना समोरच सी विंग दिसली. सानेंनी नजरेनंच पाटलांना ती दाखवली. त्यातल्या गोडाऊन नंबर १०१ वर त्यांची नजर गेली आणि ते सुखावले. गोडाऊन उघडं होतं. आत दोन-तीन स्टाफ होता. एक लेडी क्लार्क कॉम्प्युटरवर काम करत होती. दोन गडी गोडाऊनमधले बॉक्सेस बाहेर आणून ठेवत होते. गोडाऊनच्या अर्ध्या भागात संपूर्ण लाकडाचं पार्टिशन केलं होतं. संपूर्ण पोलीस स्टाफ गोडाऊनमध्ये पोचला. ती क्लार्क बिलं करत होती. इन्स्पे. पाटलांनी तिच्या टेबलावर बोटांनी 'टकटक' असा आवाज केला. तिनं वर पाहिलं. समोर एक इन्स्पेक्टर उभा आहे म्हटल्यावर ती चटकन घाबरून उभी राहिली.

''एक्सक्यूज मी, मी इन्स्पे. पाटील. हे ए.सी.पी. निखिल साने. आम्हाला या गोडाऊनच्या मालकांना भेटायचं आहे.'' त्यांनी सांगितलं.

''सर आत्ता नाहीयेत. थोड्या वेळानं येतील.'' तिनं घाबरत घाबरत उत्तर दिलं. एवढ्यात त्या पार्टिशनला असलेल्या झुलत्या दरवाजातून एक बुटकासा माणूस बाहेर आला. बाहेर उभ्या असलेल्या पोलीस पार्टीला पाहून त्याच्या चेहऱ्यावर एकदम आश्चर्य पसरलं. पण स्वत:ला सावरून तो म्हणाला, ''कोण हवंय आपल्याला?''

सानेंनी त्या व्यक्तीकडे नीट पारखून बघितलं. मंगू, प्रकाश आणि खरातांनी जे दादूचं वर्णन केलं होतं ते त्या वर्णनाशी त्या व्यक्तीला पडताळून पाहायला लागले आणि एकदम त्यांच्या तोंडातून शब्द बाहेर पडले, "दादू...?"

आपलं नाव घेतलेलं पाहून तो दचकला आणि अचानक मुसंडी मारून गोडाऊनच्या बाहेर पळायला लागला. सानेंनी ओरडून पाटलांना सांगितलं, "पाटील, पकडा त्याला. तो दादू आहे."

इन्स्पे. पाटील बंदुकीतून निघालेल्या गोळीसारखे ताडकन त्याच्या पाठीमागं धावले. ते तीन हवालदारही त्यांच्या मागं धावले. बिल्डिंगच्या मेनगेटपाशी साने साहेबांच्या गाडीचा ड्रायव्हर उभा होता. त्यानं हा पाठलाग पाहिला. तो धावणाऱ्या दादूच्या एकदम पुढे आला आणि त्याला पायात पाय घालून खाली पाडलं. दादू धाडकन तोंडावर आपटला. ड्रायव्हरनं त्याच्या पाठीत एक सणसणीत लाथ मारली आणि त्याचे दोन्ही हात मागं वळवून त्याला तसाच जमिनीवर दाबून ठेवला. तोच इन्स्पे. पाटील पोचले आणि त्यांनी त्याला उलथा केला. त्याच्या तोंडातून रक्त येत होतं. त्याचे दोन-तीन दात तरी पडले असतील. नाक फुटलं होतं. इन्स्पे. पाटलांनी त्याच्या बखोटीला धरून उभा केला. त्यांनी पण दादूच्या कानाखाली एक आवाज काढला. त्या माराने दादू पार गळपटून गेला होता. अक्षरशः हमसून हमसून रडायला लागला.

तोपर्यंत साने साहेब तिथे पोचले. त्याचा एकंदरीत अवतार त्यांनी पाहिला. ते पाटलांकडे वळून म्हणाले, "पाटील, याला पहिल्यांदा आपल्या डॉक्टरांकडे पाठवा. बिचाऱ्याला बरंच लागलं आहे. त्याच्यावर एकदा मलमपट्टी झाली की मग आपण याला प्रश्न विचारू. काय रे, बोलशील ना आमच्याशी?" साने साहेबांनी त्याच्या खांद्यावर हात ठेवून विचारलं. त्यांची ती विचारण्याची पद्धत पाहून दादू मानेनंच 'हो' म्हणाला.

"गुड! पाटील, पाठवा त्याला. आपण गोडाऊन पाहून येऊ." असं म्हणून दादूला कॉन्स्टेबल देसाई आणि पोटफोडेबरोबर डॉक्टरांकडे पाठवलं आणि ते वळून गोडाऊनकडे जायला निघाले. मध्येच थांबून त्यांनी आपल्या ड्रायव्हरकडे पाहिलं आणि त्याच्या खांद्यावर थोपटून म्हणाले, "मस्त पाडलास त्याला!" त्या ड्रायव्हरला प्रचंड आनंद झाला. अत्यंत समाधानानं सॅल्यूट करून तो म्हणाला, "थँक्यू साहेब."

साने साहेब पुन्हा गोडाऊनकडे जायला निघाले. तोपर्यंत संपूर्ण महालक्ष्मी चेंबर्स मधल्या जागेत गोळा झालं होतं. कॉन्स्टेबल चव्हाण म्हणाला, "ए काय तमाशा चालला आहे का इथं? आं? चला, आपापल्या कामाला लागा. उगीच गर्दी करू नका." त्याच्या या धमकावण्यानं बाहेर आलेली मंडळी बिल्डिंगमध्ये गेली आणि तिथून बघू लागली.

साने आणि पाटील पुन्हा त्या गोडाऊनमध्ये गेले. ती क्लार्क घाबरून थरथर कापत होती. तिच्या तोंडातून एक शब्द बाहेर पडत नव्हता. आत्तापर्यंत तिनं असले प्रसंग फक्त सिनेमामध्ये पाहिले होते; पण आज प्रत्यक्ष असा प्रसंग तिच्या डोळ्यांसमोर घडला होता. त्यामुळे तिची वाचाच बसली होती.

साने साहेब आत आले. ''पाटील, तुम्ही गोडाऊनची झडती घ्या. आत काय आहे ते पहा. तोपर्यंत मी हिच्याशी जरा गप्पा मारतो.'' त्यांनी पाटलांना सांगितलं आणि ते तिच्या समोरच्या खुर्चीत बसले. ती अजून थरथरत उभी होती.

''बसा, खाली बसा.'' सानेंनी तिला सांगितलं. तशी ती चटकन आपल्या खुर्चीत बसली. तिची ती रिॲक्शन पाहून सानेंना हसू आलं. समोरच्या बाटलीतील पाणी ओतून सान्यांनी तिला दिलं आणि ते तिच्याकडे शांतपणे बघत बसले. तिनं घटाघटा ते पाणी प्यालं आणि थोडी नॉर्मल झाली.

''आर यू ऑल राइट नाउ?'' साने साहेबांनी अत्यंत आपुलकीच्या स्वरात विचारलं. त्यांचा तो स्वर ऐकून तिला थोडा धीर आला.

''येस सर.'' तिनं उत्तर दिलं.

''गुड! आता तुम्ही माझ्या प्रश्नांची उत्तरं देऊ शकता?''

''येस सर.''

''व्हेरी गुड! आता मला सांगा, तुमचं नाव काय?''

''अंजली! अंजली नाईक!'' तिनं उत्तर दिलं.

''छान नाव आहे.'' साने साहेबांचा कॉमेंट ऐकून ती जरा लाजली.

''सो, मिस अंजली, तुम्ही आत्ता जो प्रकार पाहिलात त्यामुळे तुम्ही घाबरून जाणं साहजिक आहे. पण मला सांगा, हा दादूच ना? आणि तो आम्हाला पाहून असा का पळाला असेल बरं?'' त्यांनी आपण सहज विचारतो आहे असं दर्शवलं.

''सर, हा दादूच! आमच्या सरांचा खास माणूस आहे. पण तो का पळाला, ते मात्र मला सांगता येणार नाही.'' तिच्या स्वरात पूर्ण खरेपणा होता.

''बरं. तुमचे सर म्हणजे...?''

''मि. सिद्धार्थ शहा! मेडिकल डिस्ट्रीब्यूटर आहेत ते. त्यांची दोन मेडिकल शॉपपण आहेत. एक आहे दिक्षीत रोडवर, साईकृपा मंगल हॉलजवळ आणि दुसरं आहे हिंदू कॉलनीत. ती दोन्ही दुकानं मॅडम बघतात.'' तिनं माहिती पुरवली.

''मॅडम म्हणजे कोण?'' सानेंनी विचारलं.

''मॅडम म्हणजे आमच्या सरांच्या मिसेस! मिसेस सुजाता शहा. ही दोन्ही दुकानं त्यांच्याच नावावर आहेत.''

''अच्छा! त्या आता कुठं भेटतील?''

''सर, त्या आपल्या भावाच्या लग्नासाठी दोन-तीन दिवसांपूर्वी बडोद्याला

गेल्या आहेत. अजून चार-पाच दिवसांनी येतील, असं सरांनी सांगितलं आहे.''

''ओके. मिस अंजली, आम्ही दादूला का पकडलं ते सांगतो. वेरूळ हिल स्टेशनला आम्हाला एक डेड बॉडी मिळाली आहे. ती कोणाची आहे ते कळायला मार्ग नाही. कारण बॉडी नेक कट आहे. अंगावर ओळखण्याची काहीही खूण नाही. त्या बॉडीच्या छातीत सुरा खुपसून खून करण्यात आला असावा, असा आमचा अंदाज आहे. या केसमध्ये आम्ही मंगू नावाच्या एका सराईत गुन्हेगाराला अटक केली आहे आणि त्याच्या स्टेटमेंटप्रमाणे त्याला हे काम दादूनं दिलं आहे. इव्हन बॉडी डिस्पोज करण्यातही दादू त्याच्या बरोबर होता, असं त्याचं म्हणणं आहे. आता मला सांगा, या बाबतीत तुम्ही काही मदत करू शकाल?'' सानेंनी थोडक्यात तिला सांगितलं आणि ते तिच्याकडे बघायला लागले.

अंजलीचा चेहरा भीतीनं पांढराफट्ट पडला होता. साने हे सर्व सांगताना तिच्या डोळ्यांत पाणी जमा झालं होतं. अंग थरथरत होतं. साने बोलायचे थांबले तशी 'ओ गॉड माधव!' असं म्हणून ती एकदम रडायला लागली. सानेंना काहीच कळेना. ते नुसते तिच्याकडे बघत होते. तोपर्यंत इन्स्पे. पाटील आणि कॉन्स्टे. चव्हाण संपूर्ण गोडाऊनची झडती घेऊन बाहेर आले. त्या मुलीला रडताना पाहून तेही एकदम थबकले आणि साने साहेबांकडे पहायला लागले. सानेंनी त्यांना खुणेनंच गप्प रहायला सांगितलं आणि ते अंजलीकडे बघायला लागले.

जवळजवळ पाच मिनिटांनी तिच्या रडण्याचा भर ओसरल्यावर ती डोळे पुसायला लागली.

''आय ॲम सॉरी!'' आपल्या रुमालाला डोळे पुसत ती म्हणाली.

''इट्स ओके!'' सानेंनी परत तिला पाणी दिलं. ''काय झालं? तुम्ही एकदम रडायला का लागलात?'' तिचं पाणी पिऊन होताच त्यांनी विचारलं.

''काही नाही. मला एकदम भीती वाटली.'' तिनं उत्तर दिलं.

''नाही, मिस अंजली! तुम्ही खोटं बोलताय. तुम्हाला भीती वाटत आहे म्हणून तुम्ही रडलात, हे न पटणारं आहे. खरं काय आहे, अंजली? मला सांग. घाबरू नकोस. आणि हा माधव कोण?'' सानेंनी आता वेगळा पवित्रा घेतला.

''सर... अं... माधव ... म्हणजे... मला वाटतं...''

''येस! बोला, काय वाटतं?''

''सर, मला वाटतं ती बॉडी माधवची असावी!'' तिनं उत्तर दिलं आणि ती पुन्हा रडायला लागली. सानेंनी पाटलांकडे पाहिलं. माधव हे नवीन नाव त्यांच्या यादीत ॲड झालं होतं. पण नेमकं या माधवचं काय आहे, हे फक्त हीच सांगू शकेल, असं त्यांना वाटल्यानं तेही शांत बसले.

''सर,'' जरा शांत झाल्यावर अंजली बोलू लागली, ''माधव...माधव म्हणजे

माधवन. एस. माधवन! आमच्याकडे तो सेल्स एक्झिक्युटीव्ह म्हणून साधारण एक दीड वर्षापासून काम करत होता. सर, त्याची पर्सनॅलिटी, त्याचं वागणं हे खूपच अॅट्रॅक्टिव्ह होतं. मी नकळत त्याच्यात इन्व्हॉल्व्ह झाले होते. पहिल्यांदा आमची प्लेन फ्रेंडशिप होती; पण ह्या मैत्रीचं हळूहळू प्रेमात रूपांतर कधी झालं, तेच कळलं नाही. ज्या फिलींग्ज माझ्या होत्या, त्याच त्याच्याही होत्या. पण तो होता साऊथ इंडियन आणि मी मराठा! आमचं लग्न होणं कठीण होतं. पण तरीही मी त्याच्यावर मनापासून प्रेम करत होते.

"पण आमच्या प्रेमात सगळ्यात मोठा काटा होता तो हा दादू! सर, मी दोन वर्षांपासून इथे कामाला आहे. मी आल्यापासून या दादूची माझ्यावर वाईट नजर आहे. काही ना काही कारण काढून सतत माझ्याशी बोलण्याचा प्रयत्न करत असतो, माझ्याशी लगट करण्याचा प्रयत्न करत असतो. पण का कुणास ठाऊक, पहिल्या दिवसापासून मला या माणसाचा तिरस्कार आहे. याची भाषा अत्यंत शिवराळ आहे, वागणं-चालणं-बोलणं अत्यंत घाणेरडं आहे. व्यसनं म्हणाल तर सर्व आहेत आणि हे सगळं आमच्या सरांना माहितीदेखील आहे. एक-दोन वेळा मी त्याच्याबद्दल आमच्या सरांकडे तक्रारही केली होती. पण सरांनी त्याला बोलावून फक्त समज दिली होती. बस्स! पण त्यानंतर तो सतत काहीना काही कारणानं माझ्यावर डाफरत असे.

ज्या दिवसापासून माधवन आमच्याकडं जॉइन झाला, त्या दिवसापासून माझी आणि त्याची छान मैत्री जमली होती. आम्ही दोघं कॉफी प्यायला जायचो, फिरायला जायचो. पण हे दादूला कुठून तरी कळायचं आणि मग तो त्यावरून काहीबाही टोमणे मारायचा. माधवनला फार संताप यायचा. पण मीच त्याला थांबवायची. त्याच्या बोलण्याकडे दुर्लक्ष करायला सांगायची.

"मागच्या महिन्यात एकदा रात्री माधवन आमच्या घरी आला. मला म्हणाला, मला तुझ्याशी अत्यंत महत्त्वाचं बोलायचं आहे. म्हणून आम्ही बाहेर गेलो आणि त्यानं जे सांगितलं ते ऐकून मी हादरले. तो म्हणाला की आपल्या औषधांमधून नकली औषधांचाही सप्लाय होतो. आजूबाजूच्या गावातील एक-दोन मेडिकल शॉपमधून जी औषधं त्यानं दिली होती, ती सगळी नकली होती. इव्हन त्याचे सिरिअल नंबर्स, त्याचे बॅच नंबर्स हेही नकली होते. त्यानं हे सगळं प्रकरण आमच्या सरांना सांगायचं ठरवलं. मी त्याला म्हटलंसुद्धा हे कोण करत असेल असं तुला वाटतं. तर तो म्हणाला की त्याला दादूचा संशय आहे. मी त्याला पूर्ण पुरावा गोळा करून मगच सरांकडे जा, असं सुचवलं. कारण माझ्या बाबतीत जे घडलं होतं, ते त्याच्या बाबतीत घडू नये असं मला वाटत होतं.

"त्यानंतर जवळजवळ दोन आठवडे तो मला भेटला नाही. पुन्हा मागच्या

आठवड्यात तो असाच रात्री आला आणि म्हणाला की, त्याच्याजवळ सगळे पुरावे आहेत आणि हे पुरावे तो पोलिसांना देणार आहे. मला खूप भीती वाटायला लागली. मी त्याला पोलिसांत जाण्याआधी एकदा सरांना भेट, असं सांगितलं. त्यावर तोही तयार झाला आणि म्हणाला की मी उद्याच सरांना भेटतो. त्याप्रमाणे दुसऱ्या दिवशी तो पहिल्यांदा इथे, गोडाऊनला आला. त्यानं सरांची चौकशी केली. नेहमीप्रमाणे दादू इथे होता. पंधरा दिवस का आला नाही, म्हणून त्यांच्यात थोडीशी वादावादी झाली. त्या वेळी माधवन दादूला म्हणाला की, आता फार दिवस तुझी ही दादागिरी चालणार नाही, लवकरच तू पोलिसांच्या तावडीत असशील. त्यामुळे दादू आणखीनच चिडला आणि त्या दोघांची मारामारी झाली. इथले काही लोक मधे पडले आणि त्यांनी मारामारी सोडवली. माधवन तसाच तडक सरांना भेटायला दुकानात गेला, पण सर भेटले नाहीत. मॅडमनी त्याला सांगितलं की सर रात्री येणार आहेत. म्हणून तो परत इथे आला. संध्याकाळपर्यंत इथेच थांबला होता. आज सरांना भेटल्याशिवाय जाणार नाही, म्हणाला. गोडाऊन बंद करायची वेळ झाली. मी आणि तो बाहेर पडलो. कॉफी घेतली. मी त्याला म्हणाले की काय होतंय ते मला फोन करून कळव.

"पण सर, रात्री त्याचा फोन आलाच नाही. मी खूप काळजीत होते. दुसऱ्या दिवशी आम्हाला वीकली ऑफ होता आणि त्याच्या नेक्स्ट डे १ मे होता; नॅशनल हॉलीडे! त्यामुळे दोन दिवस काय झालं, हे मला काहीच कळू शकलं नाही. तिसऱ्या दिवशी मी जेव्हा कामाला आले त्या वेळी मला त्याचा रजेचा अर्ज माझ्या टेबलावर ठेवलेला मिळाला. त्यात महत्त्वाच्या कारणासाठी गावी जात आहे, असा उल्लेख होता. मला तर काहीच खुलासा झाला नाही. बरं, कुणाला विचारायची सोय नाही. त्यामुळे काय करावं, हेच मला सुचत नव्हतं. त्याचा मोबाइलही लागत नाही. त्याच्या गावाकडचा फोन माझ्याकडे नाही. त्यामुळे त्याला कॉन्टॅक्ट करायला काहीच चान्स नाही. गेले आठ दिवस मी फार बेचैन होते आणि आज तुम्ही ही न्यूज घेऊन आला आहात." एवढं बोलून ती थांबली.

तिचं संपूर्ण बोलणं होईपर्यंत साने साहेब एक अक्षरही बोलले नव्हते. ते आपल्या खुर्चीत शांतपणे डोळे मिटून तिची हकिकत ऐकत होते. अंजलीला वाटलं की ते झोपले की काय. म्हणून तिनं इन्स्पे. पाटलांकडे पाहिलं. त्यांनी तिच्याकडे पाहून फक्त मान हलवली आणि तिला गप्प राहायला सांगितलं.

"मिस अंजली," डोळे उघडून साने साहेब म्हणाले, तशी ती एकदम दचकली. तिला तशी दचकलेली पाहून कॉन्स्टे. चव्हाणांना एकदम हसू आलं. सानेंनी त्याच्याकडं एक कटाक्ष टाकला, तसा तो हसायचा थांबला. सानेंनी पुन्हा अंजलीकडे पाहत विचारलं, "मिस अंजली, तुम्ही माधवनचं जरा वर्णन कराल?"

“अं... वर्णन म्हणजे असा काळा सावळा रंग, उंची ५'१०'', काळेभोर डोळे, केस असे उलटे फिरवलेले, फ्रेंच कट दाढी.......''

“मिस अंजली.'' तिला मध्येच थांबवत साने म्हणाले, “मी मगाशी तुम्हाला सांगितलं की बॉडी नेक कट आहे. त्यामुळे त्याच्या चेहऱ्याचं वर्णन करून काहीच फायदा होणार नाही. तुम्ही मला सांगा तो एखादी अंगठी वापरत होता?''

“येस सर.'' ती म्हणाली, “मला त्यानं सांगितलं होतं की वयाच्या १८व्या वर्षी त्याच्या गुरूजींनी त्याला कुठल्यातरी खड्याची अंगठी घालायला सांगितली होती. या, करंगळी शेजारच्या बोटात!'' तिनं आपला डावा हात पुढे करत दाखवलं.

“ठीक आहे. आता मला सांगा, तुमचे सर, म्हणजे मि. सिद्धार्थ शहा आत्ता कुठं भेटतील?''

“सर, ते मी कसं सांगू शकेन? हां, पाहिजे असेल तर मी त्यांचा फोन नंबर देते.'' असं म्हणून तिनं समोरच्या रायटिंग पॅडवर फोन नंबर्स आणि मोबाइल नंबर्स लिहिले आणि साने साहेबांना दिले. साने साहेबांनी तो कागद इन्स्पे. पाटलांकडे दिला. पाटलांनी ते दोन्ही टेलिफोन नंबर्स आणि आपल्या डायरीत असलेले नंबर्स चेक केले. नंबर्स सेम होते.

“मिस अंजली, जरा तुमच्या सरांना फोन लावा.'' सानेंनी सांगितलं. तशी ती मि. शहांना फोन लावायला लागली. दोन मिनिटांत फोन लागला.

“सर, मी अंजली!'' एवढं बोलून होईपर्यंत सानेंनी तिच्या हातून फोन घेतला आणि ते म्हणाले, “मिस्टर शहा, मी ए.सी.पी. निखिल साने बोलतोय. आपण जिथं कुठे असाल तिथून ताबडतोब शिवाजीनगर पोलीस स्टेशनवर या. मला जरा तुमच्याशी महत्त्वाचं बोलायचं आहे.'' एवढं म्हणून त्यांनी फोन ठेवला आणि इन्स्पे. पाटलांकडं वळून म्हणाले, “पाटील, आत काही विशेष दिसलं?''

“नो सर, तसं काही विशेष दिसलं नाही. नेहमीची ऑफिसची अरेंजमेंट असते तशीच आहे.''

“अच्छा! चला यांच्या ऑफिसची ॲरेंजमेंट तरी पाहू.'' असं म्हणून साने साहेब खुर्चीतून उठले आणि पार्टिशनच्या आत गेले. तो संपूर्ण भाग ए.सी. होता. दरवाज्यातून आत गेल्यावर उजव्या हाताच्या कोपऱ्यात एक टेबल होतं. त्याच्या मागे एक छान एक्झिक्यूटीव्ह चेअर होती. त्याच्या मागं दोन कपाटं होती. त्या टेबलाच्या बाजूला एक भिंतीतलं शेल्फ होतं. टेबलासमोर चार-पाच खुर्च्या होत्या. साने साहेब टेबलाच्या मागे गेले आणि त्यांनी कपाटं उघडण्याचा प्रयत्न केला. पण कपाटं बंद होती. त्यांनी शेल्फ उघडलं. आत बऱ्याच फायली, फोल्डर्स होते. त्यातले काही पेपर्स सानेंनी काढले, वाचले आणि परत आत ठेवून त्यांनी शेल्फ लावलं.

बाहेर येऊन ते अंजलीला म्हणाले, "मिस अंजली, मला जरा राजीनामा आणि रजेचा अर्ज बघायला मिळेल?"

"एक मिनिट सर, देते!" असं म्हणून अंजली उठली आणि तिच्या टेबलाच्या मागच्या बाजूला असलेल्या कपाटातून एक फाईल काढली आणि त्यातला राजीनामा आणि रजेचा अर्ज त्यांना दिला. त्यांनी तो घेतला, नीट वाचला आणि इन्स्पे. पाटलांकडे दिला.

"मिस अंजली, हा माधवन ज्या वेळी आपल्याकडं जॉब मागायला आला होता, त्या वेळी त्यानं काही ॲप्लिकेशन वगैरे केलं असेल ना? मला ते ॲप्लिकेशन लेटर द्या. म्हणजे त्यावर त्याचा पत्ता वगैरे असेल. आम्हाला त्याचा उपयोग होईल." सानेंनी सांगितलं. अंजलीनं त्याच फाईलमधून त्याचा ॲप्लिकेशन फॉर्म सानेंना काढून दिला. सानेंनी एक मिनिट तो संपूर्ण वाचला. त्यांनी अंजलीकडं पाहिलं आणि ते म्हणाले, "थँक्स मिस अंजली, तुम्ही आम्हाला खूप छान माहिती दिलीत. आम्हाला खात्री आहे की लवकरच आम्ही या लवकरच बॉडीचं रहस्य आणि त्याचे खुनी शोधून काढू. ओके? हां... आणि एक, तुमचे सर मि. शहा जर इथं आले तर त्यांना ताबडतोब शिवाजीनगर पोलीस स्टेशनला पाठवून द्या." असं म्हणून ते गोडाऊनच्या बाहेर पडले.

तोपर्यंत इन्स्पे. पाटलांचा मोबाइल वाजला. तो फोन इन्स्पे. राणेंचा होता. त्यांनी सर्व पेपर्स तयार केले होते. डेड बॉडीचा पी.एम. रिपोर्ट आणि त्या पोत्याच्या फोरॅन्सिक रिपोर्ट पण आला होता. कॉन्स्टे. देसाईंनी दादूला मलमपट्टी करून शिवाजीनगर पोलीस स्टेशनला आणल्याचा निरोप दिला. इन्स्पे. पाटलांनी ही गोष्ट साने साहेबांना सांगितली. तशी ते म्हणाले, "ठीक आहे, पाटील. आपण पहिल्यांदा शिवाजीनगर पोलीस स्टेशनलाच जाऊ. मि. शहापण तिथंच येतील. चला."

ए.सी.पी. साने आपल्या गाडीत बसले आणि त्यांनी इन्स्पे. पाटील आणि कॉन्स्टे. चव्हाणांना गाडीत बसण्याची खूण केली. ते दोघे ड्रायव्हरशेजारी बसले आणि साने साहेब गाडीत मागे बसले. बसल्याबसल्या त्यांनी पाटलांकडून मगाशी अंजलीकडून घेतलेले पेपर्स मागून घेतले आणि ते पाहून डोळे मिटून ते शांतपणे विचार करायला लागले.

त्यांची गाडी शिवाजीनगर पोलीस स्टेशनमध्ये शिरली. कॉन्स्टे. पोटफोडे पुढे आले आणि त्यांनी साने साहेबांना सॅल्यूट केला. "काय म्हणतो तुमचा दादू? काय बोलला का?" त्यांनी पोटफोडेंना विचारलं.

"नाही साहेब, अजून तरी काहीच बोलला नाही." त्यांच्या मागोमाग पोलीस स्टेशनमध्ये शिरत तो बोलला. त्यांना आलेले पाहून इन्स्पे. राणे चटकन उभे राहिले आणि त्यांनी सॅल्यूट केला. "अजून नाही बोलला?" त्यांच्या समोरच्या खुर्चीत

बसत सानेंनी विचारलं. “कमाल आहे. म्हणजे एकतर त्याला बोलता करण्याचे तुमचे प्रयत्न कमी पडले असतील किंवा तो अत्यंत निर्ढावलेला आहे. ठीक आहे. त्याला आणि मंगूला एकत्र ठेवला आहे की वेगवेगळा?” त्यांनी आपल्या डोक्यावरची हॅट काढत इन्स्पे. राणेंना विचारलं.

“सर, त्या दोघांना वेगवेगळं ठेवलं आहे.” त्यांनी उत्तर दिलं.

“गुड! हे छान झालं. म्हणजे अजूनतरी दादूला माहित नाही की मंगूनं आपल्याला सर्व सांगितलं आहे. आता तो काय नवीन माहिती देतो ते पाहू. आणा त्याला इकडे!” सानेंनी कॉन्स्टे. पोटफोडेंकडं बघत सांगितलं.

तसे पोटफोडे बाहेर गेले आणि दोन मिनिटांत दादूला घेऊन आले. सानेंनी तोपर्यंत सर्व पेपर्स नीट वाचले. त्यांनी फाईल खाली ठेवली आणि पोटफोडेंनी आणलेल्या दादूला एकदा वरून खालून नीट न्याहाळला आणि ते हसले.

“काय दादू? कशी काय वाटली हिल स्टेशनची हवा?” त्यांनी एकदम प्रश्न विचारला. त्यांच्या प्रश्नात हिल स्टेशनचा उल्लेख येताच दादू पुन्हा दचकला. पण ओठ मिटून तो गप्प उभा होता. “अरे, असं गप्प राहून काही फायदा नाही बाबा. आम्हाला सगळं कळलंय. फक्त एवढंच सांग, त्या बॉडीचं डोकं कुठं लपवलं आहेस?” सानेंनी शांत स्वरात विचारलं. दादूनं फक्त ‘माहिती नाही’ या अर्थी मान हलवली.

“अरेरे, याला तर काहीच माहिती नाही. हा तर निर्दोष आहे. उगाच याला तुम्ही एवढं मारलंत. फार लागलं असेल ना रे दादू?” त्यांनी दादूला विचारलं.

दादूनं एकदा त्यांच्याकडं मान वर करून पाहिलं आणि तो पुन्हा मान खाली घालून उभा राहिला.

“दादू! तुला पकडताना या लोकांनी तुझी ही हालत केली आहे, जर काहीही बोलला नाहीस तर तुझी काय हालत करतील माहित आहे तुला? त्या तुझ्या पार्टनरला, मंगूला हिल स्टेशनच्या थंडीत पहाटे तीन ते सकाळी सातपर्यंत या पाटील साहेबांनी नागडा उभा केला होता. ते पण कधी? तर तो सगळं बोलल्यावर! आणि तू तर काहीच बोलत नाहीस. म्हणजे हे पाटील तुला कसा आणि कुठं उभा करतील याची कल्पना आहे का?” साने साहेबांनी थंड स्वरात विचारलं.

दादूनं इन्स्पे. पाटलांकडं पाहिलं आणि पुन्हा शांत उभा राहिला. आता मात्र साने साहेबांचा संयम संपला. ते ताडकन उठले आणि दादूजवळ येत म्हणाले, “दादू, मंगूनं आपल्या गुन्ह्याची कबुली दिली आहे. पण त्याच्या म्हणण्याप्रमाणे तो खून त्यानं केलेला नाही, फक्त बॉडी लपवण्यासाठी मदत केली आहे. आता प्रश्न आहे तो खून कुणी केला याचा! आणि तू जर बोलला नाहीस तर आम्हाला खुनी म्हणून

तुला अटक करायला लागेल. त्यानंतर आम्ही कोर्टाकडून तुझी पोलीस कस्टडी मागून घेऊ आणि मग तुझा काय निभाव लागणार? तुला माहित नसेल तर सांगतो या पोलीस कस्टडीमध्ये भलेभले गुन्हेगार पोपटासारखे बोलतात. कारण त्यांना बोलतं करण्याचे अनेक उपाय आमच्याकडे आहेत. तो मंगू काय, गुन्ह्यात मदत केली म्हणून सुटेल, तू मात्र अडकशील आणि फासावर जाशील. बोल, तुला मंजूर आहे का फासावर चढणं? बोल!''

सानेंच्या या बोलण्याचा मात्र दादूवर परिणाम झाला. तो एकदम सानेंच्या पायावर पडला आणि म्हणाला, ''साहेब, मला माफ करा. काय झालं होतं त्या दिवशी मला कुणास ठाऊक? पण तो माधवन डोक्यात गेला होता माझ्या. एकतर माझ्याविरुद्ध नकली औषधाच्या कारस्थानाचे सगळे पुरावे त्याच्याकडे होते. त्यामुळे त्याला संपवणं गरजेचं होतं. त्यात ती अंजली! सतत त्याच्या मागं भुंग्यासारखी फिरायची. माझी तिच्यावर लाईन होती; पण जाम लक्ष द्यायची नाही. त्यामुळे ठरवलं, या माधवनलाच उडवायचं. म्हणून त्याला गोडाऊनमध्ये नेलं, गळा आवळून खून केला. त्याचं मुंडकं कापलं आणि उरलेली बॉडी त्या मंगूकडनं वेरुळ हिल स्टेशनला टाकून आलो. वाटलं होतं, सगळं संपलं! पण एवढ्या लवकर आपण सापडू याची कल्पना नव्हती. नाहीतर कधीच गायब झालो असतो.'' दादूनं आपल्या खुनाची कबुली दिली.

सगळ्यांनी सुटकेचा निःश्वास सोडला. पण साने साहेब एकटक त्याच्याकडं बघत होते. जवळजवळ पाच मिनिटं ते काहीही बोलले नाहीत. शांतपणे जाऊन ते पुन्हा खुर्चीवर बसले आणि म्हणाले, ''दादू, तू खोटं बोलतोयस! हा खून तू केलेला नाहीस.''

सगळे जण एकदम आश्चर्यानं सानेंकडं पहायला लागले. एक खुनी सरळसरळ आपल्या खुनाची कबुली देत होता. म्हणजे केस संपलीच होती. पण ए.सी.पी. साहेब म्हणतात की तू खून केला नाहीस, म्हणजे नक्कीच काही तरी लूप होल्स आहेत. इन्स्पे. राणेंनी इन्स्पे. पाटलांकडं पाहिलं. पण साने साहेबांसमोर कसं काय बोलायचं, ते दोघानांही कळेना. सानेंनाही कळलं की ही दोघं आपल्या या वाक्यानं गोंधळले आहेत. पण त्यांनी दुर्लक्ष केलं.

एवढ्यात एक व्यक्ती आत आली आणि आल्या आल्या सगळ्यांवरनं नजर फिरवली. त्याची नजर जेव्हा दादूवर गेली त्या वेळी त्याची नजर एकदम बदलली. दादूनंपणं त्याच्याकडं बघून मान हलवली.

त्या दोघांची झालेली ही नजरेची भाषा सानेंनी ओळखली आणि त्यांनी विचारलं, ''येस, कोण आपण?''

''मायसेल्फ सिद्धार्थ शहा!'' सानेंकडं बघत त्यांनी सांगितलं.

"ओ, मिस्टर शहा. या." सानेंनी अगदी नाटकी स्वरात त्यांचं स्वागत केलं.

"सर, काय झालं? काय केलंय या दादूनं?" त्यांनी सानेंना विचारलं.

"काहीच नाही." सानेंनी शांतपणे उत्तर दिलं.

"काहीच नाही?" शहांनी आश्चर्यानं विचारलं.

"हो, काहीच नाही!"

"मग त्याला कशाला इथं आणलं आहे?"

"मिस्टर सिद्धार्थ, तुमच्याकडं एस. माधवन म्हणून एक सेल्स एक्झिक्युटीव्ह काम करत होता ना! तो सध्या कुठं आहे?" सानेंनी माधवनचं नाव घेताच शहा एकदम गोंधळले.

"हां... हां... माधवन ना? तो गावी गेला आहे. त्याच्या काही वैयक्तिक कामासाठी!" त्यांनी चाचपडत उत्तर दिलं.

"मिस्टर शहा, तुम्ही खोटं बोलताय. मि. माधवनचा खून झालाय आणि त्याची बॉडी आम्हाला वेरूळ हिल स्टेशनला नेक कट अवस्थेत मिळाली आहे. आता फक्त एवढंच सांगा, की तुम्ही त्याचा खून का केलात आणि खून करून त्याचं हेड कुठं लपवलं आहे?" सानेंनी डायरेक्ट आरोप केल्यामुळं शहांना काही बोलताच येईना.

"ते... म्हणजे... मी... मी खून केलेला नाही."

"मिस्टर शहा तुम्ही माधवनचा खून केला आहे. अत्यंत निर्दयपणे तुम्ही त्याला मारलं आहे. का मारलंत त्याला?"

"नाही, नाही. मी खून केलेला नाही!"

"एका निष्पाप जीवाचा बळी का घेतलात तुम्ही शहा? का संपवलंत त्याला?"

"निष्पाप? माधवन आणि निष्पाप? माझ्या बायकोबरोबर माझ्या गैरहजेरीत संबंध ठेवणारा माणूस निष्पाप? माझ्याच घरात, माझ्याच बेडरूममध्ये, माझ्या बायकोशी शय्यासोबत करणारा माणूस निष्पाप? माझ्या प्रेमाचा, विश्वासाचा खून करणारा माणूस निष्पाप?" शहा एकदम खुर्चीतून उठून बडबडू लागले.

"अच्छा! म्हणून तुम्ही त्याचा खून केलात!" सानेंनी इन्स्पे. पाटलांकडं एक नजर टाकत शहांना विचारलं.

"हो... हो... मीच खून केला त्याचा! संपवला त्या हरामखोराला! मीच केला खून त्याचा...मीच केला खून...!" शहा एकदम खुर्चीत बसून रडत रडत म्हणाले.

संपूर्ण पोलीस स्टेशन एखाद्या चित्रासारखं स्तब्ध झालं होतं. टाचणी पडली असती तरी आवाज झाला असता एवढी शांतता पसरली होती. केसला मिळालेल्या या वेगळ्या टर्नमुळं सगळेच बुचकळ्यात पडले होते. फक्त साने साहेब शांत होते. हातातल्या पेपरवेटशी ते चाळा करत बसले होते.

"सॉरी, मी एकदम असं ओरडायला नको होतं. मला माझा गुन्हा मान्य आहे. मीच माधवनचा खून केला आहे. पण सर, माझ्या एका प्रश्नाचं उत्तर द्या. तुम्हाला एखादी गोष्ट जर प्राणांहून प्रिय असेल आणि ती गोष्ट जर दुसरा कोणी वापरत असेल तर तुम्ही काय कराल?" पाच मिनिटांनी शांत होत सिद्धार्थ शहांनी सानेंना विचारलं.

"मिस्टर शहा, ते परिस्थितीवर आणि मानसिकतेवर अवलंबून आहे. जर ती वस्तू दुसरा कोणी वापरत असेल तर एकतर मी त्याला समजावून सांगेन किंवा ती वस्तू त्याच्या हाताला लागणार नाही, याचा बंदोबस्त करेन." सानेंनी आता सिद्धार्थच्या कलानं घ्यायचं ठरवलं.

"मीही तेच करण्याचा प्रयत्न केला होता, सर! सुजाताचं आणि माझं अरेंज मॅरेज आहे. तिनं माझ्याबरोबर संसार फक्त तडजोड म्हणून केला होता. एरवी मी तिला पसंत नव्हतो. तसं तिनं प्रत्यक्षपणे बोलूनही दाखवलं होतं. त्यामुळे आमच्यात कोणताही भावनिक किंवा शारीरिक संबंध नव्हता. माझा पैसा ही तिची गरज होती आणि तिचं क्वलिफिकेशन ही माझी आवश्यकता होती. ती डी.फार्म. होती. त्यामुळं माझी सगळी मेडिकल दुकानं, हा व्यवसाय तिच्या नावावर रजिस्टर होता. आमच्यामध्ये ही गरज हा एकच दुवा होता. नाहीतर सोसायटीला फक्त दाखवायला आम्ही पती-पत्नी होतो. पण सर, मी मात्र तिच्यावर मनापासून प्रेम करायचो.

"साधारण एक वर्षभरापूर्वी हा माधवन माझ्याकडे नोकरी मागायला आला. चांगला हुशार पोरगा होता. पहिल्यांदा मी त्याला आमच्या दुकानात ठेवला. मी मार्केटिंग बघत होतो. त्यामुळे माझी सतत फिरती असायची. गोडाऊन हा दादू आणि अंजली पहायची. दुकानात काम करताना सुजाता त्याच्या पर्सनॅलिटीवर, त्याच्या सॉफिस्टिकेटेड वागण्यावर भुलली. त्यांचे प्रेमाचे चाळे सुरू झाले. पण माधवनला सुजाताचं फक्त शरीर हवं होतं. कारण त्याचं अंजलीवर प्रेम होतं. सुजाता त्याच्या सर्व गरजा पुरवायची. तो म्हणेल तेवढे पैसे द्यायची आणि बदल्यात त्याच्याकडून शरीरसुख घ्यायची. तो आणि ते एकत्र येणार असतील, त्या वेळी ती आमच्या घरातील नोकरांना सुट्टी द्यायची किंवा कुठल्यातरी कामासाठी घराबाहेर पाठवायची.

"दोन-तीन महिन्यांपूर्वी मला पहिल्यांदा दादूनं जेव्हा हा प्रकार सांगितला, त्या वेळी माझा विश्वास बसला नाही. कारण ती एवढ्या खालच्या थराला जाईल असं मला स्वप्नातदेखील वाटलं नव्हतं. सर, तिचं जरी माझ्यावर प्रेम नव्हतं तरी मी तिच्यावर मनापासून प्रेम करायचो. एरवी मी एवढा फिरायचो; पण कधी दुसऱ्या बाईबद्दल मला आकर्षण वाटलं नाही. भले आमच्यात कोणतेही संबंध नव्हते, पण मी तिला मनापासून स्वीकारलं होतं. त्यामुळे दादूनं मला सांगितलं

ते मला खोटं वाटलं. पण मनातून शंका जाईना. म्हणून एक दिवस मी गावाला जातो, असं सांगितलं आणि आमच्या घराजवळच्या एका लॉजवर लपून बसलो. लॉजमधून आमच्या घराकडे जाणारा रस्ता दिसायचा. मी त्या रस्त्यावर लक्ष ठेवून होतो. दुपारच्यावेळी माधवनला घराच्या दिशेनं जाताना बघितलं आणि मी लॉजच्या बाहेर पडलो. लपतछपत त्याच्या मागून आमच्या घरात शिरलो. आणि पाहतो तो काय? ज्या बेडरूममध्ये मी माझ्या बायकोबरोबर भविष्याची स्वप्न पाहिली होती, त्याच बेडरूममध्ये माधवन आणि माझी बायको सुजाता प्रेमाचे चाळे करत होते.

''माझ्या पायाखालची जमीनच सरकली. ते दृश्य पाहून असं वाटलं, की सरळ जावं आणि त्या दोघांना संपवून टाकावं; पण मी स्वतःला सावरलं. जर तसं झालं असतं तर मीही उद्ध्वस्त झालो असतो. म्हणून मी पुन्हा त्याच पावली परत लॉजवर आलो. सर, त्यादिवशी आयुष्यात पहिल्यांदा मी दारू प्यालो. आजपर्यंत दारूच्या थेंबालाही स्पर्श केला नव्हता. पण आज ही वेळ निव्वळ माझ्या प्राणप्रिय बायकोनं आणि माझ्या एका हरामखोर नोकरानं आणली होती. त्या रात्री शांतपणे बसून मी संपूर्ण प्लॅन ठरवला. पहिल्यांदा सुजाताला संपवायचं आणि मग या माधवनला! पण मी संधीची वाट बघत होतो. आणि ती संधी मला पंधरा दिवसांनी मिळाली. तिच्या वडिलांचं पत्र आलं होतं की तिच्या भावाचं लग्न ठरलं आहे. त्यासाठी ती बडोद्याला जाणार होती. तोच मुहूर्त मी तिला संपवायचा ठरवला. सगळ्यांना वाटलं पाहिजे, की तिकडे गेली आहे. मीच तिला बडोद्याला जायच्या ट्रेनचं तिकीट आणून दिलं. तिची जायची सगळी तयारी झाली होती.

''त्याच दरम्यान माधवनला दादू करत असलेला नकली औषधांचा घोटाळा समजला होता. त्यामुळे तो दादूच्या मागं होता. दादूविरुद्ध त्याने सगळे पुरावे गोळा केले होते आणि ते पुरावे घेऊन तो पोलिसांत जाणार होता. ही सगळी गोष्ट मला आधीच समजली होती – माझ्या डीलर्सकडून, माझ्या सप्लायर्सकडून. मी त्यांना लवकरात लवकर या प्रकरणाचा सोक्षमोक्ष लावतो, असं प्रॉमिस केलं. पण त्याच वेळी माझ्या डोक्यात याला संपवायचा प्लॅन तयार झाला. मी त्याला संपवणार होतो, तो दादूच्या हातून! पण हे दादूलाही माहिती नव्हतं. त्याचा माधवनवरती असलेला राग आणि अंजलीबद्दलची भावना याचा फायदा घेऊन मी त्याला माधवन आणि सुजातावर नजर ठेवायला सांगितली. ते कुठं भेटतात, काय बोलतात, याची संपूर्ण माहिती काढायला सांगितली. त्याप्रमाणं माधवन अंजलीला भेटला आणि दादूच्या विरुद्ध पोलिसांत जाण्याविषयी तो अंजलीला बोलला. पण त्या अंजलीनं त्याला पोलिसांच्याकडं जाण्याआधी मला भेटायला सांगितलं. दादूनं मला हे फोन करून सांगितलं.

"मी त्याला घरी बोलावून घेतलं. त्याला सगळं सांगितलं आणि त्याला धमकी दिली की जर तू मला या कामात मदत केली नाहीस, तर माझ्या धंद्यातून तू नकली औषधांचा माल सप्लाय करतोस ही गोष्ट मी पोलिसांना सांगेन. तो घाबरला आणि मला मदत करायला तयार झाला. मी त्याला सगळा प्लॅन सांगितला. प्लॅन असा होता. पहिल्यांदा माधवनला दारू पाजायची, तो दारू पिऊन लॉस झाला की, त्याचा खून करायचा आणि बॉडी गायब करायची. ही कामगिरी दादू करणार होता. त्यानं मंगू नावाच्या एका सराईत बदमाषाला गाठून बॉडी कशी, कुठं गायब करायची हे सगळं ठरवलं. त्याचे ५०हजार रुपये मी दादूला दिले आणि हे कोणाजवळ बोलू नये म्हणून दादूलापण २०हजार रुपये दिले. दादूला मी एक मोठा चाकू विकत घेऊन यायला सांगितलं.

"आणि २९ एप्रिल तारीख उजाडली. माधवन मला भेटायला सकाळी गोडाऊनला आला; पण मी त्याची भेट घेण्याचं टाळलं आणि त्याला सुजातामार्फत रात्री गोडाऊनला येतो आणि तेथेच तुला भेटतो असा निरोप ठेवला. त्याप्रमाणं तो गोडाऊनला थांबला. दादूही रात्री गोडाऊनला येऊन थांबला. त्याला असा अचानक आलेला पाहून माधवनचा राग उफाळून आला. त्या दोघांत परत वादावादी झाली. पण तोपर्यंत मी पोचलो. माधवनला आमच्या ऑफिसमध्ये बोलावून घेतलं. त्यानं दादूच्या विरुद्ध जमा केलेले सर्व पुरावे माझ्याकडे दिले. मी त्याचं अभिनंदन केलं. त्यानं केलेल्या उत्तम कामगिरीबद्दल त्याला दारू ऑफर केली. पहिल्यांदा तो घेत नव्हता. पण मी फारच आग्रह केल्यावर त्यानं प्यायला सुरुवात केली. मी दारू पिता पिता त्याला बोलण्यात गुंतवलं. तो बसलेल्या खुर्चीच्या मागं गेलो आणि दादूला खूण केली. दादूनं त्याच्याजवळ असलेला चाकू मला दिला. मी हळूच माधवनच्या मागं येऊन उभा राहिलो. डोळ्यांसमोर तो आणि सुजाताचं चित्र येत होतं. मी जीव खाऊन तो चाकू त्याच्या मानेत खुपसला. माधवन आवाज न करता तडफडायला लागला आणि खाली कोसळला; पण माझा राग काही शांत झाला नाही. मी पुन्हा एक वार त्याच्या छातीत केला. तो जेव्हा पूर्ण मेला आहे याची खात्री पटली, तेव्हा मी उठलो आणि चाकू त्याच्याच शर्टला पुसला.

"आम्ही पहिल्यांदा त्याचं मुंडकं कापलं. नंतर त्याचे कपडे काढले. दोन्ही एका पिशवीत भरले. ब्लड लवकर क्लॉट व्हावं म्हणून एक सोल्यूशन मिळतं, ते सोल्यूशन मी त्याच्या मानेवर, त्या मुंडक्याच्या तुटलेल्या भागावर लावलं. त्याच्या डेड बॉडीत थोडं फॉर्मेलिन नावाचं बॉडी डिकंपोझ होऊ नये म्हणून इम्बाल करतात, ते सोल्यूशन इम्बाल केलं. दादूनं त्याचं मुंडकं एका प्लॅस्टिकच्या, पॅकींग करतात तशा जाड पिशवीत ठेवलं. नंतर त्याची बॉडी आम्ही एका जाड पोत्यात भरली. मी माधवनच्या नावानं एक रजेचा अर्ज लिहिला. त्यानंतर आम्ही त्याची बॉडी इथंच

ठेवली. कारण पुढचे दोन दिवस आमच्या ऑफिसला सुटी होती. त्यामुळे अंजली येण्याचा प्रश्नच नव्हता. म्हणून आम्ही तिसऱ्या दिवशी म्हणजे १ मे ला बॉडी बाहेर काढायचं ठरवलं. १ मेला नॅशनल हॉलिडे होता आणि त्यादिवशी महालक्ष्मी चेंबर्समधली सगळी ऑफिसेस, गोडाऊन्स बंद होती. त्यादिवशी आम्ही दुपारच्या सुमारास बॉडी बाहेर काढली. बिल्डिंगच्या वॉचमनला वाटलं आम्ही औषधाचं एखादं पोतं घेऊन चाललो आहे. त्यामुळं त्यालाही काहीच संशय आला नाही. बॉडी आणि मुंडकं घेऊन आम्ही बाहेर पडलो. दादूनं पहिल्यांदा त्या पिशवीत दगड भरले आणि ती पिशवी मेन ड्रेनेज लाईनमध्ये फेकून दिली. नंतर आम्ही पोतं घेऊन शिवाजीनगर बस स्टँडला गेलो. तिथं पोतं उतरवताना माझ्या लक्षात आलं की, त्या पोत्यावर आमच्या गोडाऊनचा पत्ता आहे. मी दादूला ते पोतं बॉडी टाकून झाल्यावर कुठंतरी जाळून टाकायला सांगितलं आणि मी घरी आलो. येता येता सुजाताला संपवायचा प्लॅन केला.

"घरी आल्यावर मी सुजाताला म्हटलं की उद्या तू आठ-दहा दिवसांसाठी बडोद्याला जाणार आहेस. मीही चार-पाच दिवसांसाठी टूरवर जाणार आहे. तर आज रात्री आपण जेवायला बाहेर जाऊ. सुजाता तयार झाली. मी घरातल्या नोकरांना बोलावलं आणि सांगितलं की मॅडम आठ-दहा दिवस नाहीत. मीही चार-पाच दिवस नाही. म्हणून तुम्ही चार-पाच दिवस सुट्टी घ्या. तेही खूष झाले आणि सगळं आवरून निघून गेले. मी तिला आपल्या लग्नात घातलेला शालू नेसायला सांगितलं. मेकअप करायला सांगितलं. खूप छान दिसत होती ती. वाटलं, की बेत बदलावा. पण मनावर ताबा ठेवला आणि जेवायला बाहेर गेलो. मस्त जेवण केलं. येताना वाटेत मी पान घेतलं आणि त्यात अगदी जहाल असं विष घातलं. तिला माझ्या या हातांनी ते पान खायला दिलं. या हातानी! ज्या हातानी तिच्या गळ्यात मंगळसूत्र बांधलं, ज्या हातात हात घेऊन पुढच्या सात जन्माचं वचन दिलं, त्याच हातानी मी तिला विष दिलं. पान खाऊन होताच विषानं आपला असर दाखवायला सुरुवात केली. अक्षरश: तडफडत होती ती! खूप दया आली तिची. त्या परिस्थितीत मी सगळं बोललो तिच्याशी! तिचं आणि माधवनचं प्रकरण मला कसं कळलं, मी त्यांना कुठं आणि कशा परिस्थितीत पाहिलं! सगळं सांगितलं! ती सतत मला माझं चुकलं, मला माफ कर, मला डॉक्टरांकडं घेऊन चल, मला खूप त्रास होतो आहे, असं म्हणत होती. मी वेड्यासारखा हसत होतो आणि गाडी रस्त्यानं फिरवत होतो. शेवटी ती मेली. एक सुंदर स्वप्न संपलं. पुढं काय करायचं ते मी ठरवलं होतं.

"मी सरळ गाडी घेऊन घरी आलो. तिला गाडीतून बाहेर काढलं. आमच्या बेडरूममध्ये नेलं. तिला शेवटचं डोळा भरून पाहिलं. बेडरूममधल्या वस्तू इकडेतिकडे

फेकल्या. कपाट उघडलं. कपाटातले कपडे, सामान अस्ताव्यस्त केलं. लॉकर उघडून ठेवला. त्यातली कॅश माझ्याबरोबर घेतली. त्यानंतर सुजाताच्या संपूर्ण शरीरावर चाकूनं सपासप वार केले. थोडक्यात, माझ्या आणि नोकरांच्या अनुपस्थितीत चोरी झाली आहे आणि चोरांनी सुजाताचा खून केला आहे, असा देखावा केला. माझे रक्तानं भरलेले कपडे बदलले. ते बॅगेत भरले आणि घराबाहेर पडलो ते सकाळी सरळ आमच्या कासेगावच्या डिलरकडं पोचलो. तिकडं चार-पाच दिवस रहायचं. मग घरी यायला निघायचं, यायच्या आधी नोकरांना फोन करून घर झाडून ठेवायला सांगायचं, असं मी ठरवलं होतं. म्हणजे ज्या वेळी नोकर घर झाडायला येतील, तेव्हा ते हा प्रकार बघतील आणि मला कळवतील. मी लगेच त्यांना पोलीस स्टेशनला कळवायला सांगणार होतो. म्हणून ज्या वेळी तुमचा फोन आला त्या वेळी मला वाटलं की माझा प्लॅन सक्सेसफुल झाला. मला जर आधी कळलं असतं की दादूला तुम्ही पकडलं आहे तर कदाचित मी इकडं आलोच नसतो.

"सर, मी माझ्या बायकोवर जीवापाड प्रेम करत होतो. जरी आमच्यात ताणतणाव होते तरी ती माझी पत्नी होती. मी तिच्याशी कधीच प्रतारणा केली नाही, पण तिनं मात्र मला खूप मोठा धोका दिला. माझा विश्वासघात केला तिनं! लग्नाच्या पवित्र नात्याला तिनं काळीमा फासला. तुमच्या कायद्यात याला काहीच शिक्षा नसेल. पण माझ्या कायद्यात तिला एकच शिक्षा होती, मृत्यू! आणि तिच्याबरोबर तिला नादाला लावणाऱ्या त्या माधवनला पण तीच शिक्षा होती. म्हणून मी दोघांचा खून केले. दादू आणि तो मंगू यात फक्त साथीदार आहेत. पण हे दोन्ही खून मला मान्य आहेत. कारण आता नाही तरी इज्जत गेलीच आहे. माझी सुजातापण गेली आहे. मग आता मी कुणासाठी जगू? मला फाशी द्या. फाशी! हा... हा... हा... फाशी! टु बी हँग टिल डेथ!" शहा एकदम वेड्यासारखं हसत हसत म्हणायला लागले.

सानेंना हा धक्का अनपेक्षित होता. त्यांनी इन्स्पे. पाटलांना खूण केली आणि त्यांनी शहांना हाताला धरून बाहेर नेलं. कॉन्स्टे. देसाईंनी दादूला बाहेर न्यायला मदत केली.

इन्स्पे. राणे पुढे आले आणि म्हणाले, "सर, काय हा भयंकर प्रकार? ते शहा हसत होते, तेव्हा अंगावर अक्षरश: काटा आला माझ्या."

"राणे, हे प्रेम फार विचित्र गोष्ट आहे. ज्याला मिळतं त्यालाही त्रास होतो आणि ज्याला मिळत नाही त्यालाही त्रास! पाहिलात ना हा प्रकार? आता हा प्रकार जर त्या अंजलीला कळला, तर तिच्या मनात त्या माधवनविषयी जी भावना आहे त्याचं काय होईल?" सानेंनी खिन्न स्वरात विचारलं.

"पण सर एक विचारू?" इन्स्पे. राणेंनी धीर करून विचारलं.

"हेच विचारणार आहात ना, की मी दादू खोटं बोलतोय हे कसं ओळखलं?" साने त्यांच्याकडं बघत म्हणाले.

"येस सर, तेच विचारणार होतो."

"सांगतो. मी ज्या वेळी शहांच्या गोडाऊनमध्ये गेलो त्या वेळी मला अंजलीनं माधवनचं ॲप्लिकेशन आणि त्याचा रजेचा अर्ज दिला. या दोन्हीमधील हँडरायटिंग वेगवेगळं होतं. म्हणून मी शहांचं हँडरायटिंग त्यांच्या केबिनमधल्या फाईलींमध्ये बघितलं. तर रजेच्या अर्जातलं हँडरायटींग आणि फाईलमधलं हँडरायटिंग सेम होतं. म्हणजेच तो अर्ज माधवनने लिहिला नव्हता, हे क्लिअर झालं. त्यांच्या केबिनमध्ये आपल्या मॉर्गमध्ये जसा वास येतो तसा वास मला आला. नंतर लक्षात आलं की तो फॉर्मेलिनचा वास आहे. म्हणजेच इथं एखादा खून झाला असणार आहे आणि त्यात फॉर्मेलिन इम्बाल केलं असणार आहे, असा माझा अंदाज होता आणि सगळ्यात महत्त्वाचं म्हणजे दादूचं कन्फेशन! तो काय म्हणाला ते ऐकलंत तुम्ही? तो म्हणाला त्याचा गळा दाबून खून केला आणि ॲक्च्युअली खून झाला होता तो चाकूनं! म्हणजे तिथं दादू बोलायला चुकला. दुसरं म्हणजे दादूची आणि माधवनची उंची आणि बिल्ट! दादू साधारण ५'२" असेल आणि माधवन ५'१०". शिवाय माधवनची बॉडी मी पहिली आहे. दादूची आणि त्याची मारामारी झाली असती तर माधवन दादूला भारी पडला असता. त्यामुळे दादू त्याचा खून करणं शक्यच नाही. त्याचबरोबर हा पी.एम. रिपोर्ट! त्यात लिहिलं आहे की बॉडीमध्ये दारूचा आणि फॉर्मेलिनचा अंश होता. म्हणजेच माधवन मरायच्या आधी दारू प्याला असणार आणि मग त्याचा खून झाला असणार. आता फॉर्मेलिन वगैरे याचा उपयोग दादूला माहीत असण्याचे चान्सेस खूप कमी होते. मग असा माणूस कोण? "

"मी हाच विचार करत होतो तोपर्यंत मि. शहा आले. त्यांची आणि दादूची झालेली नजरानजर मी पाहिली आणि मला संशय आला की कदाचित तो माणूस म्हणजे हे मि. शहा असतील. म्हणून मी त्यांच्यावर थोडासा मानसिक दबाव टाकला. मी तो अंदाजानं अंधारात तीर मारला होता. पण तो तर सरळ जाऊन निशाण्यावरच बसला. दादू खोटं बोलतोय, हे मी ओळखलं होतं; पण माधवनचा खून मि. शहांनी केला आहे हे मी कधीच गृहीत धरलं नव्हतं. राणे, या केसबरोबर मिसेस शहांच्या मर्डरची दुसरी केसही सॉल्व्ह झाली आहे. कारण शहांनी दिलेल्या जबाबात त्यांनी त्याही खुनाची कबुली दिली आहे." सानेंनी आपली तर्कसंगती सांगितली.

एवढ्यात इन्स्पे. पाटील आले. त्यांना पाहून सानेंनी विचारलं, "काय झालं, काय म्हणताहेत शहा?"

“सर, त्यांना या सर्व गोष्टीचा जबरदस्त धक्का बसला आहे. त्यामुळे त्यांचं मानसिक संतुलन बिघडलं आहे. ज्याला त्याला विचारत आहेत माझं काय चुकलं? माझं काय चुकलं?” इन्स्पे. पाटलांनी सांगितलं.

साने साहेब आपल्या खुर्चीत मागं मान टाकून बसले आणि ते विचार करू लागले. खरंच! सिद्धार्थचं काय चुकलं? पण या प्रश्नाचं उत्तर त्यांच्याजवळ नव्हतं.

काही प्रश्न अनुत्तरीत असतात!

❐